அரிக்கமேடு

(இந்தியாவின் முதல் தொல்லியல் துறைமுக ஆய்வுக்களம்)

D1679864

அ. இராமதாசு - எம்.பி. இராமன் (எ) இராமானுசம்

டிஸ்கவரி பப்ளிகேஷன்ஸ்

எண்: 9, பிளாட் எண்: 1080A, ரோஹிணி பிளாட்ஸ்
முனுசாமி சாலை, கே.கே.நகர் மேற்கு,
சென்னை - 600 078. பேச: 99404 46650

வெளியீட்டு எண்: 0353

அரிக்கமேடு (கட்டுரை)

ஆசிரியர்கள்: அ. இராமதாசு - எம்.பி. இராமன் (எ) இராமானுசம்©

Arikamedu (Essays)

Authors: A. Ramadas - M.P. Raman ©

Printed in India

1st Edition : December, 2023

ISBN: 978-81-19541-56-0

Pages: 224

Publisher • *Sales Rights*

Discovery Publications
No. 9, Plot,1080A, Rohini Flats,
Munusamy Salai,
K.K.Nagar West, Chennai - 78.
Tamilnadu, India.
Mobile: +91 99404 46650

Discovery Book Palace (P) Ltd
No. 1055-B, Munusamy Salai,
K.K.Nagar West,
Chennai-600 078.
Ph: (044) 4855 7525
Mobile: +91 87545 07070

discoverybookpalace@gmail.com / www.discoverybookpalace.com

இந்த நூலில் பிரசுரமாகியுள்ள எந்த ஒரு பகுதியையும் எழுத்துபூர்வமான முன்அனுமதி பெறாமல் எடுத்தாள்வதோ, மறுபிரசுரம் செய்வதோ, மொழியாக்கம் செய்வதோ, ஊடகங்களில் மறுபதிப்புச் செய்வதோ, காப்புரிமைச் சட்டப்படி தடை செய்யப்பட்டுள்ளது. இந்த நூலிலிருந்து சில பகுதிகளை மேற்கோள் காட்டி நூல் அறிமுகம் செய்யலாம்.

உங்கள் மொபைல் போனிலிருந்து ஸ்கேன் செய்து 'டிஸ்கவரி புக் பேலஸ்' மொபைல் ஆப்பை டவுன்லோடு செய்து, புத்தகங்களை வாங்குங்கள்.

காணிக்கை

Gabriel Jouveau-Dubreuil

மண்ணை நேசித்த மாமனிதர்

"மெய் வருத்தம் பாரார், பசிநோக்கார் கண்துஞ்சார்,
எவ்வெவர் தீமையும் மேற்கொள்ளார் - செவ்வி
அருமையும் பாரார், அவமதிப்பும் கொள்ளார்
கருமமே கண்ணா யினார்"

என்று குமரகுருபரர் கர்ம வீரர்களுக்கு வகுத்த இலக்கணத்துக்கு ஓர் எடுத்துக்காட்டாக விளங்கி, அனைத்துப் புதுச்சேரிவாசிகளையும்விட மேலான புதுச்சேரிவாசியாகத் திகழ்ந்து, புதுச்சேரியின் பெருமையை, குறிப்பாக அரிக்கமேட்டின் அருமையை உலகுக்கு வெளிக்கொணர்ந்து, "யார் மறந்தாலும் மறக்காவிட்டாலும், நிச்சயமாகப் புதுச்சேரி என்னை மறக்காது!" என்று மிகுந்த நம்பிக்கையுடன் உயிர் நீத்த ழுவோ துய்ப்ரேய் அவர்தம் பொன்னடிகளில் வைக்கும் பூங்கொத்து!

உள்ளே...

முன்னுரை

1. தொல்லியலும் அரிக்கமேடும் - ஓர் அறிமுகம்	8
2. அரிக்கமேடு - ஒரு முன்னோட்டம்	18
3. அரிக்கமேட்டில் கண்டுபிடிப்புகள்	48
4. அரிக்கமேட்டின் உள்நாட்டு, வெளிநாட்டு வணிகத் தொடர்புகள்	114
5. அரிக்கமேட்டுப் பகுதியில் நாகரிகக் கூறுகள்	130
6. அரிக்கமேட்டின் தொன்மை	182
7. 'பொதுகா'வைத் தேடி புதுப் பயணம்	197
குறிப்புரைகள்	219

முன்னுரை

பொதுக்காலத்திற்கு (B.C.E. - before the Common Era) முன்பு, அதாவது கிறித்து பிறப்பதற்கு முன் (B.C. - before Christ) தொடங்கி, கிரேக்கர்களும் ரோமானியரும் கடல் வழியே மரக்கலங்களில் தமிழகத்திற்கு வந்து வணிகம் செய்தார்கள் என்று சங்கத்தமிழ் நூல்கள் எடுத்துரைக்கின்றன. அந்நூல்கள் கிரேக்கர்கள், ரோமானியர்கள், மேற்காசியாவைச் சேர்ந்தவர்கள் போன்ற மேலைநாட்டவர்களை 'யவனர்கள்' என்று பொதுவாகக் குறிப்பிடுகின்றன.

சங்கத் தமிழ் நூல்கள் கூறும் யவனர்களின் வணிகக் காலத்தின் போது, நடுநிலக்கடல் (Mediterranean) நாடுகளோடு இந்தியா கொண்டிருந்த மேற்கத்தியத் தொடர்புக்கான சான்றுகள் முதன் முதலில் கண்டறியப்பட்ட களம் புதுச்சேரியைச் சார்ந்த அரிக்கமேடு.

இதன் மூலம் தமிழ்கூறும் நல்லுலகம் இதுவரை அறிந்திராத தமிழரின் பண்பாட்டின் காலத்தை, அறியப்பட்ட மேற்கத்திய நாடுகளின் பண்பாட்டுக் காலத்தைக் கொண்டு நிறுவிக்காட்டிய காலக் கண்ணாடியே அரிக்கமேடு! அதுவே இந்தியாவில் முதன்முதல் தொல்லியல் அகழ்வாய்வு கண்ட துறைமுக நகரமும் கூட.

கடந்த பத்தாண்டுகளில் தமிழகத்தின் தொன்மையை வெளிப்படுத்துவதில் தமிழக அரசு மிகுந்த ஆர்வம் காட்டி வேகமெடுத்துள்ளது. கீழடி, கொடுமணல், ஆதிச்சநல்லூர், கொற்கை, பூம்புகார், அகரம், கொந்தகை, மணலூர், கங்கை கொண்ட சோழபுரம், மயிலாடும்பாறை, அழகன்குளம், சிவகளை, வெம்பக்கோட்டை, துலுக்காடி என்று வரலாற்று ஆவணங்களாகக் கல்வெட்டுகளும், பெருங்கற்புதைவுகளும், ஈமத்தாழிகளும், குடியிருப்புகளும், வீட்டுப் பயன்பாட்டுப் பொருட்களும் பல்வேறு பகுதிகளில் தொல்லியல் அகழ்வாய்வுகள் மூலம் வெளிப்பட்டு வருகின்றன. இதன் மூலம் இந்திய நாட்டில், தமிழர் நாகரிகமே மிகத் தொன்மை மிகுந்த நாகரிகம் என்ற பழம் பெருமை உலகறிய மீட்டெடுக்கப்படுகிறது. அண்மையில் கீழடியில் அமைக்கப்பட்டு உலகின் கவனத்தை ஈர்த்துவரும் தொல்பொருள் அருங்காட்சியகம் அம்முயற்சியின் உச்சம் எனலாம்.

அத்துடன், கண்டுபிடித்த பொருட்களைக் கொண்டு இதுதான் வரலாற்றில் முதல் என்று உரிமைக் குரல்களும் ஆங்காங்கே ஒலித்துக்கொண்டுள்ளன. சான்றாக, வெம்பக்கோட்டையில் அண்மையில் நடந்த இரண்டாம் கட்ட அகழ்வாராய்ச்சியில், சுடுமண் வணிக முத்திரையை வைத்து, இதுவே முதல் இலச்சினை என்று கொண்டாடுவதைக் காண்கையில், ஆய்வாளர்கள் 'பொஷே-சுய்ர்லோ', 'கசால்' ஆகியோர் முத்திரையை மட்டுமல்ல, அது

பதிந்த மண் துண்டையும் இன்றைக்கு எண்பது ஆண்டுகளுக்கு முன்னரே அரிக்கமேட்டில் கண்டெடுத்துவிட்டார்களே என்று உரக்கக் கூவத் தோன்றுகிறது. இது போன்ற பல முதன்மைகளுக்கு உரிமை கோரும் தகுதி அரிக்கமேட்டுக்கு உண்டு.

தென்னிந்தியாவிலேயே முதன் முதலாகப் பழந்தமிழர் நாகரிகம் அரிக்கமேடு பகுதியிலும் நிலவியது என்பது அரிக்கமேட்டில்தான் ஆவணப்படுத்தப்பட்டது. பொ.மு. 200 முதல் பொ. 200 வரையிலான காலப் பகுதியில், “மொழி பல பெருகிய தேயமாகவும், புலம் பெயர் மாக்கள் கலந்து இனிது உறையும் பட்டினமாகவும், பல் பண்டம் பகர்ந்து வீசும் துறைமுகமாகவும், திரை கடல் ஓடி, திசை பல நாடித் திரவியம் தேடிய வணிகத் தலமாகவும்” விளங்கிய அரிக்கமேட்டின் முழுப் பெருமையும் வெளிக்கொணரப்படவில்லை. காரணம், அதன் ஒரு சிறு பகுதி மட்டுமே இதுவரை ஆய்வுக்குட்படுத்தப்பட்டுள்ளது. மேலும், அரிக்கமேடு பற்றிய பேச்சு, ஆய்வாளர்கள் வட்டத்தோடு அடங்கிப்போய்விட்டது; பொதுமக்கள் மத்தியில் முற்றிலும் முடங்கிவிட்டது.

அண்மைக்காலமாக, தமிழகத்தில் தொல்லியல் ஆய்வுகள் பற்றிய கண்டுபிடிப்புகளும், பதிவுகளும் புற்றீசல் போல் பொங்கி வரும் வேளையில், அரிக்கமேட்டின் ‘அணிலாடும் முன்றில்’ போன்ற இருளடைந்த நிலை நெஞ்சை நெருடியது. ஆகவேதான், இதுகாறும் அரிக்கமேடு பற்றி நடந்த ஆய்வுகள், பதிவுகளை ஒரு தொகுப்பாகக் கொண்டு வந்து, ஆய்வுலகின் கவனத்தை ஈர்க்கவேண்டும் வேண்டும் என்று விரும்பினோம். அது எங்கள் தாய் மண்ணுக்கு நாங்கள் பெருமிதத்தோடு செய்யவேண்டிய கடமை என்ற உந்துதல் எங்களைத் துரத்தியது. அதன் விளைவே இந்நூல். தொல்லியல் ஆய்வாளர்கள், ஆர்வலர்கள் மட்டுமின்றி, “தமிழன் என்று சொல்லடா! தலை நிமிர்ந்து நில்லடா!” என்று புளகாங்கிதமடையும் எவருக்கும் இந்நூல் பயனளித்து, மத்திய மாநில அரசுகளுக்கு உற்சாகமூட்டி அவர்களின் கடமையை நினைவூட்டும் என்று உளமார நம்புகிறோம்!

இந்நூலினைச் செம்மையாக வெளிக்கொணர்ந்த டிஸ்கவரி பப்ளிகேஷன்ஸ் நிறுவனத்தாருக்கு எங்களின் நெஞ்சார்ந்த நன்றி!

புதுச்சேரி,
01.12.2023.

முனைவர் அ. இராமதாசு
மேனாள் இணை இயக்குநர், பள்ளிக்கல்வித் துறை,
புதுச்சேரி அரசு.

பேராசிரியர் எம்.பி. இராமன் (எ) இராமானுசம்
உறுப்பினர், உயர்கல்விப் பேராயம், புதுச்சேரி அரசு.
உறுப்பினர், மாசுக் கட்டுப்பாட்டுக் குழு, புதுச்சேரி அரசு.

1. தொல்லியலும் அரிக்கமேடும் - ஓர் அறிமுகம்

முற்கால மானுடத்தின் தொன்மை, நாகரிகம், பண்பாட்டு விழுமியங்கள் பற்றி அறியும் முயற்சி மிகவும் கடினமானது. பல்லாயிரம் ஆண்டுகளுக்கு முன்னால் ஓர் இடத்தில் மனிதன் வாழ்ந்தான் என்பதற்கான தடயங்கள் கிடைப்பதே அரிது. அங்கு அவன் எப்படி வாழ்ந்தான் என்பதை கணிப்பதற்கான சான்றுகள் கிடைப்பது அதைவிட அரிது. ஒரு முழுமையான விவரணத்தை இலக்கியம், வரலாறு, தொல்லியல், மானுடவியல் ஆகிய துறைகளின் ஆய்வுகளுக்கு இடையிலான ஊடாட்டத்தின் மூலமாகத்தான் புரிந்துகொள்ள முடியும். தொல்லியலும் இலக்கியமும் கடந்த காலத்துக்குள் செல்லும் வாசல்கள்.

மண்ணுக்குள் மறைந்த இரகசியங்கள்

தொல்லியல் (archaeology) என்பது பொருள்சார் பண்பாட்டை அகழ்ந்தெடுத்து தொன்மைக்கால மாந்தர் செயல்பாட்டைப் பகுப்பாய்வு செய்யும் அறிவியல் புலமாகும். அதன் முக்கிய கூறு அகழ்வாய்வு.

ஒரு மிகப் பழைய சமூகத்தின் தொன்மை, நாகரிகம், பண்பாட்டு விழுமியங்களை அறிவியல்பூர்வமாக நிரூபிக்க உதவுவது அகழ்வாய்வுகளில் கண்டெடுக்கப்படும் தொல்லெச்சங்களே. அவை மண்டிக் கிடப்பது மண்ணுக்குள்ளே. மண் வெறும் மணற்பருக்கைகளின் திரள் மட்டுமே அல்ல. அது கட்டுமானங்கள், பாண்டங்கள், அணிமணிகள், கருவிகள், தாழிகள், எலும்புக் கூடுகள் என பல்வகைத் தொல்லெச்சங்கள் மண்டிக் கிடக்கும் மர்மச் சுரங்கம். பழைய கற்காலம், புதிய கற்காலம், நுண்கற்காலம், பெருங்கற்காலம், வரலாற்றுக் காலம் எனக் கால வரையறை செய்யும் அளவுக்குப் பூமிக்கு உள்ளே தொல்பொருட்கள் புதைந்துகிடக்கின்றன; இறந்து போன மாந்தரைக்கூட வாழும் மனிதர்களைப் பாதுகாப்பதுபோல் பொத்திப் புதைக்கப்பட்ட தாழிகள் எனக் காலக்கண்ணாடி காட்டும் அற்புதங்கள் புதைந்துள்ளன. அவற்றை வெளிக்கொணர்ந்து பொதுவுலகிற்குக் காட்டி, மனித நாகரிகம் நடந்து வந்த பாதையை அறிவியல் பூர்வமாக நிரூபிக்க உதவுவது அகழ்வாய்வுகளில் கண்டெடுக்கப்படும் தொல்லெச்சங்களே[1]!

தமிழர் நாகரிகத்தின் தொன்மை

வரலாற்றுக் காலத் தமிழரின் பெருமிதம் மிக்க வாழ்வியலைச் சங்க இலக்கியங்கள் மிக விரிவாகப் பதிவிட்டுள்ளன. ஆயினும்,

அவற்றிற்கு அகச் சான்றுகள் (direct evidences) அரிது என்ற நிலையில், சங்க காலம் உள்ளிட்ட வரலாற்றுக்கு முந்தைய காலத் தமிழரின் வாழ்வியல் விழுமியங்களை அறிந்து கொள்ள, தொல்லியல் சான்றுகளை விட்டால் வேறு வழியில்லை என்பதே உண்மை. "துண்டம் வைத்திருங்கள், பயணிப்போம்" என்பது களப்பணி யாளர்களின் ஒற்றை இலக்கு. ஒரே ஒரு துண்டில் அவர்கள் மூலம் கிடைக்கும் தகவல் பல நேரங்களில் வரலாற்றையே புரட்டிப் போட்டுவிடுகிறது. அப்படி, பண்டைய தமிழர்தம் நாகரிகத்தின் அடிச்சுவடுகளையும், பண்பாட்டு எச்சங்களையும் அகழ்ந்தெடுத்ததன் விளைவாக, இந்திய வரலாறு தமிழகத்திலிருந்து தான் தொடங்குகிறது என்ற உண்மை அண்மைக் காலத்தில் பரபரப்பான பேசு பொருளாகியுள்ளது.

தமிழகத்தில் தொல்லியல் ஆய்வுகள்

'இராபர்ட் புரூஸ் புட்' (Robert Bruce Foote) என்னும் ஆங்கிலேயத் தொல்லியல், புவியியல் ஆய்வறிஞர், பொ.மு. (கி.பி.) 1863-இல் சென்னையை அடுத்த பல்லாவரத்தில் கற்கால மனிதர்கள் பயன்படுத்திய கற்கோடரியைக் கண்டறிந்து, உலகத் தொல்லியல் வரைபடத்தில் இந்தியாவின், குறிப்பாகத் தமிழ்நிலத்தின் தொன்மையை முதன்முதலில் பதிவுசெய்தார். அதைத் தொடர்ந்து இந்தியத் தொல்லியல் ஆய்வு நிறுவனம், தமிழ்நாடு அரசு தொல்லியல் துறை, சென்னைப் பல்கலைக்கழகம், தஞ்சைத் தமிழ்ப் பல்கலைக்கழகம் ஆகிய நிறுவனங்களைச் சார்ந்த ஆய்வாளர்கள், தமிழகத்தின் பல்வேறு பகுதிகளிலும் அகழ்வாய்வுகள் நடத்தி, பண்டைத் தமிழரின் பண்பாட்டு எச்சங்களைக் கண்டறிந்து உரியவகையில் அறிக்கை வெளியிட்டு வருகின்றனர். அவை தமிழர் வரலாற்றில் புதிய வெளிச்சத்தைப் பாய்ச்சிக் கொண்டுள்ளன.

தமிழ்நாட்டின் பல பகுதிகளிலும் முதல்நிலை கள ஆய்வுகள் மேற்கொண்ட இந்தியத் தொல்லியல் ஆய்வு நிறுவனம், வரலாற்றுக்கு முற்பட்ட காலத்திற்குரிய வாழ்விடங்கள், ஈமச் சின்னங்கள் உள்ளிட்ட தொல்லெச்சங்கள் பொதிந்துள்ள 157 முக்கியமான இடங்களைக் கண்டறிந்து, அவற்றைப் பாதுகாக்கப்பட்ட தொல்லியல் சின்னங்களாக அறிவித்துள்ளது. 1921 முதல் 1948 வரையிலான காலகட்டத்தில், அந்தத் தொல்லெச்சங்கள் பொதிந்துள்ள நிலத்தைத் தமது பொறுப்பில் எடுத்துக்கொண்டுள்ளது[2].

ஆதிச்சநல்லூர் - தமிழகத்தின் முதல் தொல்லியல் ஆய்வுக் களம்

தென் தமிழகத்தில், திருநெல்வேலி நகரத்திலிருந்து 24 கி.மீ. தொலைவில் தென்கிழக்காக, தாமிரபரணி (பொருநை) ஆற்றின்

கரையில் அமைந்துள்ள 'ஆதி தச்சநல்லூர்' எனும் ஆதிச்சநல்லூர், உலக அளவில் பலமுறை அகழ்வாய்வு செய்யப்பட்ட நகரங்களில் ஒன்று; தமிழகத்தில் முதலாவதும் கூட. அது ஒரு புதை மேடு.

19-ஆம் நூற்றாண்டின் இறுதியில் இந்தியத் தொல்லியல் துறையைச் சேர்ந்த டாக்டர் அலெக்சாண்டர் ரெயா (Alexander Rea) ஆதிச்சநல்லூரைப் பற்றிக் கேள்விப்பட்டு 1899-1900-இல் அங்கு சென்று பார்த்தார். அப்போது ஆயிரக்கணக்கான தொல் பொருட்களை இவர் கண்டெடுத்து பதிவு செய்துள்ளார்; மட்பாண்டங்கள், இரும்புக் கருவிகள், ஆயுதங்கள், நகையணிகள், பொன், வெண்கலம், அரிய கல், கண்ணாடியாலான குமிழ்மணிகள் (beads), எலும்புகள் முதலானவை கண்டெடுக்கப்பட்டுள்ளன. அது பற்றி கூறும் அலெக்சாண்டர் ரெயா, "தென்னிந்தியாவில் கண்டுபிடிக்கப் பட்டவற்றுள் மிகவும் பரந்த தொல்லியல் களம் இது," எனக் குறிப்பிட்டுள்ளார்.

"இது புதைக்கும் இடமா, மக்கள் வசித்த இடமா என்பதைக் கண்டறிவதுதான் என் நோக்கமாக இருந்தது. இதுவரை இந்த இடம் ஈமத் தலமாகத்தான் அறியப்பட்டிருந்தது. நாங்கள் நடத்திய அகழ்வாய்வில் 'குவார்ட்ஸ்' மணிகள், அடுப்பு போன்றவை கிடைத்தன. இவை மக்கள் வாழ்ந்ததற்கான அடையாளங்கள். இது மக்களும் வசித்த இடம் என்று கண்டறிந்தோம்" என தன் ஆய்வுக்கான நோக்கத்தைப் பி.பி.சி.யிடம் விவரித்தார் தொல்லியல் ஆய்வாளர் டி. சத்யமூர்த்தி[3].

ஆதிச்சநல்லூர் அகழ்வாராய்ச்சியில் கிடைத்த இரண்டு பொருட்களை அமெரிக்காவில் உள்ள தொல்லியல் ஆய்வகத்திற்கு அனுப்பி அங்கு கதிரியக்கக் கரிமக் காலக்கணிப்பு செய்யப்பட்டது. அதில் ஒரு பொருள் பொ.மு. 905-ஐச் சேர்ந்தது என்றும், மற்றொன்றின் காலம் பொ.மு. 791 என்றும் தெரியவந்துள்ளது.

சிந்து சமவெளி நாகரிகத் தொடர்பு

ஆதிச்சநல்லூர் நாகரிகத்திற்கும், சிந்து சமவெளியிலுள்ள 'அரப்பா' (Harappa) நாகரிகத்திற்கும் நெருங்கிய தொடர்பு உள்ளது. அங்குக் காணப்படும் உருவ எழுத்துகள் இங்குள்ள பெருங்கற்காலத் தாழிகளில் கண்டெடுக்கப்பட்ட எலும்புக் கூடுகள் ஆஸ்திரேலிய, ஆர்மேனிய மற்றும் நிலநடுக்கடல் மனிதர்களின் எலும்புக் கூடுகளோடு ஒத்துப்போவதாக ஆராய்ச்சியாளர்கள் கூறுகின்றனர்.

பொருநை நதிக்கரையின் அடுத்த ஆய்விடம் சிவகளை. சிவகளையில் மூன்று கட்ட ஆய்வில் ஏராளமான முதுமக்கள் தாழிகள் கண்டெடுக்கப்பட்டுள்ளன. ஒரே குழியில் 16 தாழிகள்

கண்டுபிடிக்கப்பட்டன. இவற்றில் 5 தாழிகள் மூடியுடன் கண்டெடுக்கப்பட்டுள்ளன. வாள்கள், கூர்முனைக் கருவிகள், கத்திகள் உள்ளிட்ட 40க்கும் மேற்பட்ட இரும்பாலான ஆயுதங்கள், 400க்கும் மேற்பட்ட பானை ஓடுகள், கருமை-சிவப்புப் பானைகள், வெள்ளைப் புள்ளிகள் கொண்ட பானை ஓடுகள் ஆகியவை தாழிகளில் வைக்கப்பட்டிருந்தன. ஒரு முதுமக்கள் தாழியில் இருந்த நெல்மணிகள் 3,200 ஆண்டுகள் பழமையானது என்ற ஆய்வு முடிவு, தொல் தமிழக வரலாற்றை பொ.மு. 32-ஆம் நூற்றாண்டுக்குக் கொண்டு சென்றுள்ளது என்கிறார் சிவகளை தொல்லியல் அகழ்வாய்வு இயக்குனர் பிரபாகரன்[4].

ஆக, ஆதிச்சநல்லூர் தொடங்கி சிவகளை, வசவப்புரம், ஆவாரங்காடு, பேரூர், திரடு என விரிந்து கொற்கையில் முடியும்போது பொருநை நதி நாகரிகம் புலப்பட்டுள்ளது.

வைகைக் கரையோரத் தேடல்

பண்டைய காலத்தில் மானுட உருவாக்கம் என்பது நதிகளின் கரைகளில் அவர்கள் தங்களின் குடியிருப்புகளை உருவாக்கி வாழத் தொடங்கியதிலிருந்து ஏற்பட்டது. நீரைச் சார்ந்த ஈரமணல் பரப்புகளில்தான் மனித குலத்தின் நாகரிகங்கள் தொடங்கின என்பதை உலகளாவிய பல ஆய்வுகள் நமக்கு உறுதிப்படுத்துகின்றன.

ஆண்டு முழுவதும் தண்ணீர் ஓடும் நதிக் கரையில்தான் பெரு நகரங்களும் நாகரிகமும் தழைத்தோங்கும் என்பது இல்லை. மழைக் காலங்களில் மட்டும் வெள்ளம் பெருக்கெடுத்தோடும் நதிக்கரையிலும் மனித நாகரிகம் தழைத்தோங்கும் என்பதற்கான சான்றுதான் வைகை. தமிழ் நாகரிகத்தின் தொட்டிலாக வைகையே இருந்துள்ளது. இன்றைக்கு வருடத்தில் நான்கு மாதங்களே நீர் ஓடும் வைகையின் கரையில், பல்லாயிரம் ஆண்டுகளாக மக்கள் கூட்டம் செழித்தோங்கி வளர்ந்துள்ளதை அண்மைக்கால ஆய்வுகள் நிரூபிக்கின்றன.

கீழடி பழந்தமிழ் நாகரிகத்தின் சீரடி

ஆதிச்சநல்லூர் தொல்லியல் களத்துக்கு அடுத்து இந்தியத் தொல்லியல் ஆய்வு நிறுவனத்தால் தமிழ்நாட்டில் மேற்கொள்ளப் படும் பெரிய அளவிலான அகழ்வாய்வு கீழடியாகும். கீழடி மதுரையிலிருந்து திருப்புவனம் செல்லும் சாலையில் 15 கி.மீ. தொலைவில் வைகை ஆற்றுக்கு அருகில் உள்ள சிற்றூர். தமிழ்நாடு அரசு தொல்லியல் துறை கீழடியில் 1981-இல் கள ஆய்வு மேற்கொண்டு அவ்வூர் ஏறத்தாழ 2,000 ஆண்டுகளுக்கும் மேலான வரலாற்றுத் தொன்மை கொண்டது என்று அறிவித்தது.

அகழ்வாய்வில், இடிபாட்டுக் கட்டுமானங்களுக்கிடையே ஊது உலைகள், சுடுமண் கிண்ணங்கள், முழுமையான பானைகள் எனப் பலவும் கிடைத்தன. அவை ஒரு தொழிற்கூடத்திற்கு உரியவை என்றும், குறிப்பாகத் தொட்டிகள் இடம் பெற்றிருப்பதன் மூலம் இவை ஒரு சாயப்பட்டறை செயல்பட்ட இடமாக இருக்கலாம் என்றும் ஆய்வாளர்கள் கருத்துரைத்தனர். நூற்புக்குரிய தக்கிளிகள் கிடைத்ததால் இங்கு நெசவு ஆலை செயல்பட்டிருக்கலாம் என்றும் அதற்கு உறுதுணையாகச் சாயப்பட்டறையும் தொழில் வளத்திற்குச் சான்றாகின[5].

வாழிடங்களுக்காக ஆதங்கப்பட்ட தொல்லியலாளர் அமர்நாத் இராமகிருஷ்ணனுக்குக் கிடைத்த தொல்லியல் கருவூலம் கீழடி. வைகைக் கரையில் தேர்ந்தெடுக்கப்பட்ட 90 இடங்களில் இருந்து கிடைத்த சான்றாதாரங்களை ஆய்வு செய்தபோது, வாழிடங்களுக்கான அறிகுறிகள் கிடைத்தன.

இது பற்றிக் கூறும்போது, "இறுதியாக, நாங்கள் கீழடியில் கவனம் செலுத்த முடிவு செய்தோம். அங்கே நாங்கள் நல்ல முறையில் உருவாக்கப்பட்ட செங்கற்களைக் கண்டோம்". அத்துடன் கல்மணிகள் மட்டுமே 600 கிடைத்துள்ளன. முத்துமணிகள், பெண்களின் கொண்டை ஊசிகள், பெண்கள் விளையாடிய சில்லு, தாயக்கட்டை, சதுரங்கக் காய்கள், சிறுகுழந்தைகள் விளையாடிய சுடுமண் பொம்மைகள் கிடைத்துள்ளன. 'ஆதன்', 'உதிரன்', 'திசன்' போன்ற தனிநபர்களின் பெயர்களைக் குறிப்பிடும் தமிழ் பிராமி எழுத்துக்கள் பொறிக்கப்பட்ட மண்பாண்ட ஓடுகளும் கிடைக்கப்பெற்றுள்ளன. இது நகர்ப்புற நாகரிகத்தின் அடையாளம் என்பதை அனைவரும் ஒப்புக்கொள்வார்கள். அதன் அடிப்படையில், "சங்க கால வாழிடமான கீழடி, சிந்து வெளி நாகரிகம் போன்ற சிறப்புமிக்க ஒன்று. செழிப்பான தமிழ் நாகரிகத்தின் அடையாளம்" என்கிறார் தொல்லியல் ஆய்வாளர் அமர்நாத் இராமகிருஷ்ணன்[6].

வைகைக்கரை நாகரிகம்

எத்தனையோ கண்டுபிடிப்புகளுக்குத் தகுதியான ரகசியங்களை மறைத்து வைத்திருக்கும் மந்திரச் சுரங்கங்களாக வைகைக் கரைக் கிராமங்கள் இருக்கின்றன.

மணலூர் - நன்கு கட்டமைக்கப்பட்ட குடியிருப்பு

இந்தியத் தொல்லியல் துறை, மதுரையில் இருந்து தென்கிழக்காக சுமார் 12 கி.மீ. தள்ளி, மணலூர் அருகில் பள்ளிச்சந்தை திடல் என்ற இடத்தில் இருக்கும் தென்னந் தோப்புக்குள், கடந்த 2015-இல் நடத்திய அகழ்வாராய்ச்சியில் கிடைத்திருக்கும் பொருட்களின்

பட்டியல் மிக நீளமானது; வியப்புக்குரியது. வரிசை, வரிசையாக வீடுகள், மிக அகலமான செங்கற்கள், தரைத்தளமாகக் கனமான தட்டோடுகள், மேற்கூரைக்கு ஆணி அறையப்பட்ட செம்மண் ஓடுகள், வீடுகளை ஒட்டி பெரும் அகலத்தில் நீண்ட சுவர்கள், தண்ணீர் வழிந்தோட வடிகால்கள், வட்டவடிவ உறையிடப்பட்ட கிணறு என நிலத்துக்குள் ஒரு நகரமே துயில்கொண்டிருக்கிறது. சுமார் 2,200-2,500 ஆண்டுகளுக்கு முன்பு மனிதர்கள் குடியிருந்த குடியிருப்புப் பகுதியாக அது விளங்கியுள்ளது.

தமிழ்நாட்டில் இதுவரை நடந்துள்ள அகழ்வாய்வுகளில் முழுமையான குடியிருப்புப் பகுதி கிடைத்திருப்பது இதுதான் முதல்முறை என்கிறார்கள் தொல்லியலாளர்கள். தமிழகத்தில் இதுவரை நடைபெற்ற அகழ்வாராய்ச்சியில் சுடுமண் முத்திரை கிடைத்ததும் இங்குதான்[7].

தேனூர் - தானாக வெளிவந்த தங்கப் புதையல்

மதுரைக்கு மிக அருகில் வைகை ஆற்றங்கரையில் அமைந்திருக்கும் கிராமம் தேனூர். தேனூரில் 2013-ஆம் ஆண்டு ஆகஸ்ட்டு மாதத்தில் பெய்த ஒரு கனமழையில், கருவேலமரம் ஒன்று வேரோடு சாய்ந்தது. மரத்தின் வேருக்கு அடியிலிருந்து ஒரு மண்முட்டி மேலெழுந்து வந்தது. அதனை எடுத்து சிறுவர்கள் விளையாடத் தொடங்கினார்கள். அதற்குள் விரல் அளவு கனம் கொண்ட சிறு கட்டிகள் இருப்பது தெரிந்ததும் செய்தி பரவியது. அவை அத்தனையும் தங்கக்கட்டிகள். சுமார் முக்கால் கிலோ எடையுள்ள தங்கக்கட்டிகள். ஏழு தங்கக்கட்டிகளிலும் தமிழ் பிராமியில் எழுத்துக்கள் பொறிக்கப்பட்டிருந்தன. ஏழிலும் ஒரு பெண்ணின் பெயரே இடம்பெற்றிருந்தது. அந்தப் பெயர் 'கோதை'. அந்த எழுத்துக்கள் எழுதப்பட்ட விதத்தை வைத்து, இது பொ.மு முதல் நூற்றாண்டைச் சேர்ந்தது எனத் தொல்பொருள் துறை மதிப்பிட்டுள்ளது.

இதில் அதிசயம் என்ன தெரியுமா? எழுத்துக்கள் பொறிக்கப்பட்ட தங்கக்கட்டி இந்தியாவில் முதன்முதலில் இங்குதான் கிடைத்துள்ளது. தெய்வத்தின் பெயரோ, அல்லது மன்னனின் பெயரோகூட தங்கத்தில் எழுதப்படாத காலத்தில், ஆன்மிகமும் அதிகாரமும் எட்ட முடியாத எல்லையை, அன்பினால் தோய்ந்த மனிதச் செயலால் எட்டித் தொட முடிந்துள்ளது[8].

இவ்வாறு கீழடி, மணலூர், தேனடி, கண்ணா நல்லூர், பனகுடி, துறைமுகமான அழகன்குளம் வரையில் நீளும் வைகைக் கரையின் தொடர் களங்கள் மற்றுமோர் ஆற்றங்கரை நாகரிகமாக உருவெடுத்துள்ளன.

சிற்றாறுகளின் கரைகளிலும் ஆதாரங்கள்

சாத்தூர் அருகே ஓடும் வைப்பாறு ஒரு சிற்றாறு. அவ்வாற்றின் கரைக் கிராமமான வெம்பக்கோட்டையில் நடந்த இரண்டாம் கட்ட அகழ்வாய்வில் தங்க அணிகலன், தங்க பட்டை, சுடுமண் வணிக முத்திரை, சுடுமண் புகைப்பிடிப்பான், கல்லால் ஆன எடைக்கல், செப்பு நாணயம், கண்ணாடி மணிகள், சுடுமண் காதணி, யானைத் தந்தத்தால் ஆன பகடைக்காய், அழகிய வேலைப்பாடுகளுடன் கூடிய கலை நயமிக்க சங்கு வளையல், சுடுமண்ணாலான அழகிய வேலைப்பாடுகளுடன் கூடிய காதணி ஆகியவற்றை கண்டெடுத்துள்ளனர். அன்றைய தமிழன் எத்தகைய இன்பமயமான வாழ்க்கை வாழ்ந்திருக்கிறான் என்று வியக்கவைத்திருக்கிறது வெம்பக்கோட்டை.

உள்நாட்டிலும் உள்ளது தொல்புதையல்

கொங்கு நாட்டின் தெற்கு எல்லையாக விளங்கும் பழனி மலைக்குத் தென் மேற்குத் திசையில் பொருந்தல் என்னும் கிராமத்தில் 2009-ஆம் ஆண்டில் நடத்தப்பட்ட அகழ்வாய்வில் கிடைத்த தமிழ் பிராமி எழுத்துப் பொறிக்கப்பட்ட ஓடுகளும், கலத்தினுள் காணப்பட்ட நெல் மணிகளும் வரலாற்று முக்கியத்துவமானவை.

பொருந்தல் நெல்மணிகளை அறிவியல் பூர்வமாகக் காலக் கணிப்பு செய்ய விரும்பிய புதுச்சேரி பல்கலைக் கழக வரலாற்றுத் துறையின் தொல்லியல் அறிஞர் கா. இராஜன், கரிமச் சிதைவுக் கணிப்பு (carbon dating) முறையை விட நவீன முறையான ஆக்சிலரேட்டர் மாஸ் ஸ்பெக்ட்ரோமெட்ரி (Accelarator Mass Spectrometry) முறையில் அமெரிக்காவில் உள்ள 'பீட்டா பகுப்பாய்வு ஆய்வகம்' (Beta Analytical Laboratory) மூலம் காலக் கணிப்பு செய்தபோது, அது பொ.மு. 490-ஆம் ஆண்டைச் சேர்ந்தது என்று தெரியவந்தது. அதாவது இந்த நெல் கிறித்து பிறப்பதற்கு 490 ஆண்டுகளுக்கு, அதாவது, இன்றைக்கு 2500 ஆண்டுகளுக்கு முந்தையது என்று ஆய்வு முடிவுகள் கூறுகின்றன.

நெல்லரிசி பண்டைத் தமிழர்களின் திணை நில உணவு என்பதை மெய்ப்பிக்கிறது இந்த ஆய்வு.

மட்கலப் பிரிமனையில் காணப்பட்ட 'வயர' என்ற தமிழ் பிராமி எழுத்தின் காலத்தை பொ. முதலாம் நூற்றாண்டு எனப் பலரும் குறித்தபோது, அது நெல் மணியின் காலத்துக்குரியது என்கிறார் இராஜன். அத்துடன், மாமன்னன் அசோகன் காலமும் இதுவே என்பதால், அசோகன் பிராமி எழுத்துகளுக்குப் பின்னர்தான், தமிழ் பிராமி எழுத்துகள் உருவாகியிருக்க வேண்டும் என்ற ஐராவதம் மகாதேவனின் கருத்தைப் பொருந்தல் அகழ்வாய்வு முறியடித்துள்ளது.

ஆக, வேட்டைச் சமூகமாக இருந்த பண்டைத் தமிழ்க் குடியினர் தொழிலும், மொழியும் சிறந்த வேளாண் குடிமக்களாக வாழ்ந்ததற்கானச் சான்றுகளைப் பொருந்தல் அகழ்வாய்வு நிரூபித்திருக்கிறது[9].

தமிழகத் தொல்லியல் களங்கள் சிலவற்றின் அண்மைக் காலக்கணிப்பு மிகவும் முக்கியத்துவம் வாய்ந்தது என்கிறார் கா. இராஜன். "கொடுமணல், அழகன்குளம் மற்றும் பொருந்தல் போன்ற தொல்பொருள் தளங்களில் இருந்து மீட்கப்பட்ட 'ரேடியோமெட்ரிக்' தேதிகளின் அடிப்படையில், தமிழ்-பிராமி எழுத்து பொ.மு. 5-ஆம் நூற்றாண்டைச் சேர்ந்தது என்று அறிகிறோம். ஆனால் கீழடி கண்டுபிடிப்புகளில் இருந்து பெறப்பட்ட சமீபத்திய அறிவியல் கணிப்புகள் அதை மேலும் ஒரு நூற்றாண்டு பின்னுக்குத் தள்ளுகிறது," என்று பெருமிதப்படுகிறார் அவர்[10].

இதுகாறும், வெள்ளம் பெருக்கெடுத்தோடும் பெருநதிகள் (காவிரி, பொருநை), ஆண்டுக்கு சிறிது காலமே நீரோடும் ஆறுகள் (வைகை), சிற்றாறுகள் (வைப்பாறு, நம்பியாறு), உள்நாட்டுப் பகுதிகள் என்று பல்வேறு நிலப்பகுதிகளிலும் தொல்லெச்சங்கள் மண்டிக் கிடைப்பதைக் கண்டோம். அத்தனை ஆய்வுகளும் தமிழனின் பழம் பெருமையை மென்மேலும் விரிவாக்கியிருகின்றன. ஆனால், அவை ஒரே ஒரு கட்ட ஆய்வில் கிடைத்துவிடவில்லை என்பதை மறந்துவிடக்கூடாது. ஆதிச்சநல்லூரில் ஒன்பது கட்டங்கள், சிவகளையில் மூன்று கட்டங்கள், கீழடியில் ஐந்து கட்டங்கள் என்பதோடு, நதிக்கரையோரமாகவே நூற்றுக்கணக்கான கி.மீ. நடந்த தேடலின் பலன்களே அவை.

இந்தப் பின்னணி, அரிக்கமேடு பற்றிய நினைவுகளைப் பின்னோக்கித் தள்ளியது. புதுச்சேரி வட்டாரத்திலும் ஆறுகள் உண்டே. அங்கும் ஆற்றங்கரை நாகரிகம் இருந்திருக்குமோ என்ற புதிய கோணத்தைக் காட்டியது.

அரிக்கமேடு

இயேசு கிறித்து பிறந்த 500 ஆண்டுகளுக்கு முந்தைய வரலாற்றுச் சின்னங்கள் கிடைத்த முதல் தமிழ் நிலப்பகுதி அரிக்கமேடு; யவனர் வர்த்தக மையங்களில் ஒன்று; நடுநிலக் கடல் நாடுகளுடனான மேலைநாட்டு வணிகத் தொடர்புக்குச் சான்றுகள் கிடைத்த முதல் இடம் அரிக்க மேடு; மேலை நாடுகள் மட்டுமின்றி, சீனா, வியட்நாம், தாய்லாந்து போன்ற கீழை நாடுகளுடனும் கடல் வணிகம் செய்த துறைமுகம் அரிக்கமேடு; அயல் வணிகத்தோடு, உள்நாட்டுப் பண்பாட்டுத் தொடர்பும் கொண்டிருந்த வணிகத்

தளம்; அது பிற்காலச் சோழர் காலம் வரை நீடித்திருந்தது; இந்தியப் பண்பாட்டின் பழமையை முதன் முறையாகத் தொல்லியல் முறையில், மண்ணடுக்கு ஆய்வுமுறையில் (stratigraphy) கணக்கிடப்பட்டது அரிக்கமேட்டில் தான்; இந்தியாவில் தொல்லியல் ஆய்வு செய்யப்பட்ட முதல் துறைமுக நகரமும் அதுவே.

"பொ. 600 ஆண்டுகளுக்கு முந்தைய நூற்றாண்டுகளைக் குறிக்கும் வரலாற்றுச் சின்னங்கள் தமிழ்நாட்டில் இல்லாமல் இருந்த குறையை முதன் முதலில் போக்கிய தொல்லியல் சுரங்கம் அரிக்கமேடு" என்று தொல்லியல் ஆய்வறிஞர் ஐயப்பன் பாராட்டிய களம் அது.

அரிக்கமேட்டின் ஒரு சிறு பகுதியில் மட்டுமே இத்தனை அருஞ்சிறப்புகள் ஆய்ந்துணரப்பட்டுள்ளன. அகழவேண்டியது நிறைய உள்ளது என்றே அங்கு தோண்டிப் பார்த்து வியந்த ஐயப்பன், ழேன் கசால், மார்ட்டிமர் வீலர், விமலா பெக்லி போன்ற அகழ்வாய்வாளர்கள் அனைவரும் ஒருமித்துக் கோரிக்கை வைத்துச் சென்றிருக்கிறார்கள். ஆயினும், இதுகாறும் அதை நிறைவேற்றுவதற்கான அறிகுறிகள் எவையும் தென்படவில்லை. ஆம்! மாபெரும் அரிக்கமேட்டு நிலத்தின் மிகச் சிறு பகுதி மட்டுமே இதுவரை ஆய்வுக்கு உட்படுத்தப்பட்டுள்ளது. ஆயினும், கடைசி அகழ்வாய்வு நடந்த முப்பது ஆண்டுகளுக்குள்ளாகவே, அரிக்கமேடு மறக்கப்பட்டுவிட்டது.

ஆனால், இந்தியத் தொல்லியல் வரலாற்றை அரிக்கமேட்டை தவிர்த்துவிட்டு எவராலும் எழுதமுடியாது என்ற நிலையில், அதன் ஆய்வு முடிவுகளை நினைவூட்டவேண்டிய கட்டாயம் ஏற்பட்டுள்ளது.

'திரை கடல் ஓடித் திரவியம் தேடிய' பண்டைத் தமிழனின் ஒரு பெரிய துறைமுக நகரத்தின் பின்புலத்தில் நாம் அமர்ந்திருகிறோம். அதற்கான அடிப்படையான தொல்லியல் அடையாளங்கள் கிடைத்துள்ளன. ஆனால், அறிவியல் அடிப்படையிலான உறுதியான கூடுதலான சான்றுகள் தேவை. மண்ணின் கீழும், ஆற்றுப் படுகையிலும், கடலுக்கடியிலும், காலத்தால் இறுக்கப்பட்டு, பதுங்கிக் கிடக்கும் ஆதித் தமிழனின் நாகரிகத்தின் முழுப் பரிமாணமும் இன்னும் வெளிவரவில்லை.

ஆழ்கடல் அடியில் பதுங்கியுள்ளதைக்கூட ஆகாயத்திலிருந்தே பார்க்கும் அளவிற்கு அறிவியலின் புயல் வேக வளர்ச்சியால் முடிகிறது. ஓரிடத்தில் தொல்லியல் எச்சங்கள் இருப்பதை, நிலம் ஊடுருவும் ராடார்கள் போன்ற தொலையுணர்வுக் கருவிகள் மூலம் ஓரளவு துல்லியமாகவே அறிந்து கொள்ள முடியும். இம்முறைகள் மூலம் களமொன்றின் நிலை குறித்த மேலோட்டமான தகவல்களைப் பெற்றுக்கொள்ள முடியுமாயினும் நுணுக்கமான கூறுகள் பற்றி அறிந்து கொள்வதற்கு அகழ்வாய்வு இன்றியமையாதது.

ஆகவே, அரிக்கமேட்டின் அகழ்வாய்வினை மீண்டும் தொடங்கி, மேலும் விரிவாக்கவேண்டும். வரலாற்றைச் சொந்தமாக்கிக் கொள்ள புதுச்சேரி மக்களுக்கு அடிப்படை உரிமை உண்டு. அதற்கு அரசும் அதிகார வர்க்கமும் ஒத்துழைத்தால் மட்டுமே முடியும்.

குறிப்புகள்

1. வெங்கடேசன், சு. வைகை நதி நாகரிகம்! மதுரை மண்ணுக்குள்... ரகசியங்களின் ஆதிநிலம் வைகை நதி நாகரிகம். வலைப்பூ. ஆகஸ்டு 11, 2015.
2. ரத்தினம், ஜெயபால். இந்து தமிழ் திசை, அக்டோபர் 3, 2022.
3. சத்தியமூர்த்தி, டி. பேட்டி, பி.பி.சி., ஏப்ரல் 16, 2021.
4. ஆனந்தன், பிரபுராவ். பி.பி.சி. சூன் 30. 2021.
5. சாந்தலிங்கம், சொ. கீழடி - தமிழர் நாகரிகத்தின் தாய்மடி. தமிழ் முரசு, மார்ச்சு 12, 2023.
6. கீற்று (இணையத்தளம்) மே 13, 2017.
7. வெங்கடேசன், சு. வைகை நதி நாகரிகம்! மதுரை மண்ணுக்குள்... ரகசியங்களின் ஆதிநிலம் வைகை நதி நாகரிகம். வலைப்பூ. ஆகஸ்டு 11, 2015.
8. அதே நூற்பகுதியில்.
9. சங்கர், பொ. கிழக்கு (வலைத்தளம்). செப்டம்பர் 5, 2023.
10. இராஜன், கா. கீழடி: வைகை நதிக்கரையில் சங்க காலத்தின் நகர்ப்புற குடியிருப்பு.

2. அரிக்கமேடு - ஒரு முன்னோட்டம்

புதுச்சேரியில் இருந்து கடலூர் செல்லும் சாலையில், ஐந்து கிலோ மீட்டர் தொலைவில் உள்ள அரியாங்குப்பம் கிராமத்திலிருந்து, கடற்கரைக் குடியிருப்பான வீராம்பட்டினம் செல்லும் சாலையில், காக்காயன் தோப்பு என்னும் சிற்றூருக்கு வடக்கே பாய்கிறது சங்கராபரணியாற்றின் கிளையாறான அரியாங்குப்பம் ஆறு.

புதுச்சேரியின் ஆறுகளுள் பெரியது சங்கராபரணி ஆறாகும். அது வராக நதி என்றும் செஞ்சி ஆறு என்றும் அழைக்கப்படுகிறது. திருவண்ணாமலைக்கு அருகிலுள்ள மலையனூரில் தொடங்கும் அந்த ஆறு செஞ்சியைக் கடந்து, புதுச்சேரிப் பகுதியில் வடமேற்கிலிருந்து தென்கிழக்காகப் பாய்கிறது. வில்லியனூருக்கு மிக அருகில் ஓடிவரும் சங்கராபரணி ஆறு திருக்காஞ்சி வழியாகச் சென்று சந்திக்குப்பம் கிராமத்திற்கு அருகில் இரு கிளைகளாகப் பிரிகிறது. வடக்குக் கிளை அரியாங்குப்பத்து ஆறு என்றும் தெற்குக் கிளை சுண்ணாம்பு ஆறு என்றும் வழங்கப்படுகின்றன. அரியாங்குப்பத்து ஆற்றின் தூரம் 14.5 கி. மீ. ஆகும்[1].

கிழக்கு மேற்காகப் பாயும் அரியாங்குப்பத்து ஆறு, கழிமுகத்திற்குச் சற்று முன்னால் வடகிழக்காகச் செல்லுகிறது. அவ்விடத்தில் ஆற்றின் கிழக்குக் கரையோரமாக, வங்கக்கரைக்கு

அரிக்கமேட்டைக் காட்டும் ஆய்வுக்கோள் படம்

மேற்கில், 20 அடி உயரத்தில் அமைந்துள்ள மேடான பகுதியே அரிக்கமேடு. பொ.மு. 3-ஆம் நூற்றாண்டு முதல் பொ. 17-ஆம் நூற்றாண்டு வரையிலான (300 BC to 1700 AD) தொன்மைச் சான்றுகள் மலிந்துகிடக்கும் தொல்லியல் களஞ்சியம் அரிக்கமேடு. அரிக்கமேட்டின் ஆய்வுக்களம் ஏறத்தாழ 200 எக்டருக்குப் பரவியுள்ளது[2].

ஆயினும், அதில் ஏறத்தாழ 13.9 எக்டர் நிலம் மட்டுமே இந்தியத் தொல்லியல் துறையால் கையகப்படுத்தப்பட்டுப் பாதுகாக்கப்படுகிறது[3].

நிலவியல் அமைப்பு

நிலத்தின் தன்மையைக் கருதி, பாறைகளும், காடுகளும் நிறைந்த குறிஞ்சி, முல்லை நிலங்களை 'வன்புலம்' என்றும், நீர் வரத்து மிகுந்து, நீரின் இருப்பு நிறைந்த, மருதம், நெய்தல் நிலங்களை மென்புலம் என்றும் வழங்குவது பண்டைத் தமிழர் மரபு. "வன்புலக் கேளிர்க்கு வருவிருந் தயரும் மென்புல வைப்பின் நன்னாட்டு" என்று புறநானூறு (42:17-18) (மலை, காடு போன்ற வலிய நிலங்களிலிருந்து வரும் உறவினர்களுக்கு விருந்தாகத் தரும் வயல் சார்ந்த மென்மையான நிலத்து) குறிப்பிடுகிறது. அவ்வகையில், அரிக்கமேடு நெய்தலும், மருதமும் கலந்த மென்மையான நிலமாக விளங்கியது[4].

அ. ஊரும் பேரும்

அரிக்கமேடு என்னும் அவ்விடத்தின் தற்போதைய பெயருக்கு வரலாற்று மூலங்களில் ஆதாரம் இருப்பதாகத் தெரியவில்லை. ஆகவே, அதன் வேர்ச்சொல்லை, அருகுமேடு, அருக்குமேடு, அருகன்மேடு, அருக்கன்மேடு, அரிப்புமேடு என்று பலவாறு பலரும் ஊகித்துள்ளனர். அரிக்கமேடு என்பது அருக்குமேடு (mound of ruins) அல்லது அருகுமேடு (mound on a river bank) என்பதன் திரிபாகலாம் என்கின்றனர் ஒரு சாரார். அதாவது அரியாங்குப்பத்து ஆறு, வெள்ளப் பெருக்கெடுத்தோடி மண்மேட்டை அரித்துவிடுகிறது. அப்படி அரிக்கப்பட்ட பகுதியே அரிக்கமேடு என்பது அவர்களது விளக்கம். ஆனால், இன்றளவில் அது ஆற்றின் போக்கால் அரிக்கப்பட்ட கரையாகவே காணப்பட்டாலும், இன்றைய நிலையை விளக்கும் பெயர்க் குறியீட்டை அன்றைக்கே அப்பகுதிக்கு இட்டு வழங்கியிருப்பார்கள் என்ற விளக்கம் பொருத்தமாகயில்லை[5].

இப்பகுதியில் பொ. 100-200 ஆண்டுகளின்போது புத்தர் வழிபாடு வழக்கத்தில் இருந்தது. அரிக்கமேட்டுப் பகுதியில் ஒரு

சிலையும் காணப்பட்டது. "அச்சிலை 'அருகன்' (சமணக் கடவுள்) சிலை; எனவே, அப்பகுதி தொடக்க காலத்தில் 'அருகன் மேடு' என்றழைக்கப்பட்டது. பின்னாளில், அது அரிக்கமேடு என்று மருவியது என்றும் சிலர் கூறுகிறார்கள். இப்பகுதி 'அரிங்கன்மேடு' (புத்தன்மேடு) என்று வழங்கப்பட்டு, அப்பெயர் நாளடைவில் அரிக்கமேடு என்று மாறியது என்றும் சிலர் கருதுகிறார்கள்[6].

"அரிக்கமேடு என்பது புதுச்சேரிக்குத் தெற்கால் இரண்டு மைல் தொலைவில் வராகநதியென்னும் செஞ்சியாற்றின் பழங்கிளையான அரியாங்குப்பத்தாறு என்ற காயல் பெருக்கத்தால் அறுத்தோடியும் அணையப்பட்டும் உள்ள ஒரு மேடு. ஆற்றை யடுத்திருப்பது பற்றி அருகுமேடு எனப் பெயர் வந்தது போலும்," என்று கலைக்களஞ்சியத்தில் காணப்படுகிறது[7].

அரசு ஆவணங்களில்

1940-ஆம் ஆண்டிற்கு முன்புவரை பிரஞ்சு நூல்களிலும் ஆவணங்களிலும் பெரும்பாலும் வீராம்பட்டினம் (Virapatnam) அல்லது அரியாங்குப்பம் (Ariancoupom) என்ற பெயரால் அப்பகுதி வழங்கப்பட்டுவந்தது.

அரிக்கமேட்டைப் பற்றிய முதல் தகவல் பிரஞ்சு ஆவணங்களில் ஏறத்தாழ மூன்று நூற்றாண்டுகளுக்கு முன்பு, சரியாகக் கூறவேண்டுமென்றால் 1734-ஆம் ஆண்டில் வெளியானது. அவ்வாண்டில், அரியாங்குப்பம் பகுதிகளின் நிலக் குத்தகைதாரரான முத்தியப்பா என்பவர், தான் பயிரிட்ட நிலங்களில் பல்வேறு காரணங்களுக்காக பொருளிழப்பு ஏற்பட்டதாகவும், அதனால் அவ்வாண்டிற்கான குத்தகைப் பணத்தைக் குறைத்துக்கொள்ள வேண்டும் என்று பிரஞ்சிந்திய அரசுக்கு விண்ணப்பித்தார். அரியாங்குப்பம் ஆற்றில் நடந்த வேலைக்காக, பயிர் விளைந்திருந்த நிலத்தில் அங்குமிங்குமாகச் சிதறிக் கிடந்த செங்கற்களைத் தோண்டி, ஆற்றின் கரைக்கு எடுத்துச் செல்வதற்காக வயலினூடே ஆட்கள் வந்து சென்றதால் பயிருக்கு மிகுந்த சேதம் உண்டாயிற்று என்றும், அதனால் தனக்கு ஏற்பட்ட பொருளிழப்பு நூற்று எழுபத்தியொரு பகோடாக்களும், நாற்பது காசுகளும் என்று கணக்கிட்டு, இழப்பீடு கோரி முறையிட்டார். அவரது வேண்டுகோளை ஆராய்ந்த புதுச்சேரி உயர்மட்ட ஆலோசனைக் குழு (Conseil supérieur) முத்தியப்பா கோரியிருந்த தொகையைக் குத்தகையில் தள்ளுபடி செய்து ஆணை பிறப்பித்தது[8].

அரியாங்குப்பம் பகுதியில் முத்தியப்பா பயிரிட்ட நிலமே இன்றைய அரிக்கமேடாகும். அரிக்கமேடு என்ற சொல் வழக்கில்

இல்லாதபோது இந்நிகழ்வு ஏற்பட்டதால், அரசு ஆவணத்தில் அப்பெயருக்குப் பதில் அரியாங்குப்பம் என்று குறிப்பிடப்பட்டுள்ளது.

'அரிக்கமேடு' - சொல்லின் தொடக்கம்

பிரெஞ்சு அரசின் அன்றைய நிலப் பதிவேட்டில் (cadastre) அரிக்கமேடு என்ற பெயர் இல்லை; ஆனால், அப்பகுதி சிறு தானியங்கள் பயிர் செய்யும் மானாவாரி நிலமான 'அரிப்புமேடு புன்செய்' (arippoumédu pinjé) என்றே காணப்படுகிறது. அரிக்கமேடு அதன் சிதைவாகும் என்றும் கூறப்படுகிறது[9].

'அரிக்கமேடு' என்னும் சொல்லை முதன் முதலாகப் பதிவிட்டவர் 'ழூவோ-துய்ப்ரேய்' (Jouveau-Dubreuil) என்னும் பிரஞ்சியரே. 1940-ஆம் ஆண்டில் அவர் வெளியிட்ட 'புதுச்சேரியின் ரோமானிய இடிபாடுகள்' (Les ruines romaines de Pondichéry) என்னும் கட்டுரையில்தான் அப்பெயர் காணப்படுகிறது. அவருக்கு அச்சொல் எங்கிருந்து கிடைத்தது என்று அறியமுடியவில்லை.

அதற்குப் பிறகு, 1941-ஆம் ஆண்டு மார்ச்சு 15-ஆம் நாள் புதுச்சேரிப் பிரஞ்சு நிருவாகம் அந்நிலத்தின் அகழ்வாய்வுப் பகுதிகளை அறிவியல் மற்றும் வரலாற்றுச் சிறப்புடைய பகுதியாக வகைப்படுத்தி வெளியிட்ட அரசாணையில் 'அரிக்கமேடு' என்னும் பெயர் காணப்படுகிறது[10].

அடுத்து, 1941-ஆம் ஆண்டு மார்ச்சு 23-ஆம் நாள் 'மதராசு' அருங்காட்சியகத்தின் பொறுப்பாளர் ஐயப்பன் 'தி இந்து' (The Hindu) ஆங்கில நாளேட்டில் அரிக்கமேட்டில் மேற்கொண்ட அகழ்வாய்வின் முடிவுகளை வெளியிட்ட 'ஒரு தக்கணத் தட்சசீலம்' (A Dakshina Taxila) என்ற கட்டுரையிலும் 'அரிக்கமேடு' (Arikamedu) பெயர் காணப்படுகிறது[11]. அதுமுதல் பொது வழக்கிலும், ஆவணங்களிலும் அப்பெயர் நிலைத்துவிட்டது.

ஆ. வெளிச்சத்துக்கு வரும் அரிக்கமேடு

'லெ ழாந்த்தி'யின் பதிவு - 18-ஆம் நூற்றாண்டு

அரிக்கமேட்டுப் பகுதியை 1768-70-ஆம் ஆண்டுகளில் ஆராய்ந்து, அதன் வரலாற்றுச் சிறப்பை உலகுக்கு அறிவித்தவர் 'லெ ழாந்த்தி' (Le Gentil) ஆவார். வானியல் ஆய்வுகளுக்காகப் புதுச்சேரிக்கு வந்த அவர், தனது 'இந்தியக் கடற்கரைப் பயணங்கள்' என்னும் நூலில் அரிக்கமேட்டைப் பற்றியும் எழுதியுள்ளார். "அரியாங்குப்பம் ஆற்றில் படகில் போய், தேங்காய்த்திட்டுக்குத் தெற்கே சற்றுத் தள்ளிச் சென்றால், ஆற்றின் வலது கரை இருபது

அடிக்குக் குறையாமல் உயர்ந்து காணப்பட்டது; கரையின் மேல் பகுதியில் சில காலத்திற்கு முன் தோண்டப்பட்டிருந்த இடத்தில் செங்கற்களால் கட்டப்பட்டிருந்த ஒரு பலமான கோட்டையின் எச்சங்கள் காணப்பட்டன. ஓரடி நீளமும், 7-8 அங்குல அகலமும் கொண்ட கனமான செங்கற்களால், பத்தடி ஆழமான கடைக்கால் மேல் எழுப்பப்பட்ட சுவர்கள், இங்கு ஒரு நகரமோ, கிராமமோ இருந்ததைக் குறிப்பதாகக் கொள்ளலாம்; சுவர்கள் 'களிமண்' கொண்டு கட்டப்பட்டிருந்ததால், மிகவும் எளிதாக முழுக் கல்லையும் பிரித்தெடுக்க முடிந்தது. புதுச்சேரியிலும் அதைச் சார்ந்த பகுதிகளிலும் களிமண் காணப்பட்டது. அது செங்கற்களால் கட்டடங்கள் கட்டப் பயன்பட்டது. கிழக்குக் கடற்கரையில் வாழ்ந்த இந்தியர்கள் அவ்வளவு பெரிய செங்கற்களை உருவாக்கும் வழக்கத்தை விட்டுவிட்டார்களா அல்லது சிறிய செங்கற்களை உருவாக்கும் ஐரோப்பியர்களின் வழக்கம் நிலைத்துவிட்டதா என்று தெரியவில்லை; 18-ஆம் நூற்றாண்டில் ஐரோப்பியர்களைப் போன்று, இந்தியர்கள் சிறிய செங்கற்களைப் பயன்படுத்தினார்கள்" என்று அவர் கூறுகிறார்[12].

வீரப்பட்டினம்

"கரைக்கு ஓரமாகவும், அப்பாலும், இருபதடி ஆழமும், நான்கடி விட்டமும் உள்ள பீப்பாய் வடிவ சுடுமண் உறை கிணறுகள் காணப்பட்டன. அங்கிருந்த மதில்களும், சுவர்களும், கிணறுகளும், வீரராகவன் (Vira-Raguen) என்ற அரசனுடைய கோட்டையின் எச்சங்கள் என்றும், அந்த அரசனின் பெயரால் இந்தப் பகுதியை வீரப்பட்டினம் என்கிறார்கள்" என்றும் அவர் பதிவிட்டிருக்கிறார்[13]. அப்பகுதிதான் இன்று அரிக்கமேடு என்றழைக்கப்படுகிறது.

அவருக்குத் துணையாகச் சென்ற தமிழரான மரியதாஸ் பிள்ளை (Mariadasse Poullé), அந்த அரசன் பெயர் வீரராயன் என்றும், அதனால் அவ்வூரின் பழைய பெயர் வீரராயன்பட்டினம் என்பதே என்று கூறியுள்ளார். அதுவே வீராம்பட்டினம் என்று மாறியது என்கிறார் மொரே[14]. ஆகவே, அரிக்கமேடு/வீராம்பட்டினம் வரலாறு குறித்த மிகப் பழமையான நூல்பதிவு 'லெ ழாந்த்தி' யினுடைடையதே!

1779-ஆம் ஆண்டிலேயே 'லெ ழாந்த்தி' யால் விவரிக்கப்பட்ட அரிக்கமேடு பற்றி பிரஞ்சிந்திய அரசு அக்கறை கொள்ளாதது வியப்பளிக்கிறது!

முதல் பரிந்துரை

பிரான்சு நாட்டின் வரலாற்று நினைவுச் சின்னங்கள் ஆணையத்தின் (Commission des monuments historiques) ஒரு குழு 1879-லிருந்து 1881-வரை புதுச்சேரியில் தங்கியிருந்து தொல்லியல்

ஆய்வுகள் மேற்கொண்டது. புதுச்சேரி அரசுக்கு அளித்த ஆய்வுத் திட்டத்தில், “அரியாங்குப்பத்திற்கும், அரியாங்குப்பம் ஆற்றின் கழிமுகத்திற்கும் இடையில், ஆற்றங்கரையில் பண்டைய கடற்கரை நகரத்தைக் கண்டுபிடிக்க வேண்டும்” என்று குறிப்பிடப்பட்டிருந்தது. பண்டைய கடற்கரை நகரம் என்பது அப்போது விராம்பட்டினம் என்ற பெயரால் அறியப்பட்ட அரிக்கமேடு என்பதில் சிறிதும் ஐயத்திற்கிடமில்லை[15].

இ. அறிவுலகுக்கு அறிமுகம்

தரை மேல் கிடைத்த தடயங்கள் - 20-ஆம் நூற்றாண்டு

ழூவோ துய்ப்ரேய் பதிவுகள்

‘ழூவோ துய்ப்ரேய்’ (Jouveau-Dubreuil) புதுச்சேரி ‘கொலோனியல் கல்லூரி’யில் (collège colonial) கணிதப் பேராசிரியராகப் பணி புரிந்தவர். தொல்லியல் ஆய்வுகளில் ஆர்வம் கொண்டவர். அரிக்கமேட்டிற்கும் ரோம் நாட்டிற்கும் இடையே இருந்த வணிகத் தொடர்பை முதன் முதலில் உலகிற்கு எடுத்துக் கூறியவர் அவர். அரிக்கமேட்டில் ஒரு ரோமானிய நகரம் புதையுண்டுள்ளது என்று முதலில் அறிவித்தவரும் அவரே.

‘ழூவோ துய்ப்ரேய்’ அவ்வப்பொழுது புதுச்சேரியைச் சுற்றி நடந்துசெல்வதில் இன்பம் கண்டார். அரியாங்குப்பத்திற்கு அருகில், **1772-73-**இல் தலைமைப் பாதிரியார் ‘பிஞ்ஞோ தெ பெகெய்ன்’ (Pigneau de Béhaine) கட்டிய ‘பாதிரியார் பயிற்சிக் கல்லூரி’, பின்னாளில் தலைமைப் பாதிரியார் ‘அத்ரனின்’ (Evêque d’Adran) வாழிடமாக இருந்தது. மக்கள் அதை ‘பாதிரி தோட்டம்’ என்றழைத்தனர்[16]. பின்னர் அக்கட்டடம் இடிந்துபோயிற்று. ஏறத்தாழ **1926-**ஆம் ஆண்டுவாக்கில், அக்கட்டடத்தின் இடிபாடுகளைக் காண ஒரு நாள் ‘ழூவோ துய்ப்ரேய்’ புறப்பட்டுச் சென்றார்.

அரியாங்குப்பத்தைக் கடந்து, பாதி வழியில் ஒரு புத்தர் சிலையையும், சாவடி மணியம் அழகப்ப முதலியார் மற்றும் அவரது மனைவியின் சிலைகளையும் கண்டார். பல ஆண்டுகளாக கடைசி இரண்டு சிலைகளும் அரிக்கமேட்டுப் பகுதியில் கேட்பாரற்று சிதறிக் கிடந்தன. ழூவோ துய்ப்ரேய் முயற்சியால் அவ்விரு சிலைகளும் பின்னர் அங்கிருந்து எடுக்கப்பட்டு புத்தர் சிலை முன் வைக்கப்பட்டன[17]. அவை அங்கேயே இன்றும் உள்ளன.

அன்றைய பயணத்தைத் தொடர்ந்த ‘ழூவோ துய்ப்ரேய்’, ஓட்டுச் சில்லுகள் (shreds), பலவகை வண்ணக் கற்களின் துண்டுகள்

ஆகியவற்றைக் கண்டு வியந்தார். வெள்ளைக்காரரான அவரைத் தொடர்ந்த அவ்வூர்ச் சிறுவர்கள், அவர் கண்டது அழகான கற்கள் இல்லை என்றும், அவ்விடத்தில் அவர்கள் சேகரித்த மிகவும் அழகான வண்ணக் கற்களை அங்கு வந்தவர்களிடம் பெருமளவில் கொடுத்திருப்பதாகவும் கூறினார்கள். அப்பொருட்களில் ஆர்வம் கொண்ட அவர் சிறுவர்களிடமிருந்து வண்ணக் கற்களை விலைக்கு வாங்கிக்கொண்டார். அதன்பின், சிறுவர்கள் பல்வேறு கற்களை அவரிடம் கொண்டுவந்து கொடுத்தவண்ணமாக இருந்தனர். அவர் அக்கற்களைப் புதுச்சேரியில் 'பெத்தி செமினார்' பள்ளியில் ஆசிரியராக இருந்த அருட்சகோதரர் 'பொஷே'விடம் (Frère Faucheux) காட்டினார். அதற்குப் பின்னர் இருவரும் அக்கற்களை ஆராயத் தொடங்கினார்கள்; அதற்காகவே, அரிக்கமேட்டிற்கு அடிக்கடி சென்றுவரத் தொடங்கினார்கள்.

வல்லுனர்கள் வருகை

'ழுவோ துய்ப்ரேய்' ஆங்கில இந்தியாவிலிருந்து பல தொல்பொருள் ஆராய்ச்சியாளர்களை அரிக்கமேட்டுக்கு அழைத்து வந்து அதன் காலத்தை அறிய முற்பட்டார்.

அவருக்குக் கிடைத்த இரு கைப்பிடி கொண்ட சாடிகளின் உடைந்த பகுதிகளின் கண்டிபிடிப்பு அங்கு ரோமானியர்கள் இருந்ததற்கான அடையாளம் என்று 'ழுவோ துய்ப்ரேய்' கருதினார். தன் மனைவியோடு இந்தியாவைச் சுற்றிப்பார்ப்பதற்கு வந்த 'அங்க்கோர் வாட்'டின் (Angkor Wat) பொறுப்பாளர் 'ஹென்றி மர்ஷால்' (Henri Marshal) புதுச்சேரிக்கும் வந்திருந்தார்; ஒரு மாத காலம் புதுச்சேரியில் தங்கியிருந்தபோது, அவர் ழுவோ துய்ப்ரேயுடன் சேர்ந்து அரிக்கமேட்டுக்குச் சென்று பார்த்தார்[18].

வியட்நாம் நாட்டைச் சேர்ந்த (அப்பொழுது அப்பகுதி இந்தோ-சீனா என்றழைக்கப்பட்டது) ஹனாய் அருங்காட்சியகத்தைச் சேர்ந்த 'பால் லேவி' (Paul Lévy) அரிக்கமேட்டுக் களத்தை 1937-இல் பார்வையிட்டார்[19].

அரிக்கமேட்டைப் பற்றி ஓர் ஆழமான ஆராய்ச்சியை மேற்கொள்வதற்காக, 'ஹனாய்' (Hanoi) நகரத்தில் இருந்த 'கீழ்த்திசை பிரஞ்சு நிறுவன'த்திற்கு (École française d'Extrême-Orient) தொல்பொருள் ஆய்வாளர் ஒருவரை அனுப்புமாறு 'ழுவோ துய்ப்ரேய்' கடிதம் எழுதினார். அதன் பலனாக, 'விக்தோர் கொலுபே' (Victor Goloubew) 1939 மே மாதத்தில் புதுச்சேரிக்கு வந்து, நான்கு வாரங்கள் தங்கி, அரிக்கமேட்டைப் பார்வையிட்டு அதன் தொன்மையை உறுதிசெய்தார். தனக்குக் கிடைத்த பேரரசர்

'அகஸ்தஸ்' தலை உருவம் கொண்ட செதுக்கு வேலைப்பாட்டு மணிக்கல்லையும், ஒரு பக்கம் சிங்க உருவமும் மறு பக்கம் யானை உருவமும் கொண்ட ஒரு சதுர வடிவிலான செப்பு நாணயத்தையும் 'ழூவோ துய்ப்ரேய்' அவரிடம் கொடுத்தார். அரிக்கமேட்டு வரலாற்றுச் சின்னங்கள் 'ஹனாய்' அருங்காட்சியகத்தில் சேர்க்கப் பட்டன[20]. அதற்குமுன் அந்த நாணயத்தை ஆராய்ந்த முனைவர் சி. மீனாட்சி, அதன் காலம் பொ.மு. முதல் நூற்றாண்டுக்கும் பொ. இரண்டாம் நூற்றாண்டுக்கும் இடைப்பட்டது என்று கூறியிருந்தார்[21].

தொடர்ந்து ழூவோ துய்ப்ரேய் 'கொலுபே'வுக்கு அனுப்பிய பொருட்களில் மணிக்கற்களும் கண்ணாடிப் பொருட்களும் இருந்தன. 1938 மே 28-லிருந்து 1940 அக்டோபர் 21 வரை அவர் 40 பொருட்களை அனுப்பியுள்ளார்.

தோண்டிய குழிகளில் தொல்லெச்சங்கள்

1940-இல், அரிக்கமேட்டு நிலத்தின் உரிமையாளரான கிருஷ்ணசாமிக் கவுண்டர் தென்னங்கன்றுகள் நடுவதற்காக வடக்குத் தெற்காக 60 மீ. நீளமும், 30 மீ. அகலமும் கொண்ட நிலப்பகுதியில், 0.80 மீ. ஆழத்திற்குக் குழிகளைத் தோண்டினார். வெட்டியெடுத்த மண்ணில் கைப்பிடிகள் கொண்ட சாடித் துண்டுகள், சுடுமண் பாண்ட ஓடுகள், மட்பாண்டச் சில்லுகள், கண்ணாடி மணிக்கற்கள் ஆகியவை பெருமளவில் கிடைத்தன. காக்காயந்தோப்பு மக்கள் அவற்றைச் சேகரித்து ழூவோ துய்ப்ரேயிடம் கொடுத்து பணம் பெற்றனர். அரிக்கமேட்டு வரலாற்றுச் சின்னங்களின் சேகரிப்பு முழுமை பெறுவதற்காக அத்தகைய பொருட்களைத் தன் சொந்த பணத்தில் 'ழூவோ துய்ப்ரேய்' வாங்கினார்[22].

துய்ப்ரேயின் அனுமானங்கள்

தனது கண்டுபிடிப்புகளால் கவரப்பட்ட ழூவோ துய்ப்ரேய், அங்குக் கிடைத்த பொருட்களைப் பகுத்தாய்ந்து, பொ.மு. 200 முதல் பொ. 200 வரை கிரேக்கம் முதலான நடுநிலக்கடல் நாடுகளுடன் கடல் வணிகத்தில் புகழ்பெற்ற வணிகத்தளமாக விளங்கிய அதன் பழம்பெருமையை உணர்ந்தார். "இந்த இடம் பெரிய சுவர்களால் சூழப்பட்டுள்ளது. அங்கு ஒரு ரோமானிய நகரம் புதையுண்டுள்ளது. அது உள்ளூர்த் தொடர்புடையது அல்ல; இந்தியாவோடு தொடர்புடையதும் அல்ல; இந்தியா, ஆசியாவின் எல்லைகளைத் தாண்டி, அதி முக்கியத்துவம் வாய்ந்தது. அங்கு ரோமானிய இடிபாடுகள் உள்ளன. அவ்விடத்தை ஆய்வு செய்வது ரோமானிய வரலாற்றில் ஒரு புதிய அத்தியாயத்தைத் தொடங்குவதாக அமையும்," என்று அவர் நம்பினார்[23].

அத்துடன் நில்லாது, அரிக்கமேடு ஒரு துறைமுகப் பகுதியே என்றும், இன்றைய நகரத்தின் தென்கிழக்கில் உள்ள வம்பா கீரைப்பாளயம் பகுதியே பண்டைய துறைமுகம் என்றும், புதுச்சேரி என்பது, ஒழுகரையின் புறச்சேரி என்றும், அங்கிருந்த ஈசுவரன் கோயில் பெயர் வேதபுரீசுவரர் கோயில் என்றும், அதுவே கீழ்க்கோயில் என்றும், ஒழுகரை அகத்தீசுவரன் கோயில் மேல்கோயில் என்றும் 1935-40-இல் பல கட்டுரைகளில் பதிவிட்டார்.

அரிக்கமேடுதான் 'பொதுகா'

அனைத்திற்கும் மேலாக, கி.பி.முதலாம் நூற்றாண்டின் பயண நூலான 'எரித்ரேயன் கடல் சுற்றுப்பயணக் குறிப்புகள்' (The Periplus of the Erythrean Sea), தாலமியின் 'நிலநூல்' (Geographia) ஆகிய பதிவுகளில் காணப்படும் பொதுகா/பொதுகே (Poduca/Poduke) என்ற துறைமுக நகரம், அரிக்கமேட்டுப் பகுதியே என்ற கருத்தை முதன் முதலாக வலியுறுத்தி, 1938-இல் 'லெ செமேர்' (Le Semeur) என்ற பிரஞ்சு இதழில் ஒரு கட்டுரையை 'ழுவோ துய்ப்ரேய்' வெளியிட்டார்.

தன் கருத்துகளைத் 'தூரக்கிழக்கு பிரஞ்சு அமைப்பின் இதழில்' (Bulletin de l'Ecole française d'Extreme-Orient) 1941-ஆம் ஆண்டில் 'புதுச்சேரியின் சிதைந்த ரோமானியச் சின்னங்கள்' (Les ruines romaines de Pondichéry) என்ற தலைப்பில் ஒரு கட்டுரையாக வெளியிட்டார். அக்கட்டுரையில், "அரிக்கமேட்டுப் பகுதி எக்காலத்தைச் சேர்ந்தது என்று பல ஆண்டுகளாக தீர்மானிக்கமுடியாமல் இருந்தது. இன்று, அப்பகுதி, ரோமானிய தொழில்முனைவோர்களின் வழிகாட்டுதலின்படி இந்தியத் தொழிலாளர்கள் வேலை செய்த கண்ணாடி அல்லது கண்ணாடிப் பொருட்கள் (படிகக்கற்கள் - quartz, சூது பவளம் - carnelian, ஒருவகை மணிக்கல் - chalcedony போன்றவை) தொழிற்சாலை இருந்த இடம் என்பதில் ஐயமில்லை. அவ்வித தொழிற்சாலை சுற்றுச் சுவர்களால் சூழப்பட்டிருந்தது" என்று 'ழுவோ துய்ப்ரேய்' குறிப்பிட்டார்[24].

வல்லுநர்களின் ஆய்வு

இரண்டாண்டுகளுக்குப் பிறகு, தூரக் கிழக்கு பிரஞ்சு ஆய்வு நிறுவனத்திற்கு (Ecole Française d'Extrême-Orient) பல்வேறு வடிவங்களாலான குமிழ்மணிகள் (beads), மதிப்புக் குறைவு கண்ணாடிக் கற்கள் (semi-precious stones), கண்ணாடித் துண்டுகள் ஆகியவற்றைத் 'துய்ப்ரேய்' அனுப்பினார்.

அதற்கு முன்பு, 'துய்ப்ரேய்' அது போன்ற ஒரு சேகரிப்பைப் பாரிசிலிருந்த கிழக்கத்திய நாடுகள் ஆய்வாளர் 'ஔத்ரன்' (Charles

Autran) என்பவருக்கு அனுப்பியிருந்தார். 'ஔத்ரன்' 1939 சூன் 22-ஆம் நாள் அனுப்பிய கடிதத்தில், 'லூவ்ர்' அருங்காட்சியகத்தில் (Musée du Louvre) கிழக்கத்திய பழமைச் சின்னங்களுக்கான ஆலோசகர் (Adviser of Oriental Antiquities) 'கோந்த்தெனொ' (Contenau) என்பவர் மணிகளைப் பற்றி தெரிவித்த பின்வரும் கருத்துகள் இடம் பெற்றிருந்தன:

"அது போன்ற குமிழ்மணிகள் ஈரானியன் மேட்டுநிலத்திலிருந்து (Iranian plateau) மேற்குக் கடற்கரைவரை, மேற்காசியா முழுவதிலும் மிகப் பெருமளவில் கிடைக்கின்றன. அவற்றின் காலம் பொ.மு. 500 ஆண்டுகள் முதல். கண்ணாடித் துண்டுகளைப் பொறுத்தவரை, அவை போன்றே 'பீனீசியன்' (Phoenician citystates - அது நடுநிலக்கடல் நாடுகள் சிலவற்றின் தொகுப்பாக இருந்தது.) கடற்கரை முழுவதிலும் காணப்படுகின்றன" என்பது அவரது முடிவு.

மேலும், 'ஔத்ரன்' கூறுகையில், "அத்திரட்டில், அக்கால வணிகத்தின் பொதுவான சிறுநகைத் தொகுதியின் ஒரு பகுதியாகக் காணப்பட்ட, மாதிரிக்காகச் செய்யப்பட்டவை போல் தோன்றிய, ஏறத்தாழ நயமற்ற, உள்ளூரில் உருவாக்கப்பட்ட குமிழ்மணிகள் 'கோந்த்தெனொ'வின் (Contenau) கவனத்தை ஈர்த்தன" என்று குறிப்பிடுகிறார்[25]. அதாவது, மேற்கத்திய குமிழ்மணிக் கற்களைப் பார்த்து, அவைபோன்று உள்ளூரில் உருவாக்கப்பட்டுள்ளன என்று 1939-லேயே கோந்த்தெனொ கண்டறிந்தார்.

பிரான்சு நாட்டுத் தொல்லியல் அறிஞர்களான 'ஔத்ரன்' (Autran), 'கோந்தெனோ' (Contenau) ஆகியோரின் கருத்துப்படி, நடுநிலக்கடலின் 'பீனீசியன்' (phoenecian) கரையில் பொ.மு. 500 ஆண்டுகள் மற்றும் அவற்றுக்குப் பின்னர் மிகப் பெருமளவில் காணப்பட்ட வடிவங்களை அரிக்கமேட்டில் கிடைத்த பொருட்கள் முழுமையாக ஒத்திருக்கின்றன; எனவே, அவ்வடிவங்கள் இயேசு கிறித்து காலத்திற்கு அணிமையிலுள்ள காலத்தைச் சேர்ந்தவையாகும் என்றும் தெரிவித்தார்[26].

ஐயப்பனின் கருத்து

அரிக்கமேட்டில் கண்டெடுத்த பொருட்களின் மாதிரிகளை 'மதராசு' அருங்காட்சியகத்துக்கு அன்பளிப்பாகக் கொடுத்ததாகவும், அமராவதியில் காணப்பட்ட பொருட்களின் வடிவங்களையும் கண்ணாடிப் பொருட்களையும் அவை ஒத்திருப்பதைக் கண்டு அருங்காட்சியகக் காப்பாளர் ஐயப்பன் மிகவும் வியப்புற்றார், என்றும் துய்ப்ரேய் கூறினார். அமராவதியில் சிறப்பு அலங்காரத்தோடு கூடிய நீலம் கலந்த சாம்பல் நிற மட்பாண்ட ஓடுகள் கண்டுபிடிக்கப்பட்டன;

அவ்வகை மட்பாண்டங்கள் இந்தியாவில் எங்கும் காணப்படவில்லை; மாறாக, அவை அரிக்கமேட்டில் பெருமளவில் காணப்பட்டன; அவ்வித மட்பாண்டங்கள் இந்தியாவில் அமராவதியிலும் அரிக்கமேட்டிலும் மட்டுமே கண்டெடுக்கப்பட்டுள்ளன; எனவே, அரிக்கமேட்டு தொல்லியல் களத்தை நம் காலத்தின் முதலிரண்டு நூற்றாண்டுகளைச் சேர்ந்தது என்று கணக்கிடலாம் என்றும் அவர் தெரிவித்தார்.

பேரரசர் 'அகஸ்தஸ்' (Emperor Augustus) தலை உருவம் கொண்ட ஒரு கோள வடிவ செதுக்கு மணிக்கல் (intaglio) மிகவும் தனிச் சிறப்புக்குரிய கண்டுபிடிப்பு. அரிக்கமேட்டுக் களத்தின் பொருட்கள் ரோமானியர்களுடையவை என்பதற்கு அது சான்றாகும் என்று 'துய்ப்ரேய்' மேலும் தெரிவித்தார்[27].

'ஹனாய்' நகர ஆய்வறிக்கை

மூவோ துய்ப்ரேய் உள்ளிட்ட பலரால் 'ஹனாய்' (Hanoi) நகரத்தின் 'தூரக் கிழக்கத்திய பிரஞ்சு நிறுவன அருங்காட்சியகத்திற்கு ஆய்வுக்கு அனுப்பப்பட்ட அரிக்கமேட்டில் கிடைத்த பொருட்களைப் பற்றிய ஆய்வறிக்கை, 'வீராம்பட்டினத்தின் மணிக்கற்கள் மற்றும் கண்ணாடி கைவினைஞர்கள்' (Les Lapidaires et Artisans du verre de Virampatnam) என்ற தலைப்பில் 'லூயி மலரே' (Louis Malleret) என்பவரால் 1959-இல் மிகவும் தாமதமாக வெளியிடப்பட்டது. மூவோ துய்ப்ரேய் அனுப்பிவைத்த பேரரசர் 'அகஸ்தஸ்' தலை உருவம் கொண்ட செதுக்கு மணிக்கல் காணாமல் போய்விட்டது என்று பலராலும் கருதப்பட்ட நிலையில் அதைப் பற்றிய ஆராய்ச்சி முடிவையும் கொண்ட இவ்வாய்வறிக்கை[28] முக்கியத்துவம் பெறுகிறது.

மூவோ துய்ப்ரேய் அனுப்பிய மாதிரிகளோடு, புதுச்சேரியில் 1947-இல் தங்கியிருந்த 'ஹென்றி மர்ஷால்' சில மாதிரிகளைத் தனிப்பட்ட முறையில் 'ஹனாய்' அருங்காட்சியகத்துக்கு அனுப்பியிருந்தார்.

மூவோ துய்ப்ரேய் அனுப்பியவற்றுள், பல்வேறு நூலாசிரியர்களால் குறிப்பிடப்பட்ட, ஆனால் 1959-இல் மேற்குறிப்பிடப்பட்ட கட்டுரை வெளியாகும்வரை அறியப்படாத பேரரசர் 'அகஸ்தஸ்' தலையுருவம் கொண்ட செதுக்குவேலைப்பாட்டு மணிக்கல்லும் அடங்கும்.

மூவோ துய்ப்ரேய் தொடக்கத்தில் அனுப்பியவற்றுள் 14 மாதிரிகளும் ஒரு சில கூம்பு வடிவிலான அல்லது வெட்டப்பட்ட படிகக்கற்களும் (pyramidal quartz crystals) இருந்தன. அவற்றுள் சில வியட்நாம் நாட்டின் 'ஓசீயோ' (Óc Eo) தொல்லியல் களத்தில் காணப் பட்டவைப் போன்று இருந்தன என்று அவ்வறிக்கை தெரிவிக்கிறது.

அருட்சகோதரர் 'பொஷே'வும் தொல்பொருட்களை அனுப்பியுள்ளார். அத்தொகுப்பில், மட்பாண்டங்கள், கருங்கல் கருவிகள், திண்மையான கல்லாலும் கண்ணாடியாலும் ஆன குமிழ்மணிக்கற்கள், புதுச்சேரியின் பொதுப்பணித்துறை பொறியியலாளர் 'பியெர் ஜீரோ' (Pierre Girod) கண்டெடுத்த ஒரு மண்டையோடு ஆகியவை இருந்தன. அவை 'லூயி பினோ' (Louis-Finot) அருங்காட்சியகத்திற்கு ஆய்வுக்காக அனுப்பட்டன; மட்பாண்டங்கள் தற்போது 'நோம் பென்' (Phnom Penh) அருங்காட்சியகத்தில் உள்ளன. அரிக்கமேட்டுக் களத்திலிருந்து அனுப்பப்பட்ட எலும்புகளும் கருவிகளும் ஹனாய் அருங்காட்சியகத்தில் வைக்கப்பட்டிருந்தன. அவற்றை வல்லுநர்கள் ஆய்வார்கள் என்று 1959-இல் கூறப்பட்டது; முடிவு தெரியவில்லை.

இரண்டாம் தொகுப்பு

எப்பொழுது அனுப்பப்பட்டவை என்று அறியமுடியாத இரண்டாவது தொகுப்பில் 20 திண்மையான கற்கள் (hard stones), 17 வடிவமைக்கப்பட்ட கண்ணாடிப் பொருட்கள், ஒரு வளைக்கப்பட்ட செப்புக் கம்பி ஆகியவை இருந்தன. அக்கற்கள், நீலநிறப் படிகம் (hyaline), பால்நிறப் படிகம், கரும்பச்சை மஞ்சள்நிறப் படிகம் (citrine), சிவப்புக் கலந்த நீலக்கல் படிகம் (amethyst quartz), சூது பவளம் (carnelian) முதலான வகைகளைச் சேர்ந்தவை.

குமிழ்மணிகள் (beads), இரத்த சிவப்பு, மஞ்சள் கலந்த பச்சை, வெளிறிய அல்லது கருநீல வண்ணங்களில், நீளுருளைகள் (rods of circular section) காணப்பட்டன.

மூன்றாம் தொகுப்பு

'பால் லேவி' (Paul Lévy) அரிக்கமேட்டில் சேகரித்த 70 பொருட்கள் மூன்றாவது தொகுப்பாகும். அவற்றுள், படிகக் கற்கள் (quartz), சூது பவளம் (carnelian), ஒருவகை இரத்தினக்கல் (agate), இரண்டு சிறிய கிளிஞ்சல் ஓட்டிலான பொருட்கள், ஒரு சவர்க்காரக் கல் (soap-stone bead), சுடுமண் குமிழ்மணி (terracotta bead) ஆகியவை காணப்பட்டன.

பெரும்பாலான குமிழ்மணிகள் துளையிடப்பட்டிருந்தன. அத்தொகுப்பில் வெண்கலத்தாலான ஒரு மிகச் சிறிய மோதிரம் இருந்தது.

அடுத்த தொகுப்பில் 101 உறைகளில் பொருட்கள் இருந்தன. அவை பெரும்பாலும் பல்வேறு கனிமப் பொருட்களாகும் (mineralogical objects). அத்தொகுப்பில் காணப்பட்ட நீலநிறப் படிகக் கற்கள் (hyaline) நூற்புக் கதிர் (spindle), பட்டகை (prism) முதலான வடிவங்களில் இருந்தன. எளிதாகக் கிடைக்கும் 40

இரத்தினக் கற்கள் (agate) வியட்நாமின் 'ஓசீயோ'வில் (Òc Eo) கிடைத்தவைகளை ஒத்திருந்தன.

கண்டுபிடிப்புகளின் முக்கியத்துவம்

மூவோ துய்ப்ரேய் அனுப்பியிருந்த பொருட்களில் ஆர்வமூட்டும் சில பொருட்கள் இருந்தன. உலோக அச்சு கொண்ட சுழலக்கூடிய பம்பர வடிவத்தில் ஒரு சுடுமண் துளையிடும் கருவி; இது கடினமான கற்களில் துளையிடக்கூடியது. இரண்டு சூது பவளக் குமிழ்மணிகள் (carnelian beads) ஆர்வத்தைத் தூண்டின; ஏனெனில் அவை வடிவியல் சார்ந்த (geometric) அலங்காரப் பொறிப்புகளைக் கொண்டிருந்தன; பொறிப்புகளில் வெண்மைப் பொருள் பூசப்பட்டிருந்தது. இத்தகைய குமிழ்மணிக் கற்களை ஆங்கிலேயர்கள் செதுக்குருவ குமிழ்மணிகள் (etched beads) என்றனர். அவை இந்தியாவில் 'மொகஞ்சோ தாரோ' (Mohenjo Daro) காலத்திலிருந்து கிடைத்தன. இந்தியாவிற்கு வெளியேயும் குறிப்பாக 'ஓசீயோ'வில் அவை காணப்பட்டன. அரிக்கமேட்டில் கண்டெடுக்கப்பட்ட பொருட்களுள் அவை போன்று வேறு ஏதும் காணப்படவில்லை. புதுச்சேரியைச் சுற்றியுள்ள 'இடுகாட்டுக் களங்களில்' (funerary sites) மிகவும் அரிதாக அவை காணப்பட்டன என்று மருந்தாளுநர் 'நுமா லப்பித்' (Numa Laffitte) கூறினார்.

வேறொரு கண்டுபிடிப்பான சதுர வடிவிலான ஒரு செப்பு நாணயம், ஆந்திர செப்பு நாணயத்தைப் போன்றிருந்தது. நாணயத்தின் ஒரு புறம் சிங்கத்தின் உருவமும் மறுபுறம் யானையின் வடிவத்தோடு ஒரு குறியீட்டையும் காணமுடிந்தது. அத்தகைய நாணயங்கள் இந்தியாவில் மிகப் பழங்காலத்தில் தோன்றின.

மணிக்கல் செதுக்குக் கலை (glyptic art) அரிக்கமேட்டில் இருந்ததற்கான சான்றுகள் உள்ளன என்று ஆய்வறிக்கை குறிப்பிடுகிறது.

'அகஸ்தஸ்' செதுக்கு மணிக்கல்

'அகஸ்தஸ்' தலை உருவம் கொண்ட செதுக்கு மணிக்கல் 'கொலுபே'வால் இந்தோ-சீனாவிற்குக் கொண்டு செல்லப்பட்டு, அங்குள்ள 'தூரக் கிழக்கு பிரஞ்சு ஆய்வு மையத்திடம்' ஒப்படைக்கப்பட்டது; ஜப்பானியர்கள் அந்நாட்டைக் கைப்பற்றிய போது அது காணாமல் போய்விட்டது என்று கசால் (Casal) குறிப்பிட்டிருந்தார்[29]. நல்லவேளையாக, அக்கல் 1954-இல் அந்நிறுவனத்தில் கண்டுபிடிக்கப்பட்டது. கெடுவாய்ப்பாக அக்கல்லின் பாதி அடிப்பாகம் மட்டும் கிடைத்துள்ளது. அழகான கருஞ்சிவப்பு கல்லில், தலை வலப்பக்கம் திரும்பிய நிலையில் செதுக்கப்பட்டுள்ளது. உருவத்தின் கழுத்துப் பகுதியையும், மூக்குவரையிலான முகத்தின் கீழ்ப்பகுதியையும் மட்டுமே காணமுடிகிறது. சிறப்பான அமைப்புகளோடு

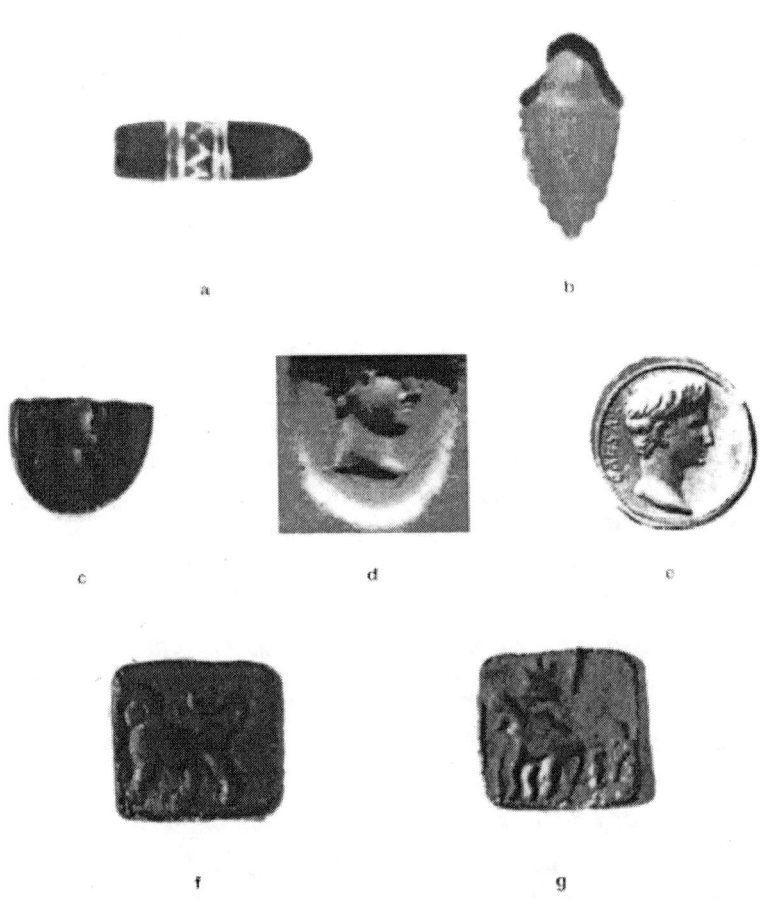

a b

c d e

f g

a. செதுக்கு வேலைப்பாட்டு சூதுபவளம்
b. படிகக்கல்லாலான தொங்கணி
c. & d. 'அகஸ்தஸ்' தலை உருவம் கொண்ட செதுக்கு மணிக்கல்
e. 'அகஸ்தஸ்' தலை உருவம் கொண்ட நாணயம் (அரிக்கமேட்டைச் சேர்ந்தது அல்ல; விளக்கத்திற்காக சேர்க்கப்பட்டுள்ளது.)
f. & g. ஆந்திர நாணயம்

கூடிய ஒரு தாடியற்ற முகம்; இளமையான தோற்றம்; காதுமடலோடு சிறிது தலைமுடி கழுத்துப் பிடரியில் விழுந்து காணப்படுகிறது. அது பேரரசர் அகஸ்தசின் தலை உருவம் என்ற மூவோ துய்ப்ரேய் கண்டுபிடிப்பை அந்நிறுவனம் ஏற்றுக்கொண்டுள்ளது[30].

'அகஸ்தஸ்' செதுக்கு மணிக்கல் புதுச்சேரிக்குத் திருப்பி அனுப்பப்படும் என்று கட்டுரையில் 'லூயி மலரே' கூறியுள்ளார் என்பது குறிப்பிடத்தக்கது. பீட்டர் பிரான்சிஸ் அம்மணிக்கல் ஹனாயிலிருந்து திரும்பி வந்ததும், அதை மார்ட்டிமர் வீலர் 1940-களின் நடுவில் ஆராய்ந்ததாகவும் அதன் பின் அது எங்கிருக்கிறது என்று தெரியவில்லை என்றும் கூறியுள்ளார்[31]. ஆனால், மூவோ துய்ப்ரேய் அனுப்பிய மணிக்கல் காணாமல்போய் 1954-இல் தான் கண்டுபிடிக்கப்பட்டது என்று அந்நிறுவனத்தில் பணி புரிந்த 'லூயி மலரே' கூறியிருப்பதால் அவர் கூற்று உண்மை என்று கருத வேண்டும்.

காணமல்போன மற்றுமொரு செதுக்கு மணிக்கல்

மேலும், ஒரு மரத்தின் உருவமும் மானின் உருவமும் கொண்ட மற்றொரு செதுக்கு மணிக்கல் ஹனாய் அருங்காட்சியகத்திலிருந்து காணமல் போயிருப்பதாகத் தெரிகிறது. அது பற்றி பி. இசட். பட்டாபிராமன் கேட்டதாகவும், அது அங்கு காணப்படவில்லை என்றும் 'லூயி மலரே' தன் கட்டுரையில் தெரிவிக்கிறார்.

மூவோ துய்ப்ரேயின் அனுமானங்கள் முற்றிலும் சரி என்பதற்கு, பின்னாளில் அங்கு நடந்த அகழ்வாய்வுகள் சான்றாக விளங்குகின்றன. தென்னிந்தியாவில் அதுவரை இலக்கியத்தில் மட்டுமே காணப்பட்ட யவனர்களின் தமிழ்நாட்டுடனான தொடர்பு அரிக்கமேட்டில் கண்ணால் காணக்கூடிய சான்றாக விளங்கப்போகிறது என்பதை அவர் கூறத் தவறிவிட்டார்!

ஆக, அரிக்கமேட்டின் ரோமானியத் தொடர்பையும், சங்க காலத்திற்கும் முந்தைய அதன் வரலாற்றுத் தொன்மையையும் ஆய்வுலகிற்கு அறிமுகப்படுத்தியவர் 'மூவோ துய்ப்ரேய்' ஆவார்.

ஈ. அரிக்கமேட்டில் அகழ்வாய்வுகள்

பிரஞ்சிந்திய ஆளுநர் 'லூயி போன்வேன்' (Louis Bonvin) 'வரலாற்றுச் சின்னங்கள், களங்கள் ஆணையம்' ஒன்றைப் புதுச்சேரியில் 1941 மார்ச்சு 4-ஆம் நாள் ஏற்படுத்தினார். ஆணையத்தின் தலைவராக ஆளுநரும் ஏழு உறுப்பினர்களும் இருந்தனர்[32]. 1941 மார்ச்சு 15-இல் பொதுப்பணித்துறைத் தலைவர் 'சுயிர்லோ'வின் அறிக்கையின் அடிப்படையில், அரிக்கமேட்டில் அரியாங்குப்பம் ஆற்றின் வலது

புறம் இருந்த 496bis, $497^{1}/_{3}$ மற்றும் 498¼ ஆகிய எண்கள் கொண்ட நிலப்பரப்பை அறிவியல் மற்றும் வரலாற்றுச் சிறப்புடைய பகுதியாக வகைப்படுத்தி அரசாணை வெளியிடப்பட்டது[33]. அதைத் தொடர்ந்தே அகழ்வாராய்ச்சிக்கு வழிபிறந்தது.

அரிக்கமேட்டில் 1941-இல் தொடங்கி 1992-ஆம் ஆண்டுவரை ஐந்து அகழ்வாய்வுகள் வெவ்வேறு வல்லுநர்கள் தலைமையில் மேற்கொள்ளப்பட்டுள்ளன.

1. ஐயப்பன் அகழ்வாய்வு

இது முதல் அகழ்வாய்வாகும். 1940-இல் அரிக்கமேட்டுத் தொல்லியல் களத்தின் ஒரு பகுதிக்கு உரிமையாளரான கிருஷ்ணசாமிக் கவுண்டர் என்பவர் தென்னங்கன்றுகள் நடுவதற்காக 60 மீ × 30 மீ அளவிற்கு 0.80 மீ. ஆழத்தில் குழிகள் தோண்டியபோது நிலநடுக்கடல் ‘ஆம்போரா’ சாடித் துண்டுகள் கிடைத்தன. அது பற்றிய தகவல் உடனடியாக ‘மூவோ துய்ப்ரேய்’க்கு அனுப்பப்பட்டது. அங்கு மேலும் கிடைத்த கண்ணாடி, மதிப்புக் குறைவுக் கற்கள் (semi-precious stones) மட்பாண்ட ஓட்டுச் சில்லுகள், சுடுமண் உருவங்கள் ஆகியவற்றைத் ‘துய்ப்ரேய்’ மதராசு அருங்காட்சியகத்திற்கு அனுப்பினார். அத்துடன் அரிக்கமேட்டில் அகழ்வாய்வு மேற்கொள்ளுமாறு, 1940-ஆம் ஆண்டில் ‘மதராசு’ தொல்லியல் ஆராய்ச்சியாளர்களுக்கு ‘மூவோ துய்ப்ரேய்’ அழைப்பு விடுத்தார். அரிக்கமேட்டில் கிடைத்த சின்னங்களைச் சிறிது சிறிதாக ‘மதராசு’ அருங்காட்சியகத்திற்கு அனுப்பிவைத்தார். 1941 மார்ச்சு மாதத் தொடக்கத்தில் ‘மதராசு’ அருங்காட்சியகத்தின் மேலாளர் (superintendent) ஐயப்பன், திருமதி ஞானதுரை முதலானோர் அரிக்கமேட்டில் அகழ்வாய்வு மேற்கொண்டனர். ‘மூவோ துய்ப்ரேய்’ ‘துய்ப்ளெக்சு’ (Dupleix) பற்றி நூல் எழுதுவதில் முழுமையாக ஈடுபட்டிருந்ததாலும், இந்தியாவை விட்டு அவர் புறப்பட வேண்டியிருந்ததாலும், புதுச்சேரிப் பொதுப்பணித்துறைத் தலைவர் ‘சுயிர்லோ’ (Surleau) அகழ்வாய்வில் பங்கேற்றார்[34].

அந்த ஆய்வு 1941-ஆம் ஆண்டு மார்ச்சு 2 முதல் 8 வரை நடைபெற்றது. அதற்குப் புதுச்சேரியின் பிரஞ்சிந்திய அரசு பொருளுதவி செய்தது.

அய்யப்பன் தன் கண்டுபிடிப்புகளைத் ‘தி இந்து’ (The Hindu) நாளேட்டில், ‘ஒரு தக்காணத் தக்கசீலம்’ (A Dakshina Taxila) என்ற தலைப்பில் வெளியிட்டவுடன் அரிக்கமேடு உலகுக்குத் தெரிய ஆரம்பித்தது. வானவியலார் ‘லெ ழாந்த்தி’ 1779-இல் வெளியிட்ட நூலில் அரிக்கமேட்டின் சிறப்பு குறித்து அவர் எழுதியதைப் பற்றி

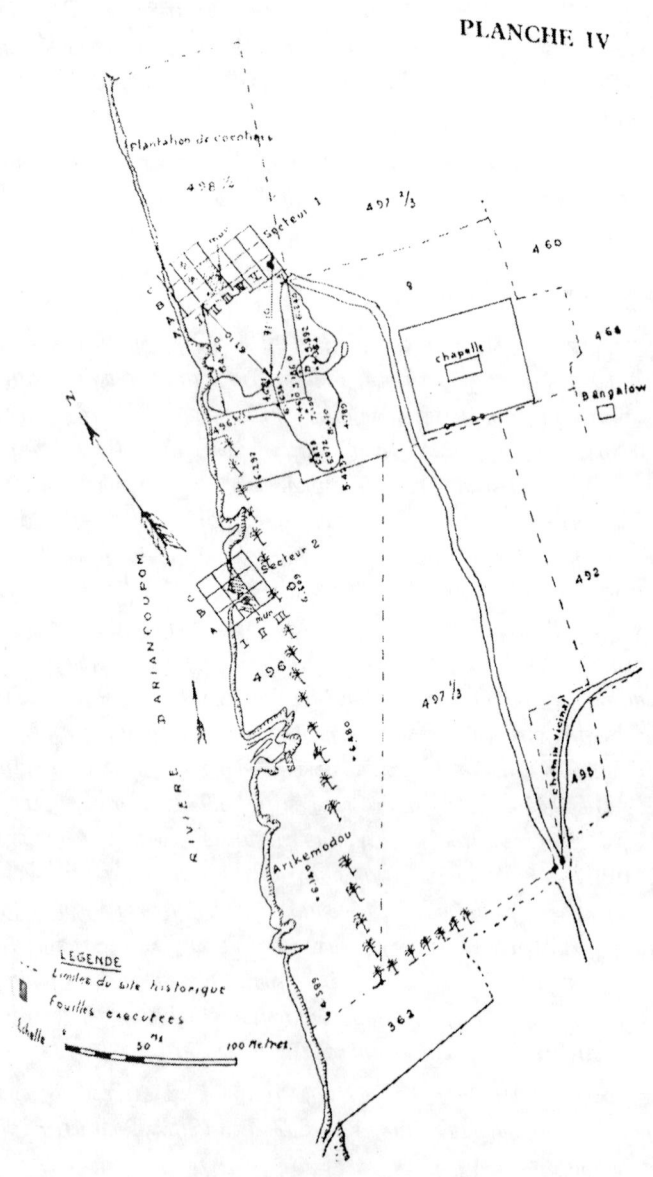

PLANCHE IV

Plan du site d'Arikamédou

'பொஷே-சுய்ர்லோ' அகழ்வாய்வுப் பகுதிகளைக் காட்டும் வரைபடம்

கவலைகொள்ளாத பிரஞ்சிந்திய அரசு, ஒன்றரை நூற்றாண்டுகளுக்குப் பிறகு, 1941-இல் வெளியிடப்பட்ட ஐயப்பனின் கட்டுரையால் ஆர்வம் கொள்ளவேண்டியதாயிற்று.

2. 'பொஷே-சுய்ர்லோ' அகழ்வாய்வு

பிரஞ்சிந்திய அரசு அமைத்த அருட்சகோதரர் 'பொஷே' (Frère Faucheux) - பொதுப்பணித்துறைத் தலைவர் 'சுய்ர்லோ' (Surleau) குழு அரிக்கமேட்டின் இரண்டாவது அகழ்வாய்வை 1941 செப்டம்பரில் தொடங்கியது.

'பொஷே-சுய்ர்லோ' அகழ்வாய்வில் கண்டுபிடிக்கப்பட்ட பொருட்களும், அப்பொருட்களை ஆய்ந்தறிந்து அகழ்வாய்வாளர்கள் வெளியிட்ட கருத்துகளும் வியப்புக்குரியவை. ஏனெனில், ஆய்வாளர்கள் இருவரும் தொல்லியல் அறிஞர்கள் அல்லர். வீலர் போன்றோ அல்லது கசால் போன்றோ முறையான அகழ்வாய்வை அவர்கள் மேற்கொள்ளவில்லை; அகன்ற ஆய்வுக் களத்தையும் ஏற்படுத்திக் கொள்ளவில்லை.

எனினும் 10 × 10 அடி அளவில் சதுரக் குழிகள் தோண்டிச் சேகரித்த பொருட்களின் அடிப்படையிலான அவர்களது ஆராய்ச்சி முடிவுகள் பின்னாளில் மிகச் சரியாக இருந்தன. பெரும் சுவர்கள், உறை கிணறுகள், உள்ளூர் மட்பாண்டங்கள், இறக்குமதி செய்யப்பட்ட மட்பாண்டங்கள், அவற்றின் பொறிப்பு வடிவங்கள், எழுத்துகள், மணிக்கற்கள், கண்ணாடிப் பொருட்கள், உலோகப் பொருட்கள் முதலானவைகளையே வீலரும் கசாலும் கண்டுபிடித்தனர்.

'பொஷே-சுய்ர்லோ' அகழ்வாய்வு பற்றி மார்ட்டிமர் வீலர் தன் கருத்தைக் கீழ்கண்டவாறு பதிவிட்டார்:

“துல்லியமான திட்டம் ஏதும் தயாரிக்கப்படவில்லை. ஆனால், அவ்வாய்வு அக்களத்தின் உண்மையான முக்கியத்துவத்தையும், நடுநிலக்கடல் பகுதியின் மட்பாண்டங்கள் அங்கிருந்தன என்பதையும் முதன்முதலாகச் சான்றுகளோடு எடுத்துக்காட்டியது. காதல் தெய்வம் (cupid) மற்றும் ஒரு கழுகு உருவம் கொண்ட செதுக்கு மணிக்கல் (intaglio) அவ்வாய்வில் கிடைத்தது; அது முதல்தரமான வேலைத்திறனை (workmanship) வெளிப்படுத்தியது.[35]”

3. 'மார்ட்டிமர் வீலர்' அகழ்வாய்வு

ஐயப்பனின் கட்டுரையைப் படித்தும், 'மதராசு' அருங்காட்சியகத்தில் காட்சிக்கு வைக்கப்பட்டிருந்த அரிக்கமேட்டு வரலாற்றுச் சின்னங்களைப் பார்த்தும் ஆர்வம் கொண்ட இந்தியத்

மார்ட்டிமர் வீலரின் அகழ்வாய்வு

தொல்லியல் கழகத்தின் தலைவர் 'மார்ட்டிமர் வீலர்' (Mortimer Wheeler) பிரஞ்சிந்திய அரசின் ஒப்புதலோடு அடுத்த அகழ்வாய்வை நடத்தினார். அது 1945-ஆம் ஆண்டு ஏப்ரல், மே மற்றும் ஜூன் மாதங்களில் நடைபெற்றது.

வீலர், வடக்கில் ஒன்றும் தெற்கில் ஒன்றுமாக இரண்டு பகுதிகளைத் தெரிவு செய்து தோண்டச் செய்தார். நவீன தொல்லியல் மண்ணடுக்குக் (stratigraphy) கள உத்திகள் (field-techniques) கையாண்டு, செவ்வகக் குழிகள் தோண்டி, அதில் மண்ணடுக்கு வாரியாக பொருட்கள் சேகரிக்கப்பட்டதால், அது உலகிற்கே ஓர் எடுத்துக்காட்டானது. இதன் மூலம் அதில் கிடைத்த பொருட்களின் காலத்தை வைத்து மண்ணடுக்கின் காலத்தையும் கணிக்க முடிந்தது. மற்ற அகழ்வாய்வுகளைப் பின்னுக்குத் தள்ளி இன்றும் உலக அளவில் பேசப்படும் சிறப்பை அந்த அகழ்வாய்வு பெற்றுள்ளது.

மண்ணடுக்கு ஆய்வுமுறை

அகழ்வாய்வில் கண்டெடுக்கப்படும் புதைபொருட்களின் காலத்தைக் கணக்கிட தொல்லியலாலர்கள் மண்ணடுக்கு ஆய்வு முறையை (stratigraphic method) 19-ஆம் நூற்றாண்டின் இறுதியிலிருந்து பயன்படுத்திவருகிறார்கள்.

அரிக்கமேட்டில் **1945**-இல் மேற்கொள்ளப்பட்ட மார்ட்டிமர் வீலரின் அகழ்வாய்வு முதற்கொண்டு கசால், விமலா பெக்லியின் அகழ்வாய்வுகள் மண்ணடுக்கு ஆய்வுமுறையைப் பயன்படுத்தி தொல்பொருட்களின் காலத்தைக் கணக்கிட்டதோடு, அரிக்கமேட்டின் காலத்தையும், நடுநிலக்கடல் நாடுகளுடனான அதன் வணிகத்தின் காலத்தையும் கணக்கிட்டுள்ளனர்.

மக்கள் வாழுமிடங்களில் காலப்போக்கில் தரை உயர்ந்து கொண்டு போகும் என்னும் கருத்து இம்முறைக்கு அடிப்படை. வாழ்க்கைக்குத் தேவையான கிணறு, குளம் போன்றவற்றைத் தோண்டுவதன் விளைவாக ஏற்படும் மட்குவியல், கழிவுப்பொருட்களின் குவியல், பெருவெள்ளம் போன்ற இயற்கைப் பேரிடர் ஆகியவைகளால் தரை உயரும். சுருங்கக் கூறின், ஒவ்வொரு குடியிருப்பு காலகட்டத்திலும் புதிய மண்ணடுக்கு ஏற்படும். காலம் செல்ல செல்ல மக்கள் குடியிருப்புகளில் பல மண்ணடுக்குகள் உருவாகும்.

ஓரிடத்தில், பல்வேறு காலகட்டங்களில் வாழ்ந்த மக்களின் குடியிருப்பு வெவ்வேறு மண்ணடுக்குகளில் அமைந்திருக்கும். மக்கள் பயன்படுத்திய பொருட்கள் அக்குறிப்பிட்ட மண்ணடுக்கில் புதைந்துபோயிருக்கும். அகழ்வாய்வின்போது மண்ணடுக்குகளின் காலத்தைக் கணக்கிட்டு அவைகளில் கண்டெடுக்கப்படும் புதைபொருட்களின் காலத்தைக் கணிக்க இயலும். அதுமட்டுமின்றி, அங்கு வாழ்ந்த மக்களின் காலத்தையும் அவர்களின் பண்பாட்டையும் அறிய முடியும்.

மண்ணடுக்குகள், அவற்றின் நிறம், அழுத்தம், தன்மை ஆகியவைகளைக் கொண்டு வகைப்படுத்தப்படுகின்றன. ஓர் ஆய்வுக் குழியின் மண்ணடுக்குகள் சிதைக்கப்பட்டிருந்தால், அவைகளில் காணப்படும் புதை பொருட்களின் காலத்தைக் கணிக்க இயலாது. மண்ணடுக்குச் சிதைவு மனிதர்களாலும், நிலநடுக்கம், நிலச்சரிவு, நீரோட்டம் காரணமாக ஏற்படும் மண்ணரிப்பு போன்ற இயற்கை பேரிடர்களாலும் ஏற்படுகிறது[36].

அரிக்கமேட்டில், நில உரிமையாளர் தென்னங்கன்றுகள் நடுவதற்காகத் தோண்டிய பள்ளங்கள், அங்கு புதைந்திருந்த கட்டடங்களில் காணப்பட்ட செங்கற்களை எடுத்துச் செல்வதற்காக மக்கள் ஏற்படுத்திய குழிகள் போன்றவை மண்ணடுக்குச் சிதைவிற்குக் காரணமாயின. அரிக்கமேட்டில் ‘செங்கற் கொள்ளை’ நடுக்காலத்தில் இருந்து நடந்துவந்ததாக மார்ட்டிமர் வீலர் குறிப்பிட்டுள்ளார். மேலும், மார்ட்டிமர் வீலர், கசால் ஆகியோரது அகழ்வாய்வுகளில் சிலவிடங்களில் மண்ணடுக்கு மிகவும் சிதைந்து காணப்பட்டதால், அவர்களால் அங்கு கிடைத்த பொருட்களைப் பற்றிய தகவல்களை தங்கள் அறிக்கைகளில் சேர்க்க முடியாமல் போய்விட்டது.

விமலா பெக்லியின் புகழ்ச்சி

மார்ட்டிமர் வீலரின் அகழ்வாய்வு பற்றி விமலா பெக்லி (1983), "மார்ட்டிமர் வீலர் 1945-இல் அரிக்கமேட்டில் மேற்கொண்டதைப் போன்ற, தென்னிந்தியாவின் தொல்லியல், வரலாற்று ஆராய்ச்சியின் மீது ஆழமான தாக்கத்தை ஏற்படுத்திய அகழ்வாய்வு ஏதுமில்லை" என்று புகழ்ந்துரைக்கிறார்[37].

4. 'கசால்' அகழ்வாய்வு

அரிக்கமேட்டின் அடுத்த அகழ்வாய்வுக்காக, பிரான்சு நாட்டு 'அகழ்வாய்வு ஆணையம்' (Commission des Fouilles) *ஒரு குழுவை அமைத்தது. அக்குழுவில், இந்தோ-சீனாவின் (பிரஞ்சு ஆட்சியில் இருந்த வியட்நாம், லாவோஸ் கம்போடியா ஆகிய நாடுகளைக் கொண்டது) தொல்பொருள் ஆய்வுத்துறையைச் சேர்ந்த 'ஹென்றி மர்ஷால்'* (Henri Marchal) *அக்குழுவுக்குத் தலைவராக நியமிக்கப்பட்டார். பிரஞ்சு அகழ்வாய்வு ஆணையத்திலிருந்து 'ழான் மரி கசால்'* (Jean Marie Casal), *அவருடைய மனைவி 'ழெனவியெவ் கசால்'* (Geneviève Casal), *இந்தியத் தொல்லியல் கழகத்திலிருந்து பி.கே. தாப்பர்* (P.K. Thapar) *ஆகியோர் அக்குழுவில் பங்கேற்றார்கள்.*

1947-ஆம் ஆண்டின் தொடக்கத்தில் கசாலும் அவரது மனைவியும் 'உள்ளிருப்புப் பயிற்சி'க்காக (internship) *மைசூர் மாநிலத்தில் 'பிரம்மகிரி', 'சந்திரவல்லி' ஆகிய அகழ்வாய்வுக் களங்களுக்குச் சென்றிருந்தனர். அவர்கள் புதுச்சேரிக்கு வருவதற்கு மூன்று மாதங்கள் முன்பாக 'மர்ஷால்' தன் அகழ்வாய்வைத் தொடங்கினார். 1947-ஆம் ஆண்டில் தொடங்கிய சில மாதங்களிலேயே 'ஹென்றி மர்ஷால்' இந்தியாவைவிட்டுச் செல்ல நேர்ந்ததால் அக்குழுவிற்குத் தலைவராக 'ழான் மரி கசால்' பொறுப்பேற்றார். 1950-ஆம் ஆண்டு வரை அந்த ஆய்வு தொடர்ந்தது.*

அரிக்கமேட்டைத் தாண்டி ஆய்வு

கசால் அதன் பின்னரும் கோட்டைமேடு, சுத்துக்கேணி, முத்தரையர்பாளையம் பகுதிகளிலும் அகழ்வாராய்ச்சிகள் செய்து, வரலாற்றுக்கு முந்தைய முதுமக்கள் தாழி, தங்க நகைகள், உலோகக் கருவிகள் போன்ற பொருட்களைக் வெளிக்கொணர்ந்தார். புதுச்சேரி மண்ணில் பெருங்கற் காலத்தின் பழம்பெரும் மனித நாகரிகம் இயங்கியதையும் அதன் தொடர்ச்சி அரிக்கமேட்டுப் பகுதியிலும் புதைந்திருப்பதையும் அவை உறுதிப்படுத்தின. இதுபற்றி அவர் பிரஞ்சு மொழியில் நூல்களும் கட்டுரைகளும் எழுதிப் பதிவிட்டார்.

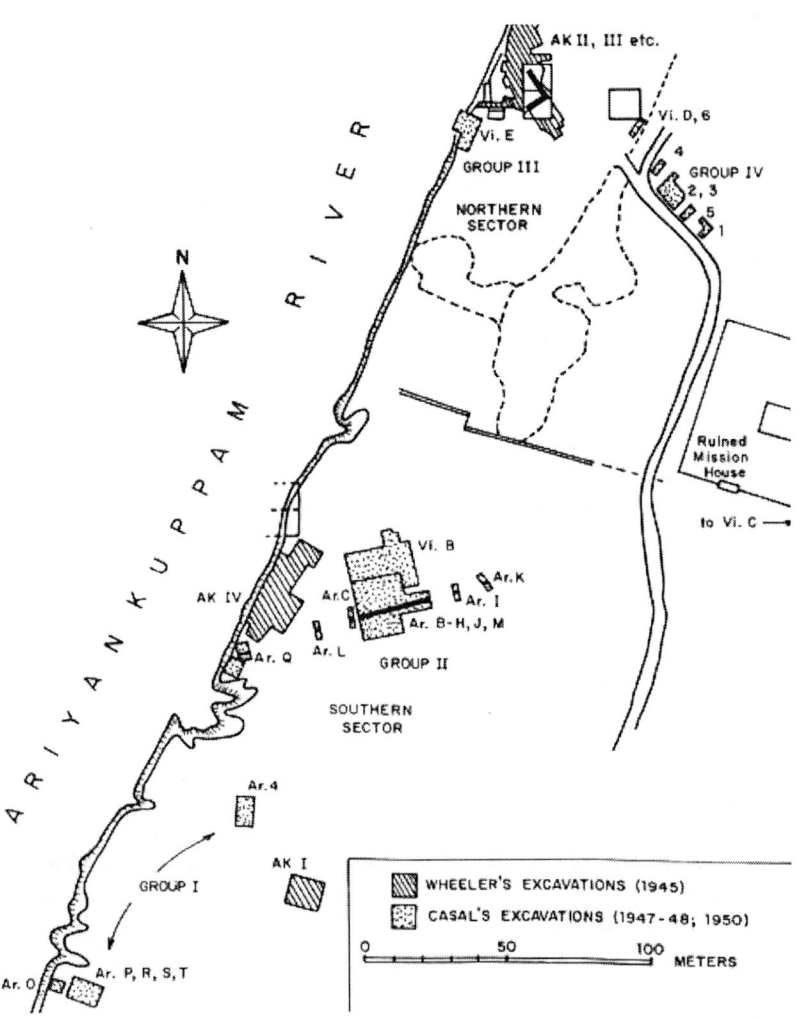

வீலர் மற்றும் கசாலின் அகழ்வாய்வுப் பகுதிகளைக் காட்டும் வரைபடம்

கசால் கண்டுபிடித்தவை வீலரின் கண்டுபிடிப்புகளுக்கு ஒப்பானவை. எனினும் வீலரின் கண்டுபிடிப்புகள் பெற்ற வரவேற்பை கசாலின் கண்டுபிடிப்புகள் பெறவில்லை. செயல்திட்டங்கள், அடுக்கியல் படிவாய்வுகள் (stratigraphies), அகழ்வாய்வில் கண்டெடுக்கப்பட்ட பொருட்கள் ஆகியவற்றை அவர் தன் நூலில் சேர்த்திருந்தது நூலுக்குச் சிறப்பையும் பெருமையையும் தேடித் தந்தது. ஆனால், பிரஞ்சு மொழியில் அமைந்தது அதன் கெடுவாய்ப்பு. எனவே, கசாலின் நூலை தொல்லியல்துறை சார்ந்த வல்லுநர்களைத் தவிர்த்து, பெரும்பாலோர் படித்திருக்கமாட்டர்கள். அண்மைக் காலம் வரை கசாலின் கண்டுபிடிப்புகளை மார்ட்டிமர் வீலரின் நூல் இருட்டடிப்புச் செய்துவிட்டது எனலாம். ஆயினும், கசாலின் பணியைக் குறைத்து மதிப்பிட இயலாது. எனினும், கசால் தன் நூலில் கண்டுபிடிப்புகள் முழுவதையும் தெரிவிக்கவில்லை என்ற குற்றச்சாட்டும் உள்ளது[38].

அரிக்கமேட்டில் பல அகழ்வாய்வுகள் நடத்தப்பட்டிருந்தாலும், அங்கு வணிகம் நடந்த விதம் குறித்த பல்வேறு கேள்விகளுக்குப் பதில் கிடைக்கவில்லை. அங்கு கண்டுபிடிக்கப்பட்ட கட்டுமானங்கள் மிகச் சிறிய பகுதியில் கண்டுபிடிக்கப்பட்டவை; எனவே, நகர அமைப்பு பற்றி ஏதும் அறிந்துகொள்ள முடியவில்லை. முழுமையான வசிப்பிடம் ஏதும் கண்டுபிடிக்கப்படவில்லை. வீலரும் கசாலும் ஆய்வு செய்த இடங்களில், குறிப்பாக வீலரின் ஏ.கே.1 (AK I), கசாலின் நான்காம் தொகுதி (Group IV) ஆகியவைகளில் மண்ணடுக்கு மிகவும் சிதைக்கப்பட்டிருந்தது; அதைக் கொண்டு காலத்தைச் சரியாகக் கணிக்க இயலவில்லை. எனவே, அகன்ற களத்தில் மீண்டும் அகழ்வாய்வை மேற்கொண்டால்தான் அரிக்கமேட்டின் காலத்தை அறுதியிட்டுக் கூற முடியும் என்ற நிலை இருந்தது.

5. விமலா பெக்லி அகழ்வாய்வு

வீலர், கசால் ஆய்வுகள் தொல்லாராய்ச்சிக் களத்தில் தாக்கத்தை ஏற்படுத்திய போதிலும், அடுத்த ஆய்வுக்கு நாற்பது ஆண்டுகள் காத்திருக்க வேண்டியதாயிற்று. அந்நிலையில், விமலா பெக்லி தலைமையிலான 5-ஆவது அகழ்வாய்வு 1989-லிருந்து 1992 வரை மேற்கொள்ளப்பட்டது. பென்சில்வேனியா பல்கலைக்கழக அருங்காட்சியகமும் (Pennsylvania University Museum) சென்னைப் பல்கலைக் கழகமும் (University of Madras) இணைந்து இவ்வாய்வினை நடத்தின. மற்ற அகழ்வாய்வுகளுக்கில்லாத ஒரு பெருமை விமலா பெக்லியின் அகழ்வாய்விற்கு உண்டு. அவருடன், கே.வி.இராமன், சென்னைப் பல்கலைக் கழகம் (K.V. Raman, University of Madras), ஸ்டீவன் சைட்போத்தம், தேலாவேர் பல்கலைக்

அரிக்கமேடு 41

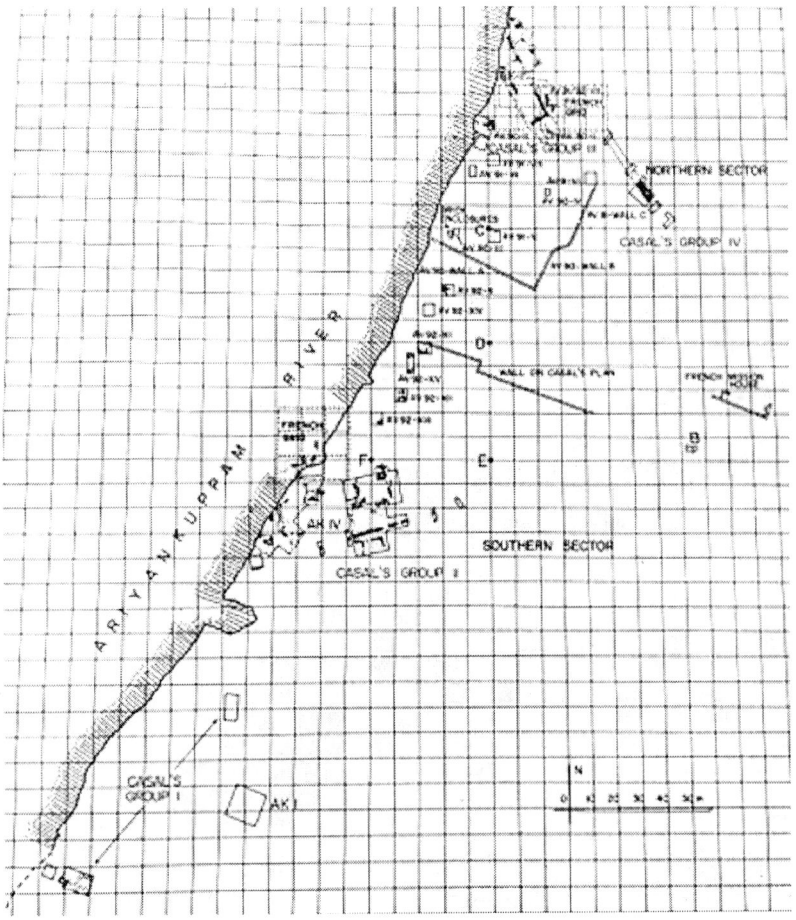

விமலா பெக்லி அகழ்வாய்வின் வரைபடம்

கழகம் (Steven Sidebothom, University of Delaware) போன்ற தொல்லியல் சார்ந்த பல்துறை வல்லுநர்கள் இவ்வகழ்வாய்வில் பங்கேற்று, தங்கள் கருத்துகளைத் தனித்தனியே ஆய்வறிக்கையில் பதிவிட்டுள்ளனர்.

அகழ்வாய்வுக்காக அரிக்கமேடு ஏன் தேர்ந்தெடுக்கப்பட்டது என்பது பற்றி விமலா பெக்லி விளக்குகிறார்: "தென்னிந்தியாவின் மற்ற தொல்லியல் களங்களைக் காட்டிலும் அரிக்கமேடு நிறைய தகவல்களைத் தந்திருக்கிறது; 'இந்திய-ரோமானிய காலத்தில்' தென்னிந்தியாவிற்கும் நடுநிலக்கடல் நாடுகளுக்குமிடையில் நடந்த கடல்வழி வணிகத்தைப் பற்றி நன்கு அறிந்துகொள்ள வேண்டும் என்பதற்காக, அரிக்கமேடு எவ்வாறு இயங்கியது, தன் பொருளாதாரத்தை எவ்விதம் வளர்ச்சி குறையாமல் பார்த்துக் கொண்டது என்பதை ஒரு குறிப்பிட்ட கால வரையறைக்குள் அறிந்துகொள்வதற்கு, அரிக்கமேடு ஒரு தகுந்த களம் என்று கருதப்பட்டது."[39]

அரிக்கமேட்டில் நடந்த அகழ்வாய்வுகளில் மிகவும் ஆவணப் படுத்தப்பட்ட அகழ்வாய்வு விமலா பெக்லியின் அகழ்வாய்வாகும். தனது ஆய்வு முடிவுகளை விளக்கிப் பல கட்டுரைகளும், கீழ்த்திசைப் பிரஞ்சு ஆய்வு நிறுவனம் (Ecole Française d'extrême Orient) மூலம் இரண்டு நூல்களையும் அவர் வெளியிட்டார்.

குறிப்பிடத்தக்க பிற பதிவுகள்

ஆய்வுத் தொகுப்புக்களைத் தவிர, மட்பாண்டங்களைப் பற்றி விமலா பெக்லியின் ஆய்வு முடிவுகளை வைத்து, 'பிராமியிலும் தமிழ் பிராமியிலும் உள்ள மட்பாண்ட பொறிப்புகள்' என்ற தலைப்பில் இராவதம் மகாதேவன், 'அரிக்கமேட்டின், நடுநிலக்கடல் நாடுகளிலிருந்து இறக்குமதி செய்யப்பட்ட ஆம்போராக்கள்' என்பது பற்றி 'எலிசபெத் லைடிங் வில்' (Elizabeth Lyding Will), 'நடுநிலக்கடல் நாடுகளிலிருந்து இறக்குமதி செய்யப்பட்ட மற்ற பண்டைய மட்பாண்டங்கள்' குறித்து 'கத்லீன் வார்னர் ஸ்டேன்' (Kathleen Warner Stane), 'தேர் முத்திரைப் பொறிப்பு' எனும் தலைப்பில் 'ஸ்டீவன் ஈ. சைட்போத்தம்' (Steven E, Sidebotham), 'அரிக்கமேட்டின் சதுர வடிவ தாமிர நாணயம்' பற்றி கே.வி. இராமன், 'அரிக்கமேட்டின் சங்கு மற்றும் கிளிஞ்சல் ஓடுகள்' என்பது குறித்து 'பீட்டர் பிரான்சிஸ்' (Peter Francis) ஆகியோர் எழுதியுள்ளார்கள்.

ஆற்றுப் படுகையில் நீருக்கடியில் ஆய்வு

இந்தியத் தொல்லியல் துறையின் நீர்மூழ்கித் தொல்லியல் பிரிவு (Underwater Archaeology Wing) 2002 மார்ச் மாதத்தில்,

அரிக்கமேட்டுப் பகுதி அரியாங்குப்பம் ஆற்றில் நீருக்கடியில் ஆய்வு மேற்கொண்டது. தற்போது ஆற்றுக் கழிமுகத்தின் இரு பக்கங்களும் கருங்கல்லால் பலப்படுத்தப்பட்டுள்ளன. அவ்வப்போது கழிமுகம் அடைபடாமல் இருப்பதற்கு தூர்வாரப் படுகிறது. இக்குழு கடலிலிருந்து கழிமுகம் வழியாக அரிக்கமேட்டை நோக்கி வந்தபோது, கடலிலிருந்தும், ஆற்றுக்குள் நுழையுமிடத்தில் இருந்தும் அரிக்கமேட்டைப் பார்க்க இயலவில்லை. ஆற்றுக்குள் நுழைந்து, மீன்பிடி துறைமுகத்தைக் கடந்து ஆறு தென்புறம் வளைந்த பின்னரே களம் நெருக்கமாக வளர்ந்திருந்த மரங்களோடு கண்ணுக்குத் தெரிந்தது. ஆற்றின் உயர்ந்த கரையில் மண்ணரிப்பின் அடையாளம் நன்கு தெரிந்தது. அதில் செங்கற்கள், பாண்ட ஓடுகள் முதலானவற்றைப் பார்க்க முடிந்தது. கரைக்கருகில் நீரின் ஆழம் குறைவாக இருந்ததால் ‘நீரடிக் காற்று வழங்கி’ (snorkel) மூலம் ஆய்வு மேற்கொள்ளப்பட்டது.

ஆற்றுக்கடியில் காணப்பட்ட மட்பாண்ட ஓடுகளும் பிற பொருட்களும் சேகரிக்கப்பட்டன. அவைகளில் சிப்பிகள் ஒட்டிக்கொண்டிருந்தன. 2 மீ. ஆழத்தில் செங்கல்லாலான கட்டுமானம் தெரிந்தது. அந்த முதற்கட்ட ஆய்வுகள், அரிக்கமேட்டுக் களம் மேற்கால் மேலும் நீண்டிருந்தது என்றும் களத்தின் பெரும்பகுதியை ஆறு அடித்துச் சென்றுவிட்டது என்றும் தெரிவித்தன[40].

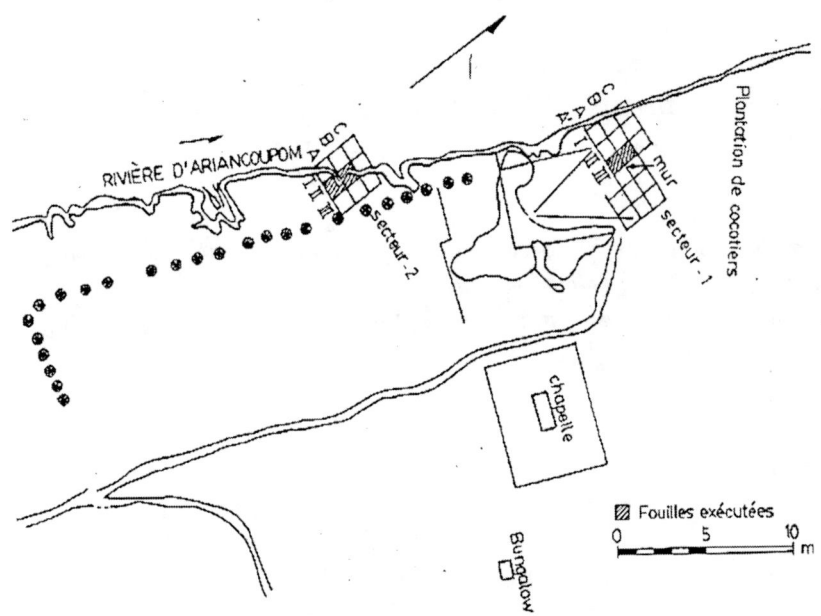

படத்தில் ‘பொஷே-சுய்ர்லோ’ அகழ்வாய்வில் பகுதி 2-இல் ஆற்றின் மேற்பகுதியில் காட்டப்பட்டுள்ளன.

அகழ்வாய்வுகளின் சிக்கல்கள்

'பொஷே-சுய்ர்லோ' அகழ்வாய்வு நடந்துகொண்டிருந்தபோது, 1943 மே மாதத்தில் பெய்த பெருமழையால் (3 நாட்களில் 1.12 மீ. மழை) ஆற்றின் கரை 300 மீ. நீளத்திற்கும் 6-20 மீ. அகலத்திற்கும் அடித்துச் செல்லப்பட்டது. அகழ்வாய்வாளர்கள் சுத்தம் செய்து வைத்திருந்த சுவர்கள், கால்வாய் ஆகியன இடிந்து விழுந்துவிட்டன. கண்டுபிடித்த ஐந்து உறை கிணறுகளில் ஒன்று காணாமல் போய்விட்டது.[41]

விமலா பெக்லி 1959-இல் தன் அகழ்வாய்வைத் தொடங்கிய போது, அரிக்கமேட்டுப் பகுதி இந்திய அரசால் பாதுகாக்கப் பட்டிருந்தாலும் நிலத்தின் உரிமை தனியார்களிடமிருந்தது. எனவே, இடையூறற்ற அகழ்வாய்வுக்கு ஏற்ற இடமாக அரிக்கமேடு அப்போதிருக்கவில்லை. பல்வேறு காரணங்களால் ஆய்வாளர்கள் எண்ணியபடி அகழ்வாய்வு அமையவில்லை. அகழ்வாய்வுக்கான இடம், ஆய்வுக்குழிகளின் அளவு ஆகியவை இந்தியத் தொல்லியல் துறையினரால் கட்டுப்படுத்தப்பட்டது.

(இந்தியத் தொல்லியல் துறை அரிக்கமேட்டுக் களத்தை நீண்ட பேச்சுவார்த்தைக்குப் பின் அதன் உரிமையாளர்களிடமிருந்து 2003, நவம்பர் 7-இல் ரூ.73,33,000-க்கு வாங்கியது. அத்தொகையை இந்தியத் தொல்லியல் துறை தவணைகளில் செலுத்தியது. இறுதித் தவணை 2006 சூலை 17-இல் செலுத்தப்பட்டது. பின்னர் களத்தைச் சுற்றிலும் முள்வேலி போடப்பட்டது.[42])

அரிக்கமேட்டுக் களம் ஆங்காங்கே பலமுறை தோண்டப் பட்டிருந்தது என்பதை முதல் அகழ்வாய்வாளர்கள் கண்டனர். அதற்குப் பின்னரும் தோண்டுதல் நின்றபாடில்லை. நிலத்தில் வடபகுதியில் நில உரிமையாளர் 1975-இல் தென்னங்கன்றுகள் நடுவதற்காக பள்ளம் தோண்டியதன் விளைவாக 2 மீ. ஆழத்திற்கு மண் அடுக்குகள் சேதமாயின. அடையாளங்கள் மறைந்துபோனதால், வீலரும் கசாலும் அகழ்வாய்வு செய்த பகுதிகளைக் கண்டுபிடிப்பதற்கு விமலா பெக்லி குழுவினருக்குக் கடினமாக இருந்தது.[43]

மேலும், விமலா பெக்லியின் அகழ்வாய்வுக்கு 2 மீ. × 3 மீ. அளவுள்ள ஆய்வுக் குழிகள் தோண்டுவதற்கு மட்டுமே 1990-இல் ஒப்புதல் அளிக்கப்பட்டது. அதே காரணத்திற்காக அடுத்த ஆண்டுகளில் தோண்டப்பட்ட குழிகள் 5 மீ. × 5 மீ. அளவிலேயே இருந்தன. அதனால், எடுத்துக்காட்டாக, சுவர்கள் எங்கு முடிவுற்றன என்பதை அறியமுடியவில்லை.

அரிக்கமேட்டுக் களம் பெருமளவிற்குச் சிதைக்கப்பட்டிருந்ததால் வீலர் மற்றும் கசாலின் ஆய்வுக் குழிகள் முறையே AK 1 மற்றும்

தொகுதி IV-இல் மண்ணடுக்குகளைக் கணக்கிட இயலவில்லை; எனவே, அக்குழிகளைப் பற்றிய தகவல்களைப் பதிவுசெய்ய இயலாமல் போயிற்று என்று தெரிவித்தார்கள்[44].

விமலா பெக்லியின் அகழ்வாய்வில் இரு சுவர்கள் ஒன்றோடொன்று சந்திக்குமிடம் கண்டுபிடிக்கப்பட்டது. அச்சுவர்கள் வீலர் விவரித்த 'பண்டசாலை' (warehouse) சுவர்களோடு இணைக்கப்பட்டிருக்க வேண்டும் என்று விமலா பெக்லி குழுவினர் கருதினார்கள். ஆனால் அதை உறுதிசெய்ய முடியவில்லை. மேலும், 'பொஷே-சுயிர்லோ' அகழ்வாய்வில் கண்டுபிடிக்கப்பட்ட ஒரு சுவர் எங்கு செல்கிறது என்று வீலரின் படத்தில் குறிப்பிடப்படவில்லை. அதையும் விமலா பெக்லி குழுவினர் கண்டிபிடிக்க விரும்பினார்கள்; ஆனால் அவர்களால் இயலவில்லை. ஆய்வுக் குழிகளின் அளவில் இருந்த கடுமையான கட்டுப்பாட்டால், இந்தப் புதிருக்கெல்லாம் விடைகாண முடியவில்லை. இறுதியாக, அடிநில நீர்மட்டத்தால் (water table) பெரும்பாலான ஆய்வுக் குழிகளில் அடிப்பகுதி மணல்வரை செல்லமுடியவில்லை[45].

அரிக்கமேட்டின் மிகவும் வியப்பூட்டும் கட்டுமானம் கசால் கண்டுபிடித்த பெரிய செங்கல் சுவராகும். 3 மீ. அகலமும், 1-லிருந்து 1½ மீ உயரமும் கொண்ட அச்சுவர் 39 மீ. நீண்டிருந்தது. அதன் அளவைக் கணக்கிட்டால், அது ஒரு கட்டடத்தின் சுவர் போன்று தெரியவில்லை. துறைமுகம், கப்பல்துறை மேடை (wharf) அல்லது இறங்குதுறை மேடை ஆகிய கட்டுமானத்தின் ஒரு பகுதியாகவோ இருக்கலாம் என்று கசால் கருதினார். விமலா பெக்லியின் குழுவினர் அதுபற்றி கூடுதலாகத் தெரிந்துகோள்ள எண்ணினார்கள்; அரிக்கமேட்டின் கட்டுமானங்களை ஆராய்வதற்கும் இடவியல்பு (topography) மற்றும் நிலத் தோற்றவியல் (geomorphology) சார்ந்த மாற்றங்களை ஆராய்வதற்கும் அச்சுவரிலிருந்து தொடங்குவது பொருத்தமாக இருக்கும் என்பது அவர்களின் கருத்து. அச்சுவர் ஆய்வுக் களத்தின் கிழக்குப் பகுதியில் அமைந்துள்ளது. ஆனால், நில உரிமையாளரின் மறுப்பு உள்ளிட்ட பல்வேறு காரணங்களினால் அச்சுவரை ஆராய இயலவில்லை; எனினும் அது மீண்டும் அகழ்வாய்வு செய்யப்பட வேண்டும் என்று விமலா பெக்லி கூறுகிறார்[46].

குறிப்புகள்

1. Annuaire, 1843, p. 111.
2. Faucheux, L. Une vieille cité Indienne près de Pondichéry - Virapatnam. Pondichéry, 1946, p. 1.
3. The Hindu, Pondicherry, Oct 18, 2004.

4. தில்லைவனம், சு. அரிக்கமேடு. 2008, ப. 16.
5. இளங்கோ, நா. புதுச்சேரியில் பௌத்தம். வலைப்பூ (2016).
6. தில்லைவனம், சு. புதுச்சேரி மாநிலம் - வரலாறும் பண்பாடும். 2008, ப. 22.
7. கலைக்களஞ்சியம், ப. 188.
8. Procès-verbaux des délibérations du Conseil Supérieur de la Compagnie des Indes 1724 à 1735, Pondichéry, 1913-14, pp. 391-392.
9. Faucheux, L. Une vieille cité Indienne près de Pondichéry - Virapatnam. Pondichéry, 1946, p. 4-5.
10. Journal Officiel des Etablissements Français dans l'Inde, 1941, p. 333.
11. Aiyappan, A. ADakshina Taxila. The Hindu, March 28, 1941.
12. Gentil, Le. Voyage dans les mers de l'Inde. Tome I, 1779, pp. 542-543.
13. Ibid.
14. More, J.B.P., From Arikamedu to the Foundation of Modern Pondicherry, 2014, pp. 141-142.
15. Faucheux, L. Une vieille cité Indienne près de Pondichéry - Virapatnam. Pondichéry, 1946, p. 2.
16. Recherches Archéologiques - Etude du Révérend Frère Faucheux... sur les Recherches Archéologiques faites a Pondichéry, a typed manuscrpt of Travaux Publics, Pondichéry, 1942, p. 214.
17. Pattabiramin, P.Z. Les Fouilles d'Arikamédou (Podouke). 1946, p. 15.
18. Ibid., p. 16.
19. Malleret, Louis. Les Lapidaires et Artisans du Verre de Vîrampatnam. Arts Asiatiques 6, No. 2 (1959): p. 94.
20. Pattabiramin, P.Z. Les Fouilles d'Arikamédou (Podouke). 1946, p.16.
21. Ibid.
22. Ibid., p. 17.
23. Dubreuil, Jouveau. Les ruines Romaines de Pondichéry. Bulletin de l'Ecole française d'Extrême Orient. Tome 40. No. 2. (1940), pp. 448-452.
24. Ibid.
25. Faucheux, L. Une vieille cité Indienne près de Pondichéry - Virapatnam. Pondichéry, 1946, p. 19.
26. Ibid., p. 3.
27. Dubreuil, Jouveau. Les ruines Romaines de Pondichéry. Bulletin de l'Ecole française d'Extrême Orient. Tome 40. No. 2. (1940), pp. 448-452.
28. Malleret, Louis. Les Lapidaires et Artisans du Verre de Vîrampatnam. Arts Asiatiques. No. 2 (1959), pp. 93-106.
29. Casal, J.M. Fouilles de Virampatnam - Arikamedu. 1949, p. 13.

30. Malleret, Louis. Les Lapidaires et Artisans du Verre de Vîrampatnam. Arts Asiatiques. No. 2 (1959), pp. 93-106.
31. Francis, Jr., Peter. Bead Emporium. 1987, p. 22.
32. Journal officiel des Établissements français dans l'Inde, 1941. p. 302.
33. Journal officiel des Établissements français dans l'Inde, 1941, p. 333.
34. Pattabiramin, P.Z. Les Fouilles d'Arikamédou (Podouke). 1946, p. 17.
35. Wheeler, R.E.M. et al. Arikamedu: an Indo-Roman Trading Station on the East Coast of India, Ancient India. No. 2. (1946), p. 21-22.
36. முருகேசன், சோ. கசாலின் பார்வையில் அரிக்கமேடு. 1997, 105-110.
37. Begley, Vimala. Arikamedu Reconsidered. American Journal of Aechaeology, Vol. 87, No. 4, 1983, p. 461.
38. Arunraj, T. Role of Satellite Sites for the Growth of Arikamedu as Indo-Roman Trading Station, Arunraj, T, 2015, p. 36.
39. Begley. Vimala et al. The Ancient Port of Arikamedu - New Excavations and Researches 1989-1992, Vol 1. 1996, p. i.
40. Tripathi, A. Underwater exploration off Mahabalipuram and Arikamedu. ஆவணம், Vol. 13. (2002), pp. 145-149.
41. Faucheux, L. Une vieille cité Indienne près de Pondichéry - Virapatnam. Pondichéry, 1946, p. 6.
42. Suresh, S. Arikamedu : Its place in the Ancient Rome-India contacts, 2007, p. 62.
43. Tchernia, André. Arikamedu et le graffito naval d'Alagankulam. V.Begley et al., The Ancient Port of Arikamedu, Vol. 1. 1996. Topoi. Vol. 8/1. (1998), p. 449.
44. Begley. Vimala et al. The Ancient Port of Arikamedu - New Excavations and Researches 1989-1992, Vol 1. 1996, p. 17.
45. Tchernia, André. Arikamedu et le graffito naval d'Alagankulam. V.Begley et al., The Ancient Port of Arikamedu, Vol. 1. 1996. Topoi. Vol. 8/1. (1998), p. 449.
46. Ibid, p. 453.

3. அரிக்கமேட்டில் கண்டுபிடிப்புகள்

ஒரு செம்மையான நாகரிகத்தின் கூறுகளை நிரூபிக்கும் பலவிதமான சான்றுகள் தரை மட்டத்திலிருந்தும், அகழ்வாய்வுக் குழிகளிலிருந்தும் அரிக்கமேட்டில் கிடைத்துள்ளன. மார்ட்டிமர் வீலர், விமலா பெக்லி போன்றோர் தங்கள் நூல்களோடு அரிக்கமேடு பற்றிய பல கட்டுரைகளையும் வெளியிட்டுள்ளார்கள்.

அரிக்கமேட்டை இந்தியாவிற்கு முதன் முதலாக அறிமுகப் படுத்தியவர் என்ற வகையில் முனைவர் ஐயப்பனின் ஆய்வறிக்கை[1] சிறப்புப் பெறுகிறது. அவ்வறிக்கையில் அவரது கண்டுபிடிப்புகளைப் படங்களுடன் வெளியிட்டுள்ளார்.

ஐயப்பனின் கண்டுபிடிப்புகள்

அரிக்கமேட்டுத் தொல்லியல் ஆராய்ச்சிக்கு முதல் அகழ்வாய்வை மேற்கொண்டவர் முனைவர் ஐயப்பன். அவர் மதராசு அருங்காட்சியகத்தின் பொறுப்பாளர். ழூவோ துய்ப்ரேய்க்கு, அரிக்கமேட்டில் கிடைத்த குமிழ்மணிகள் (beads), சில தட்டையான பாண்டங்கள், கோடு மற்றும் புள்ளிகளைக் கொண்டு செய்யப்பட்ட அலங்காரப் பொறிப்புகளுடன் கூடிய மட்பாண்டங்களை (pottery) அவர் அனுப்பி வைத்தபோது, அவை ஆந்திராவில் பண்டைய புத்தமதச் சின்னங்களைக் கொண்ட அமராவதியின் அகழ்வாய்வில் கிடைத்த பொருட்களோடு ஒத்திருப்பதைக் கண்டு ஐயப்பன் வியந்தார்[2].

பின்னாளில், கிறித்தவ காலத்தின் தொடக்க நூற்றாண்டுகளைச் சேர்ந்த ஆந்திர நாணயங்கள் கிடைத்ததாக ழூவோ துய்ப்ரேய் தனக்குத் தெரிவித்தபோது, அவை மேற்குறிப்பிட்ட ஒப்பீட்டுக்கு வலு சேர்ப்பதாக ஐயப்பன் கருதினார். அந்த நாணயங்களுள் ஒன்று பொ. 3-ஆம் நூற்றாண்டு கொற்கையைச் சேர்ந்தது என்று மற்றொரு சான்றையும் அவர் அளித்தார்.

ழூவோ துய்ப்ரேயின் அழைப்பையேற்று அரிக்கமேட்டில் ஒரு குறுகிய கால அகழ்வாய்வை ஐயப்பன் மேற்கொண்டார். ஆறு இடங்களில் சிறிய ஆய்வுக் குழிகள் தோண்டப்பட்டன. தவிர்க்க முடியாத காரணங்களால் அவர் எண்ணியபடி ஒரு முழுமையான ஆய்வை நிகழ்த்த இயலவில்லை. அரிக்கமேட்டுக் களத்தின் வேறொரு பகுதியில், தென்னங்கன்றுகள் நடுவதற்காக நிலம் சற்று ஆழப்படுத்தப்பட்டு, ஆங்காங்கே குழிகள் தோண்டப்பட்டிருந்தன. ஒரு குழியில் ஆய்வு செய்தபோது, ஒரு பெருஞ்சுவற்றின் ஒரு மூலை

கண்டுபிடிக்கப்பட்டது. சுவற்றின் செங்கற்கள் மிகவும் பெரிதாக $14\frac{3}{4}'' \times 10\frac{1}{4}'' \times 2\frac{3}{4}''$ அளவில் இருந்தன. அவ்விடம் ஒரு கோயிலாக இருந்திருக்கக்கூடும் என்று அனுபவமிக்க கட்டடத் தொழிலாளி ஒருவர் கூறினார்.

மற்றொரு குழியில் ஒரு வீட்டின் அடித்தளம் காணப்பட்டது. ஓரிடத்தில், ஒரு செங்கல் கிணறு பாதி ஆற்றில் அடித்துசெல்லப்பட்ட நிலையில் கண்டுபிடிக்கப்பட்டது. அதனடியில் ஒரு சிறிய வெண்கல முக்காலியும் ஒரு சிறிய மாவரைக்கும் கல்லும் கிடைத்தன. மற்றொரு குழியில் சுடுமண் வளையங்களாலான உறைகிணறு பல அடி ஆழத்திற்குக் காணப்பட்டது.

இறுதி ஆய்வுக் குழி அரிக்கமேட்டின் மிக உயரமான இடத்தில் அமைக்கப்பட்டிருந்தது. அங்கேயும் ஒரு சுவர் காணப்பட்டது. அச்சுவர் பழைய கட்டட செங்கற்களைக் கொண்டு எழுப்பப்பட்டிருந்தது. சுவரின் மீது களிமண் பூச்சும் அதற்கு மேல் சுண்ணாம்புப் பூச்சும் காணப்பட்டன. அலங்கார வேலைப்பாடு கொண்ட ஒரு சிறிய பீங்கான் (porcelain) துண்டு அங்கு கண்டெடுக்கப்பட்டது.

சுடுமண் உறைகிணற்றைக் காட்டும் ஆய்வுக் குழி

தன் அகழ்வாய்வில் அரிக்கமேட்டில் கிடைத்த இரண்டு சுடுமண் சிற்பங்கள், அங்கு ஒரு காலத்தில் காணப்பட்ட உயர்ந்த கலை மரபை நமக்கு உணர்த்துவதாக ஐயப்பன் உரைக்கிறார். அவற்றின் காலத்தைக் கணிக்க முடியாவிட்டாலும் அவைபோன்ற கலைப் பொருட்கள் தென்னிந்தியாவில் அதுவரை எங்கும் காணப்படவில்லை என்று அவர் மேலும் கூறுகிறார்.

அழகிய தமிழ் மகள்

அதில் ஒன்று ஒரு பெண் தலையுருவம். கூர்ந்து நோக்கியபோது, தலைவாரிச் சீவிய கூந்தல், ஒரு புறம் சரிந்த கொண்டை, அகன்ற நெற்றி, வளைந்த புருவம், அகன்ற கண்கள், வளைந்த செவிமடல், பூத்தோடு, கூர்ந்த நாசி, குவிந்த உதடு கொண்டு மலர்ந்த முகத்துடன் ஓர் அழகிய தமிழ் மகள் வெளிப்பட்டாள். கொந்தகையில், இதே போன்ற வடிவம் ஒன்று கிடைத்துள்ளது.

இரண்டாவது சிற்பமான ஆணின் தலை உருவம் நெற்றியில் ஒரு புடைப்போடு உள்ளது. அத்தகைய நெற்றிப் புடைப்பு பெரும் மகான்களுக்குரியது. மேலும், கடும் உழைப்பையும், முற்பட்ட காலத்தையும் குறிக்கும் உறுதிகொண்ட சிறப்பியல்பை அச்சிற்பத்தின் முகத்தில் காணலாம். ஐயப்பனும் மூவோ துய்ப்ரேயும் அவ்விரு சிற்பங்களும், இந்தியக் கலை மிகவும் மேம்பட்டு இருந்த காலத்தில், அதாவது, கிறித்தவ காலத்தின் தொடக்க நூற்றாண்டுகளைச் சேர்ந்தவை என்று கருதினார்கள்[3]. இதே போன்ற ஒன்று கீழடியில் கண்டுபிடிக்கப்பட்டுள்ளது.

அரிக்கமேட்டில் ஐயப்பன் சேகரித்த மட்பாண்ட ஓடுகளில் மிகவும் சிறப்பு வாய்ந்தவை ஒரு கைப்பிடி மற்றும் இரு கைப்பிடி கொண்ட பாலேடு நிறத்திலான (cream coloured) சாடிகளின் உடைந்த சில்லுகள். அத்தகைய சாடிகள், குறிப்பாக இரு கைப்பிடிச் சாடிகள் தென்னிந்தியாவில் முதன்முறையாக அரிக்கமேட்டில் கிடைத்தன. சாடியின் மூலப்பொருளும், அதன் வடிவமும் அது மேற்கத்திய நாட்டைச் சேர்ந்தது என்று அறிவித்தது.

அங்குக் கிடைத்த பெரும் எண்ணிக்கையிலான கண்ணாடித் துண்டுகளும் மதிப்புக்குறைவு கல்லால் (semi-precious stones) ஆன குமிழ்மணிகளும், அரிக்கமேட்டில் குமிழ்மணி தொழிற்கூடங்கள் இருந்திருக்க வேண்டும் என்று தெரிவிக்கின்றன.

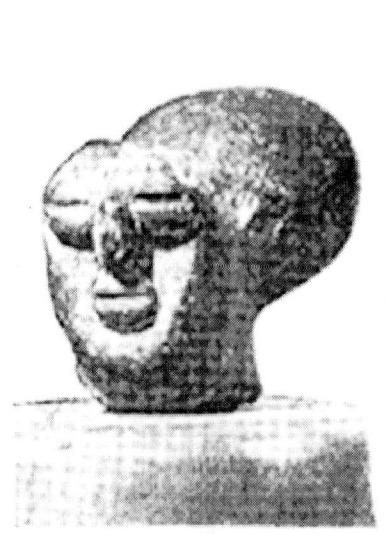

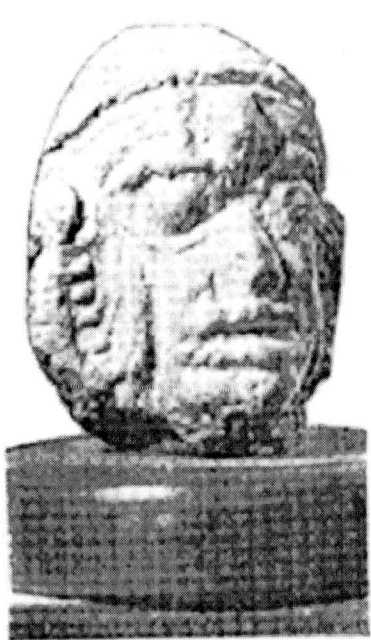

அரிக்கமேடு பெண், ஆணின் தலை உருவங்கள்

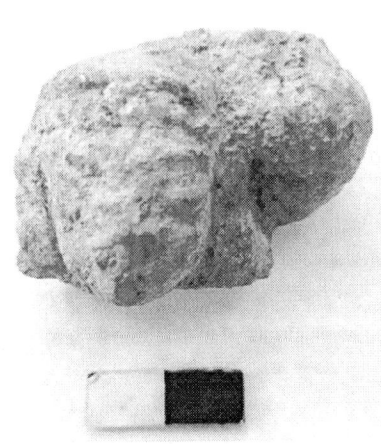

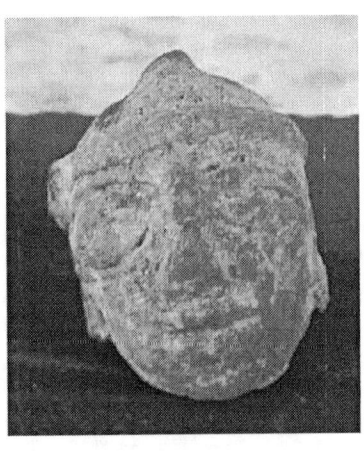

பெண் தலை உருவம்

(கொந்தகை)

ஆண் தலை உருவம்

(கீழடி)

கீழுள்ள படத்தின் அடியில் காணப்படும் கண்ணாடிக் குமிழ்மணி அமராவதி காலத்தில் காணப்பட்டதைப் போன்றிருந்தது.

மேல் இடது: வெண்மை புள்ளிகள் பதிக்கப்பட்ட ஒரு கண்ணாடிக் குமிழ்மணி; மேல் வலது: அறுகோண சிவப்பு கலந்த நீலக்கல்; கீழ் இடது: கண்ணாடிக் குமிழ்மணி; கீழ் நடு: சூது பவள குமிழ்மணி; கீழ் வலது: சிவப்பு கலந்த நீலக்கல் குமிழ்மணி.

அரிக்கமேட்டு வரலாற்றின் தொடக்க காலத்தில் அதை மூவோ துய்ப்ரேய் பெருமிதத்தோடு 'தக்காணத் தக்கசீலம்' என்று கூறுவதுண்டு; தக்கசீலம் போன்று சிறப்புடைய இடமாக அரிக்கமேடு விளங்கக் கூடும் என்று ஐயப்பனும் கருதினார். (தற்போது பாக்கிஸ்தான் நாட்டில் இராவல்பிண்டி மாவட்டத்தில் உள்ள தக்கசீலம் பெரும் முக்கியத்துவம் வாய்ந்த புத்த மடங்களைக் கொண்டிருந்த பகுதி.)

தன் கட்டுரையின் தொடக்கத்திலேயே, அரிக்கமேட்டில் ஆற்றுவெள்ளத்தால் ஏற்படும் மண் அரிப்பைத் தடுக்கவேண்டும் என்று ஐயப்பன் குறிப்பிடுகிறார். அரிக்கமேட்டு ஆய்வுக் களம் ஆற்றிலிருந்து ஏறத்தாழ 20 அடிக்கு உயர்ந்து காணப்படுகிறது. ஆனால், மிகவும் உயரமான பகுதி ஆற்றிலிருந்து 200-300 அடி தள்ளி அமைந்துள்ளது. ஒவ்வோராண்டும், வெள்ளப்பெருக்கின்போது,

ஆறு அரிக்கமேட்டின் ஒரு பகுதியை அடித்துச் சென்றுவிடுகிறது. பண்டைய நகரத்தின் உலோகக் கதவுகள், செங்கற்கள், பிற எச்சங்கள் ஆகியவை ஆற்றுக்கடியில் சிதறிக் கிடக்கின்றன என்று உள்ளூர் மீனவர்கள் கூறுகிறார்கள் என்கிறார் ஐயப்பன். மண் அரிப்பு காலத்தோடு தடுக்கப்படாவிட்டால் அடுத்த சில பத்தாண்டுகளில் அரிக்கமேடு காணாமல் போய்விடும் என்றும் ஐயப்பன் அப்போதே எச்சரித்தார்.

தன் கட்டுரையின் முடிவில், அரிக்கமேடு தென்னிந்தியாவில் மிகவும் நம்பிக்கையூட்டும் தொல்லியல் ஆய்வுக்களமாக விளங்குகிறது

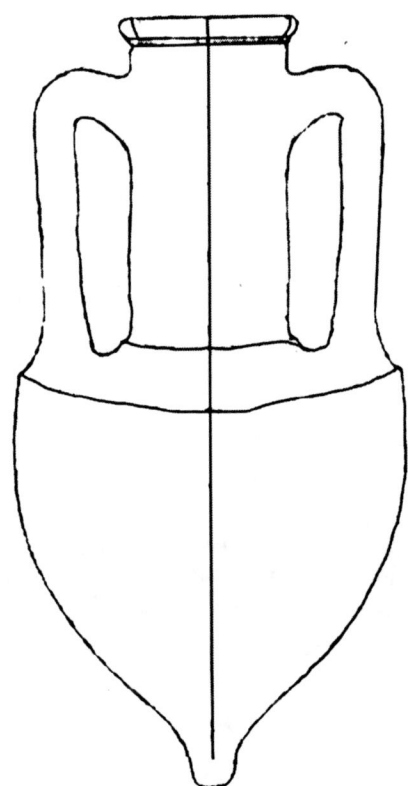

உடைந்த ஓடுகளை ஒன்று சேர்த்து ஐயப்பன் வரைந்த சாடி

என்று ஐயப்பன் கூறுகிறார். அரிக்கமேட்டுக் களத்தைப் பாதுகாக்க அப்போது திட்டமிடப்பட்ட செயற்பாடுகள் நிறைவேற்றப்பட்டு, அங்கு ஒரு முழுமையான ஆய்வு மேற்கொள்ளப்பட்டால் அது ஒரு சாதனையாக இருக்கும்; அச்சாதனைக்கு, பின்வரும் தலைமுறையினர் தற்போதைய தலைமுறையினருக்கு நன்றி கூறுவார்கள் என்று கட்டுரையை முடிக்கிறார்.

அரிக்கமேட்டில் 'பொஷே-சுய்ர்லோ', 'மார்ட்டிமர் வீலர்', 'ழான் மரி கசால்', 'விமலா பெக்லி' ஆகியோர் நடத்திய அகழ்வாய்வுகளின் கண்டுபிடிப்புகளைக் கீழ்கண்டவாறு வகைப்படுத்தலாம்:

அ. கட்டுமானங்கள்
ஆ. மட்பாண்டங்கள்
இ. சுடுமண் உருவங்கள், செதுக்கு உருவங்கள்
ஈ. குமிழ்மணிகள்
உ. கவின்கலைப் பொருட்கள்

அ. கட்டுமானங்கள்

அரிக்கமேட்டின் கட்டுமானங்கள் வெவ்வேறு காலங்களில் ஏற்படுத்தப்பட்டவை; செங்கற்களால் ஆனவை. "சுடுமண் ஓங்கிய நெடுநிலை மாடம்" (சிலப்பதிகாரம் 5:105) என்பதிலிருந்து செங்கல் வார்ப்பில் பண்டைய தமிழர் தேர்ந்திருந்தனர் என்று உணரலாம்.

'பொஷே-சுய்ர்லோ' அகழ்வாய்வு

இவ்வகழ்வாய்வில் ஆய்வுக்களம் இரு பகுதிகளாக - களம் 1 (sector 1) களம்-2 (sector 2) - என்று பிரிக்கப்பட்டு, ஒவ்வொரு பகுதியிலும் ஆய்வுக் குழிகள் தோண்டப்பட்டன.

அதில், மிகப் பெரிய செங்கற்களாலான சுவர்கள் கண்டுபிடிக்கப்பட்டன. செங்கற்கள் 38 × 27 × 7.5 செ.மீ. அளவினை உடையவைகளாக இருந்தன. களிமண்ணால் சுவர்கள் கட்டப்பட்டிருந்தன.

0.64 மீ. மற்றும் 0.65 மீ. விட்டமுடைய இரு உறை கிணறுகள் உள்ளிட்ட ஐந்து உறை கிணறுகள் காணப்பட்டன.

நீர் வெளியே செல்வதற்கான ஒரு வடிகால் குழாய் காணப்பட்டது. அது 0.38 மீ. அகலமும் 0.45 மீ. உயரமும் கொண்டிருந்தது. செங்கற்களையும் களிமண்ணையும் சேர்த்துக் கட்டப்பட்டிருந்தது. அது ஒரு முக்கியமான கால்வாயாகத் தோன்றியது. அது சில சிறிய கால்வாய்களோடு இணைக்கப்பட்டிருந்தது. இவ்வடிகால், அதன்

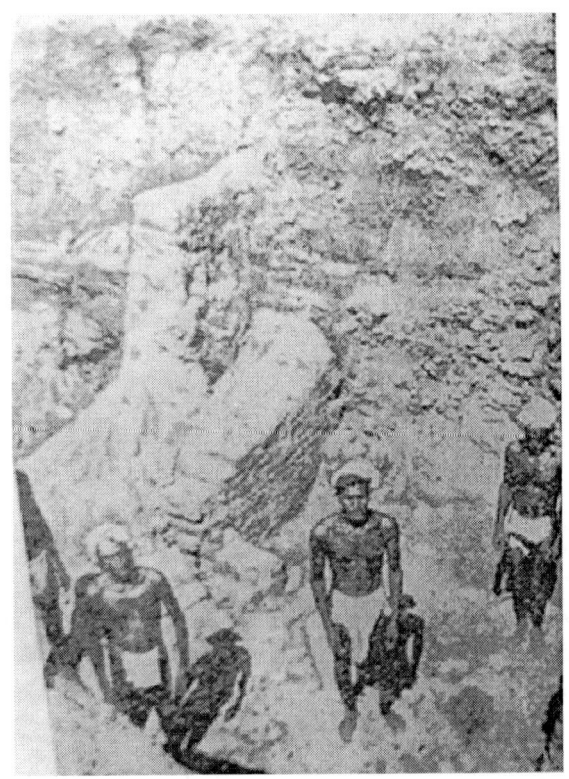

'பொஷே-சுய்ர்லோ' அகழ்வாய்வின் கட்டுமானங்கள்

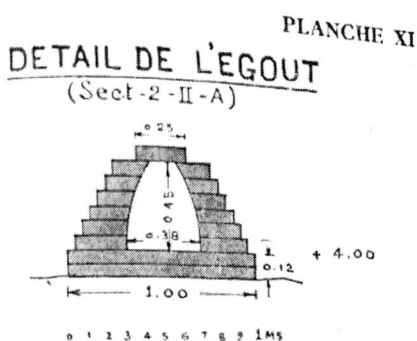

வடிகால் குழாயின் வரைபடம்

வடிவத்தையும் கட்டப்பட்ட விதத்தையும் பொறுத்து மொஹெஞ்சோ தாரோ (Mohenjo Daro) மற்றும் உஜ்ஜயினியில் (Ujjain) காணப் பட்டவைகளைப் போன்று இருந்ததாக பாதிரியார் 'பொஷே' கருதுகிறார்[4].

கூரையில்லாத, செங்கற்களாலான ஒரு மாடக்குழி ஒன்றும் செங்கல் கட்டுமானத்தாலான கிணறு ஒன்றும் கண்டுபிடிக்கப்பட்டன.

அகழ்வாய்வில் பல கூரை ஓடுகள் கிடைத்தன. அவற்றில் வரிப்பள்ளங்களும் (beam) துளைகளும் காணப்பட்டன. அவை ஓடுகளை ஒன்றோடொன்று பொருந்தச்செய்வதற்கும் உத்தரத்தோடு சேர்த்துக் கட்டுவதற்கும் ஆகும்.

அகழ்வாய்வு நடந்துகொண்டிருந்தபோது பெய்த கடும் மழையால், கண்டுபிடிக்கப்பட்ட சுவரும் வடிகாலும் தகர்ந்துபோயின; ஒரு சுடுமண் உறைகிணறு அடித்துச் செல்லப்பட்டுவிட்டது.

அகழ்வாய்வாளர்கள், களம் 1 மற்றும் களம் 2 பற்றி கூறிய கருத்து பின்னாளில் ஆய்வாளர்கள் கொண்ட கருத்தோடு ஒத்திருக்கிறது என்பது விந்தை. "பொதுவாக, ஒன்றைக் கருத்தில் கொள்ள வேண்டும். இரண்டு களங்களும் கண்டிபிடிப்புகளின் அடிப்படையில் வெவ்வேறானவை. களம் 1 சிறப்புமிக்க பொருட்களைக் கொண்டுள்ளது; களம் 2-இல் பொருட்கள் அதிகமில்லை, ஆனால் கட்டட எச்சங்கள் உள்ளன," என்று அவர்கள் கூறியிருந்தார்கள்[5].

மார்ட்டிமர் வீலரின் அகழ்வாய்வு

இவ்வகழ்வாய்வு, மேட்டின் உட்பகுதியில் வடபகுதி (northern sector), ஆற்றங்கரையை ஒட்டிய தென்பகுதி (southern sector) என இரு பெரும் பகுதிகளில் நடத்தப்பட்டது.

வட பகுதி

இப்பகுதி, 1941-இலும் அதற்குப் பின்பும் பிரஞ்சு ஆய்வாளர்களால் ஆய்வு செய்யப்பட்ட பகுதியின் விரிவாக்கம் ஆகும். அவ்வாய்வுகள், ஒரு பெரிய செங்கல் கட்டடத்தின் தென்கிழக்கு முனையையும், ஓர் உறைகிணற்றின் எச்சங்களையும், ஒரு செங்கல் கிணற்றையும் வெளிப்படுத்தின என்று முன்பு பார்த்தோம்.

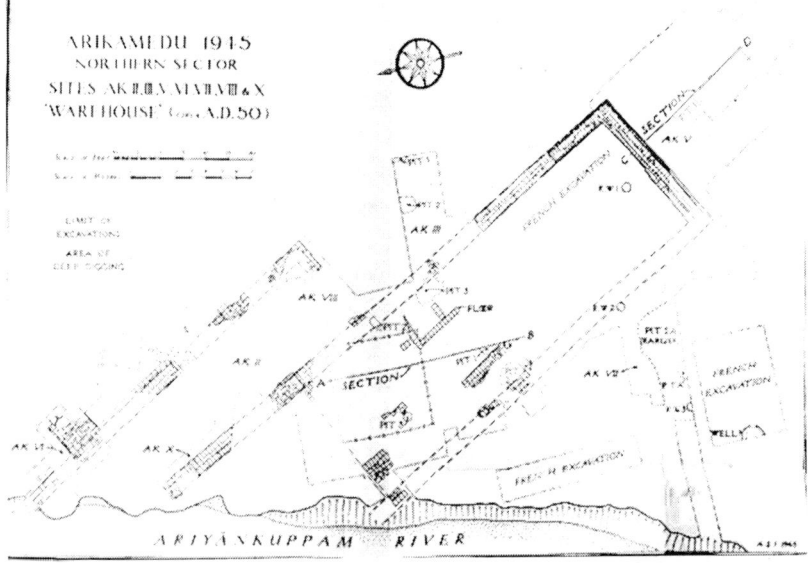

பண்டசாலையைக் காட்டும் வடபகுதியின் வரைபடம்

பண்டசாலையின் வட- கிழக்குச் சுவர்

பண்டசாலை (warehouse)

வடபகுதியின் பெரிய கட்டுமானம் வீலர் பண்டசாலை என்று கருதியதாகும். அது செங்கல் கொள்ளையர்களாலும், ஆற்று வெள்ளத்தாலும் மிகவும் சேதப்படுத்தப்பட்ட 150 அடி நீளமுள்ள கட்டடம். கட்டடச் சுவர்கள் செங்கற்களால் களிமண் கொண்டு எழுப்பப்பட்டிருந்தன. அவற்றின் வெளிப்புறத்தில் நீர் புகாவண்ணம் ஒரு திடமான பூச்சு காணப்பட்டது. கட்டடத்தின் முக்கிய சுவர்களின் கடைக்கால் மண்பகுதியின் மேல் காணப்பட்டது.

கட்டடத்தின் காலம் ஏறத்தாழ பொ. முதல் நூற்றாண்டின் நடு மற்றும் பிற்பாதி என்று வீலர் கணித்தார். பண்டசாலையின் பயன்பாடு பொ. முதல் நூற்றாண்டிலேயே முடிந்துபோயிருக்க வேண்டும் என்று வீலர் கருதினார்[6].

தென்பகுதி

இப்பகுதி, ஆற்றின் கரையோரமாக, பிரஞ்சு ஆய்வுக் களத்திற்குத் தெற்கால் அமைந்திருந்தது. அதற்கருகில், செங்கற்களாலான தரையின் ஒரு பகுதியும் இருந்தது.

பண்டசாலையின் தென் - கிழக்குச் சுவர்

இப்பகுதியில் கட்டுமானங்களில் காணப்பட்ட மாற்றங்களின் அடிப்படையில், வீலர் மூன்று நிலைகளில் - முதல் வளர்ச்சிப் படி (early phase), நடு வளர்ச்சிப் படி (middle phase) மற்றும் இறுதி வளர்ச்சிப் படி (late phase) - கட்டுமானங்களை விவரித்துள்ளார். மேலும், ஒவ்வொரு வளர்ச்சிப் படி நிலையையும், உட்காலம்-1 (sub-period-1), உட்காலம்-2 மற்றும் உட்காலம்-3 என மூன்று உட்பகுதிகளாக அவர் பிரித்துள்ளார்.

வடபகுதியில், பயன்பாட்டின் (occupation) அடையாளங்கள் கடல்மட்டத்திற்குக் கீழ் 9-10½ அடிவரை காணப்பட்டன. ஆனால், தென்பகுதியில் மணல் பரப்பு கடல்மட்டத்திற்கு 10 அடிக்கு மேல் காணப்பட்டது. இப்பகுதியில், ஒரு துண்டு சுவர் மூன்று சதுர வடிவிலான செங்கல் கட்டுமானங்களோடு தென்பட்டது. கட்டுமானங்கள் மரத்தூண்களைத் தாங்கிக்கொண்டிருந்தன என்பதற்கான அடையாளங்கள் காணப்பட்டன. சுவற்றின் தெற்கு முனையில் ஓர் உறைகிணறு அமைந்திருந்தது.

சாயத் தொழிற்சாலை

அதற்கடுத்து, திறந்தவெளியில் இரு தொட்டிகளுக்கிடையில் ஒரு சுவர் காணப்பட்டது. மரத்தூண்களைச் சேர்த்து சுவரைக் கட்டியிருக்க வேண்டும் என்பதற்கு அடையாளமாக, ஐந்து ஒழுங்கற்ற குழிவுகள் அதில் இருந்தன. அதன் பக்கத்தில் ஓர் அறையோடு கூடிய இரண்டு நடைமேடைகள் இருந்தன. இரண்டு பெரிய கூரையில்லாத நாற்கோண வடிவிலான முற்றங்கள் நடைமேடைகளை ஒட்டி அமைந்திருந்தன. தொட்டிகளிலிருந்து நீர் உள்ளே வருவதற்கும் வெளியே செல்வதற்கும் கற்களால் அமைக்கப்பட்ட கால்வாய் இருந்தது.

எனவே அது ஒரு சாயத்தொழிற்கூடமாக இருந்திருக்க வேண்டும்; மஸ்லின் துணிகளுக்குச் சாயம் தோய்ப்பதற்குத் தொட்டியும் அவற்றைக் காயவைப்பதற்கு முற்றமும் பயன்பட்டிருக்க வேண்டும் என்று வீலர் கருதினார்[7]. தொட்டி இருந்த முற்றத்தின் தென்பாதியை மட்டும் காணமுடிந்தது; வட பாதியை ஆறு அடித்துச் சென்றுவிட்டிருந்தது.

இரண்டாவது தொட்டியின் தெற்கில் தரையிடப்படாத ஒரு முற்றமும் கிழக்கில் தரையோடு கூடிய தாழ்வாரமும் தென்பட்டன. சுவர்களில் மரத்தூண்களைச் செருகுவதற்கான குழிகள் காணப்பட்டன. வடக்குச் சுவரும் கிழக்குச் சுவரும் சந்திக்குமிடத்தில் தாழ்வாரத்திற்குச் செல்லும் வழி இருந்தது. தொட்டிக்கும் தாழ்வாரத்திற்கும் இடையே இருந்த சுவற்றிலும் ஒரு வழி காணப்பட்டது. தொட்டி நீரை வெளியேற்ற மேற்குச் சுவற்றில் இரண்டு கால்வாய்கள் இருந்தன.

கழிவு நீர் வாய்க்கால்

இரு தொட்டிகளுக்கும் இடையில் ஒரு நீண்ட, ஆனால் துண்டு துண்டான சுவர் காணப்பட்டது.

அக்கட்டடத்தில் நன்கு கட்டமைக்கப்பட்ட வடிகால் கால்வாய் இருந்தது. 10'' அகலத்தில் இருபுறமும் வரிசையாகச் செங்கற்களோடும், மேல்பக்கம் கற்களால் மூடப்பட்டும் அது காணப்பட்டது. பிற்காலத்தில் கட்டப்பட்ட சில கால்வாய்களும் தென்பட்டன. அவை முதல் கால்வாயைவிட நன்றாகக் கட்டப்பட்டு, வடக்குப் பக்கத்தில் ஆற்றை நோக்கிச் சாய்வாக அமைக்கப்பட்டிருந்தன. இவை எளிதாகக் கழிவு நீர் வெளியேறும் வகையில் சாய்ந்த வாட்டத்தில் கட்டப்பட்டுள்ளன. அத்துடன் பெரிய கால்வாய் ஒன்றில், சிறிய கால்வாய்கள் சேருமாறு அமைந்துள்ளமை அக்கால மக்களின் மதிநுட்பத்திற்குச் சான்றாகிறது.

கடலுக்கு அண்மையில் இருந்த வடக்குப் பகுதியில் யவனர்கள் வாழ்ந்தனர், அது ஒரு துறைமுகம் சார்ந்த பகுதி என்றும், சற்றே உள்வாங்கியிருந்த மண்ணின் மைந்தர்கள் வாழ்ந்த தென்பகுதி தொழிற்சாலைப் பகுதி என்றும் வீலர் அறிவித்தார். மேலும், அங்குக் கிடைத்தப் பொருட்களில் ரோமானியச் சாயல் இருப்பதாக உணர்ந்த

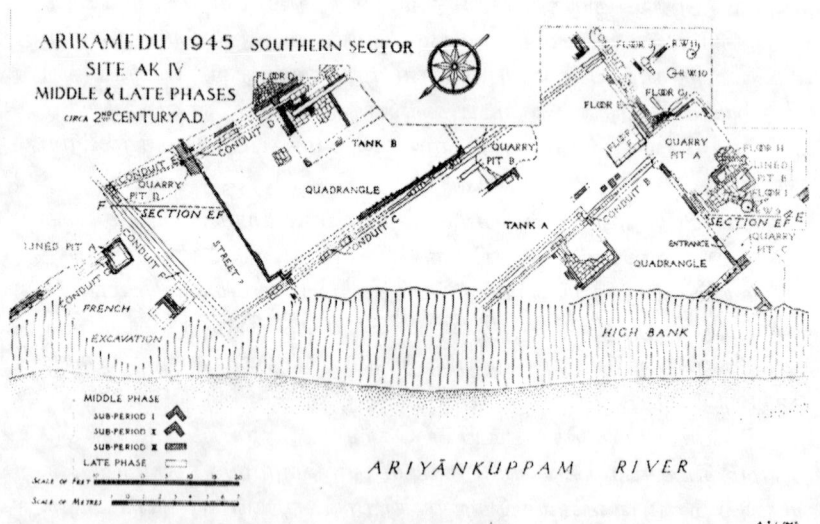

தொட்டிகளைக் காட்டும் தென்பகுதியின் வரைபடம்

அரிக்கமேடு 61

இரு தொட்டிகளின் படங்கள்

தொட்டி - 1

தொட்டி - 2

அவர், அவை ரோமானிய இறக்குமதிப் பொருட்கள் என்றும், அதனால் பண்டைய காலத்தில் அரிக்கமேட்டின் யவனருடனான அயல் வணிகத் தொடர்பை அவை காட்டுகின்றன என்றும் முதன் முதலாக 1946-இல் அறிவியல் சான்றுகளுடன் அறிவித்தார். பண்டசாலை (ware house), உறைகிணறுகள் (ring wells), தொட்டிகள் (tanks), வடிநீர்க் குழாய்கள் (drains) ஆகியவை ஒரு துணி உற்பத்தி சார்ந்த தொடர்பினைக் குறிகாட்டின என்கிறார் வீலர்[8].

கசால் அகழ்வாய்வு

இந்த அகழ்வாய்விலும் இரு பகுதிகள் - (தொகுதி-1, தொகுதி-2) ஆய்வுக்கு எடுத்துக்கொள்ளப்பட்டன. தொகுதி-1, இதற்கு முன் அகழ்வாய்வுகள் மேற்கொள்ளப்பட்ட பகுதிகளுக்குத் தெற்கில் அமைந்திருந்தது. தொகுதி-2, மார்ட்டிமர் வீலரின் தென்பகுதி போன்று ஒரே நடுப்புள்ளியைக் கொண்டிருந்தது; ஆனால் அதற்கும் கிழக்கில், ஆற்றிலிருந்து மேலும் தள்ளி அக்களம் இருந்தது.

சாயத் தொட்டிகள்

தொகுதி-1-இல் ஆற்றின் அருகில், வீலர் கண்டுபிடித்த சாயத் தொட்டிகள் போன்று இரண்டு சாயத் தொட்டிகள் காணப்பட்டன. அவை செங்கற்களால் கட்டப்பட்டு, உட்புறம் நீர் புகாவண்ணம் பூசுவேலை செய்யப்பட்டிருந்தன. மேலும் மற்றொரு பெரிய சாயத் தொட்டியும் ஐந்து உறை கிணறுகளின் எச்சமும் தென்பட்டன.

கப்பல் துறை

தொகுதி-2-இல், ஒரு நீர்த்தேக்கத்தின் விளிம்பில் 2 மீ. உயரமான ஒரு பெரிய சுவர் காணப்பட்டது. அரிக்கமேட்டில் காணப்பட்ட சுவர்களுள் மிகப் பெரியது இது. கசாலின் கண்டுபிடிப்புகளில் மிகவும் சிறப்பானதும் இதுவே. அவ்விடம் ஒரு கப்பல்/படகுத் துறையாக இருந்ததற்கான அடையாளங்கள் இருந்தன. சுவர் 80 மீ. நீளத்திற்குப் பிறகு முடிந்துவிட்டது. அப்பகுதி நகரத்தின் எல்லையாக இருந்திருக்கலாம். சுவற்றைத் தொட்டுக்கொண்டிருந்த நீர்நிலை தொடர்ந்து சென்று ஆற்றுக்குப் பக்கத்தில் மேற்கில் மறைந்துவிட்டது. ஆற்றின் இந்தப் புறம் புதையுண்ட நகரம் நீண்டிருந்தது. எனவே, அரிக்கமேட்டுக் களத்தின் நடுப்பகுதி ஆற்றுக்கடியில் புதைந்திருக்க வேண்டும். ஏனென்றால் ஆறு ஒவ்வோராண்டும் கரையை அரித்து அடித்துச் சென்றுவிடுகிறது[9].

உறை கிணறுகள்

கடற்கரையை ஒட்டிய நெய்தல் நிலப் பகுதியில் வாழும் மக்கள் குடிநீருக்காக உறை கிணறுகள் அமைத்துக் கொள்ளும் வழக்கம் சங்க காலத்திலேயே இருந்திருக்கின்றது. காவிரிப் பூம்பட்டினத்தில் அத்தகைய கிணறுகள் ஒரே இடத்தில் அமைக்கப்பட்ட பகுதியை அவர்கள் 'உறைகிணற்றுப் புறஞ்சேரி' என்று அழைத்துள்ளார்கள் (பட்டினப்பாலை: 76).

அரிக்கமேட்டில் வீலரின் அகழ்வாய்வை விட கசாலின் அகழ்வாய்வில்தான் உறை கிணறுகள் அதிகம் கண்டுபிடிக்கப் பட்டுள்ளன. இவைகளின் அமைப்பும் குறிப்பிடத்தக்கதே. சுரசுரப்பான மண்ணால் செய்த பல வட்ட வடிவ உறைகள், ஒன்றின் மேல் ஒன்றாக, ஆழமான, அகன்ற குழியின் அடித்தளத்திலிருந்து தரை மட்டம் வரை அடுக்கப்பட்டு அமைந்துள்ளன.

இவை சுடுகல் கட்டிட முறை வருவதற்கு மிக முற்பட்ட காலத்தில் அமைக்கப்பட்டிருக்க வேண்டும் என்கிறார் கசால். இவற்றின் வெளிப்புறத்தைச் சுற்றிலும் செங்கற்கள் அடுக்கப்பட்டு இருப்பதால் அவை சிதைந்து விடாமல் உறுதியாகப் பாதுகாக்கப் பட்டிருக்கின்றன[10].

கசால் கண்டுபிடித்த பெரும் சுவர்

கசால் கண்டுபிடித்த உறை கிணறு

விமலா பெக்லியின் அகழ்வாய்வு

இவ்வகழ்வாய்வில், செங்கல் சுவர்கள் சிலவற்றின் பாகங்கள், தொட்டிகள், உறை கிணறுகள், கூரை ஓடுகள் போன்றவை காணப்பட்டன.

அரிக்கமேட்டில், **1975**-இல் ஒன்றுக்கொன்று செங்குத்தாக அமைந்த இரு சுவர்கள் தற்செயலாக நில உரிமையாளர்களால் கண்டுபிடிக்கப்பட்டன. தென்னங்கன்றுகள் நடுவதற்காக 2 மீ. ஆழத்திற்கு களத்தின் வடபகுதியில் தோண்டியபோது அச்சுவர்கள் தென்பட்டன. அதே சுவர்கள் விமலா பெக்லியின் அகழ்வாய்விலும் காணப்பட்டன. அவை ஏறத்தாழ கிழக்கு-மேற்கிலும், வடக்கு-தெற்கிலும் அமைந்திருந்தன. அவற்றுள் ஒரு சுவர் ஆற்றுக்குச் செங்குத்தாகக் காணப்பட்டது. மற்ற சுவருக்கு மேற்கால் காணப்பட்ட சிதைவுகள் **1975**-இல் அகற்றப்பட்டு ஆற்றங்கரையில் கொட்டப்பட்டன. சிதைவுகளில் காணப்பட்ட பண்டைய கலைப்பொருட்கள் தனிப்பட்ட சேகரிப்பாளர்களால் எடுத்துச் செல்லப்பட்டன[11].

விமலா பெக்லி அகழ்வாய்வில் கண்டுபிடிக்கப்பட்ட இரு தொட்டிகள்

விமலா பெக்லி அகழ்வாய்வு - செங்குத்து சுவர்கள்

விமலா பெக்லியின் அகழ்வாய்வில் கண்டுபிடிக்கப்பட்ட உறை கிணறு

மூன்றாவது சுவர் இரண்டாவது சுவருக்கு அருகில், அதற்கு வடக்கில் கண்டிபிடிக்கப்பட்டது. அது தனித்து காணப்பட்ட, மிகவும் சிதைந்துபோன சுவர். சுவர்களில் சில இடங்களில் மேல்பூச்சு காணப்பட்டது.

வீலர் மற்றும் கசால் கண்டுபிடித்த தொட்டிகள் 'சாயத் தொட்டிகள்' என்று கருதப்பட்டன. சோழமண்டலக்கரையிலிருந்து மேற்கத்திய நாடுகளுக்கு ஏற்றுமதி செய்யப்பட்ட பொருட்களுள் பெரும்பாலானவை துணியாகும். எனவே துணி உற்பத்தி மையமாக அரிக்கமேடு விளங்கியது என்று கருதுவது பொருத்தமானதே. விமலா பெக்லியின் அகழ்வாய்வில், முன்பு கண்டுபிடிக்கப்பட்ட தொட்டிகளின் அளவில் இரு தொட்டிகள் காணப்பட்டன. ஆனால், அவைகளில், தரைத் தளம் அல்லது வடிகால் குழாய் போன்றவை காணப்படவில்லை. எனவே அவற்றின் பயன் வேறாக இருந்திருக்கலாம். மேலும், அவை வீலரின் தொட்டிகளுக்கு காலத்தால் முந்தையவை[12].

வடபகுதியில் ஓர் ஆய்வுக்குழியில் வார்ப்படச்சாலை (foundry) அல்லது உலைக்களம் (furnace) போன்ற அமைப்பு காணப்பட்டது. அதே குழியில், தொழிற்சாலை கழிவுகளான வீணாகிப்போன மதிப்புக் குறைவுக் கற்கள் மற்றும் கடல்வாழ் உயிரின ஓடுகள் ஆகியவை கண்டுபிடிக்கப்பட்டன. ஆகையால், வடபகுதியில் சில தொழிற்கூடங்கள் இருந்திருக்கக் கூடும். மண்ணடுக்குகள் அங்கு மிகவும் சேதப்படுத்தப்பட்டதால் காலத்தைக் கணக்கிட இயலவில்லை[13].

உறை கிணறுகளைப் பொறுத்தவரை, விமலா பெக்லியின் அகழ்வாய்வில் தென் பகுதியில் அவை கிடைக்கவில்லை; வடபகுதியில் பல உறை கிணறுகள் காணப்பட்டன. ஆனால், வீலர் மற்றும் கசால் அகழ்வாய்வுகளில், பல உறை கிணறுகள் தென் பகுதியில் கண்டுபிடிக்கப்பட்டன.

கூரை ஓடுகள்

விமலா பெக்லியின் அகழ்வாய்வில் அரிக்கமேட்டின் வடபகுதி, தென்பகுதி இரண்டிலும் சுடப்பட்ட மண் கூரை ஓடுகள் கிடைத்தன; தென்பகுதியில் மிகவும் கூடுதலாக இருந்தன. அவற்றில் சில முழுமையாகவும் காணப்பட்டன.

அரிக்கமேட்டுக் கூரை ஓடுகளில் நான்கு வகைகள் அடையாளம் காணப்பட்டன. பெரும்பாலான ஓடுகள் நீள் சதுர வடிவத்தில் தட்டையாக இருந்தன. ஓடுகளை ஒன்றொடொன்று பொருந்தச் செய்வதற்காக அவற்றின் இருபக்கங்களிலும் முழு நீளத்திற்கும் ஒரு வரிப்பள்ளம் (groove) அமைந்திருந்தது.

ஓடுகளை உத்தரத்தில் (beam) இணைப்பதற்கு ஏதுவாக ஓட்டின் தலைப் பக்கத்தில் ஒன்று அல்லது இரண்டு சிறு துளைகள் காணப்பட்டன. மழை நீரை வடியச் செய்வதற்காக ஓட்டின் வெளிப்புறத்தின் அடிப்பகுதியில் மூன்று அல்லது நான்கு வரிப்பள்ளங்கள் இருந்தன. சில ஓடுகள் சற்று வளைந்தும், பக்கங்களும் மூலைகளும் கோண வடிவத்திலும் காணப்பட்டன.

விமலா பெக்லியின் அகழ்வாய்வில் கிடைத்த கூரை ஓடுகள்

அரிக்கமேட்டுக் கூரை ஓடுகள் அச்சில் வார்க்கப்பட்டு உற்பத்தி செய்யப்படவில்லை; கைகளினால் செய்யப்பட்டிருந்தன. ஓடுகளின் மூலப்பொருளாகிய களிமண் சுரசுரப்பாகவும் நயமற்றதாகவும் (coarse) தேங்காய் நார், நெல் உமி போன்ற பொருட்களோடும் கலந்திருந்தது. வரிப்பள்ளம் விரல்களால் உண்டாக்கப்பட்டிருந்தது. ஓடுகளின் அளவு மற்றும் வரிப்பள்ளத்தின் அமைப்பு ஆகியவை வேறுபட்டுக் காணப்பட்டதால், அவை வெவ்வேறு உற்பத்தி யாளர்களால் தயாரிக்கப்பட்டிருக்கக் கூடும்[14].

ஆ. மட்பாண்டங்கள்

அரிக்கமேட்டு அகழ்வாய்வில் கிடைத்த ஏராளமான மட்பாண்ட ஓடுகளை ஆராய்ந்து அவற்றை இரு பகுதிகளாக வீலர் வகைப்படுத்தினார்: 1. இறக்குமதி செய்யப்பட்டவை 2. உள்ளூரில் தயாரிக்கப்பட்டவை. திறன் வாய்ந்த குயவர்கள் தங்களின் கற்பனை வளத்தால் பல்வேறுவகைப் பாண்டங்களை வடிவமைத்தாலும், அயல் நாட்டுப் பாண்டங்கள் அவர்களைக் கவர்ந்தபோது, அதே தொழில் நுட்பத்தைப் பயன்படுத்தி உள்ளூரிலும் அவற்றைத் தயாரித்தனர்.

இறக்குமதி செய்யப்பட்ட மட்பாண்டங்களிலும், 1. 'அரெட்டைன்' (arretine) பாண்டங்கள் 2. 'ஆம்பொரா' (amphora) எனப்படும் இரு கைப்பிடிச் சாடி 3. சுழல்வட்ட வடிவப் பொறிப்பு கருமை நிறப் பாண்டங்கள் (rouletted black ware) என மூன்று வகைகள் கண்டறியப்பட்டன. (அவை இறக்குமதி செய்யப்பட்டவைகளாக அல்லது உள்ளூர் தயாரிப்புகளாக இருக்கக்கூடும்.)

1. 'அரெட்டைன்' பாண்டம் (arretine ware)

அவை பொ. 50 ஆண்டுகள் வரை காணப்பட்ட வழவழப்பும் பளபளப்பும் கொண்ட செந்நிற சுடுமண் மண்பாண்ட வகைகள். இது 'டெர்ரா சிகிலாட்டா' (terra sigillata) என்ற 'பொரிமண்' மட்பாண்ட வகையைச் சேர்ந்தது. இவ்வகைப் பாண்டங்கள் நடுநிலக்கடல் நாடுகளில் தோன்றியவை. அரிக்கமேட்டில் காணப் படுபவை 'அரெஜோ' (Arrezzo), 'புட்டயொலி' (Puteoli) போன்ற இத்தாலி நாட்டு நகரங்களில் தயாரிக்கப்பட்ட உயர்ந்த ரகப் பாண்டங்களாகும். அப்பாண்டங்களின் அடிப்பகுதியின் உட்புறத்தில் தயாரிப்பாளர்களின் முத்திரை காணப்படுகிறது.

"இந்தியாவில் முதன்முறையாக அரிக்கமேட்டில் கண்டுபிடிக்கப் பட்ட 'அரெட்டைன்' பாண்டங்கள், அக்களத்தின் காலத்தைத் துல்லியமாகக் கணக்கிடுவதற்கு ஒரு புதிய அளவுகோலை நமக்களித்துள்ளன. அரிக்கமேட்டில், இறக்குமதி செய்யப்பட்ட

பொருட்களோடு தொடர்புள்ள ஒரு விரிவான இந்தியப் பண்பாடு ஆய்விற்கும் மதிப்பீட்டிற்கும் காத்துக்கொண்டிருக்கிறது; அது, தென்னிந்தியப் பண்பாட்டின் காலத்தை ஏறத்தாழ சரியாகக் கூறக்கூடிய முதல் சான்றாக இருக்கும்'' என்று மார்ட்டிமர் வீலர் தன் அரிக்கமேட்டு அகழ்வாய்விற்கு முன் எழுதிய கட்டுரையில் தெரிவித்துள்ளார்[15].

2. இறக்குமதி செய்யப்பட்ட 'ஆம்பொரா'

'ஆம்பொரா' என்பவை ரோமானியர்களால் பயன்படுத்தப்பட்ட கூர் முனை மதுச் சாடி வகைகள்: அவை நடுக்கடல் நாடுகளுக்குரியன; இரு கைப்பிடிகள் கொண்ட 'ஆம்பொரா' சாடிகளின் உடைந்த பகுதிகள் அகழ்வாய்வுக் குழிகள் எல்லாவற்றிலும் கிடைத்தன. அவை அகன்ற அடிப்பாகமும், இரண்டு பக்கமும் கைப்பிடியும், குறுகிய கழுத்தும், விரிந்த வாய்ப்புறமும், அடியில் கூர்முனையும் கொண்ட தனித்துவமான அமைப்புக் கொண்டவை; ஆனால், தயாரிக்கப்பட்ட நாடுகளின் கலை நுட்பத்திற்கேற்பப் பல்வேறு வடிவங்களுடன் காணப்படும். அத்தகைய சாடிகள் மது அல்லது எண்ணையைக் கொண்டிருக்கும். ஒரு சாடியில் மது இருந்ததற்கான அடையாளம் காணப்பட்டதாக வீலர் கூறுகிறார்[16].

அரிக்கமேட்டில் *1941* முதல் *1950* வரை பிரஞ்சியர், ஆங்கிலேயர் மற்றும் இந்தியர்களால் மேற்கொள்ளப்பட்ட அகழ்வாய்வுகளில் கிடைத்த 'ஆம்பொரா' மண்பாண்டத் துண்டுகளுள் முத்திரையிடப்பட்ட மற்றும் பெரிய அளவிலான முத்திரை இல்லாத துண்டுகள் மட்டும் ஆய்வு செய்யப்பட்டன. தற்போது 'ஆம்பொரா'க்களைப் பற்றி ஆய்வாளர்கள் நிறைய தெரிந்து கொண்டுள்ளனர். விமலா பெக்லியின் அகழ்வாய்வில் கிடைத்த 'ஆம்பொரா' துண்டுகளைப் பற்றியும் அதற்கு முந்தைய அகழ்வாய்வுகளில் கிடைத்தவற்றையும் அத்துறையில் வல்லுநரான 'எலிஜபெத் லைடிங் வில்' (Elizabeth Lyding Will) ஆய்வு செய்துள்ளார்.

அரிக்கமேட்டில் இதுவரை கிடைத்த 'ஆம்பொரா'க்கள், பொ.மு. முதல் நூற்றாண்டைச் சேர்ந்த பொருள் படைத்த தமிழர்கள் நடுநிலக்கடல் நாடுகளின் மதுவின் (wine) மீது விருப்பம் கொண்டிருந்தார்கள் என்று தெரிவிக்கின்றன. இதற்கான தமிழிலக்கியச் சான்றுகளும் உள்ளன.

தொடக்ககால மற்றும் இடைக்கால அகழ்வாய்வுகளில் கிடைத்த பெரும்பாலான 'ஆம்பொரா' துண்டுகளின் ஆய்வு, மேற்கத்திய நாடுகளிலிருந்து பெருமளவில் இறக்குமதி செய்யப்பட்டது மது (wine) என்று தெரிவிக்கிறது. அதற்கடுத்ததாக 'ஆலிவ்' எண்ணெய் (olive oil) இறக்குமதி செய்யப்பட்டது. அரிக்கமேட்டு

‘ஆம்பொரா’க்களை ஆராய்ச்சி செய்த ‘வில்’, அரிக்கமேட்டு ‘ஆம்பொரா’ வணிகத்தின் உச்ச காலம் பொ.மு. முதல் நூற்றாண்டில் இருந்து பொ. முதல் நூற்றாண்டு வரை என்று கணித்துள்ளார்[17].

3. சுழல்வட்ட வடிவப் பொறிப்புப் பாண்டங்கள்

பொறிப்பு வேலைப்பாடுகளுடன் கூடிய, கருமை - சாம்பல் நிற சுடுமண் பாண்ட வகைகள் (rouletted ware) மூன்றாம் வகை; அவை கொள்கலன் வகைகளில் ஒன்று. அரிக்கமேட்டில் கிடைத்த சுழல்வட்டப் பொறிப்பு கருமை நிறப் பாண்டங்களுள் (roulletted black ware) அதிக அளவில் கிடைத்த பாண்டம் வட்டில் (dish) ஆகும். அது சற்றொப்ப 5.5 செ.மீ. உயரமும் 24 - 32 செ.மீ. அகலமும் கொண்ட வழவழப்பான சட்டி போன்ற பாத்திரம். அது விளிம்பு (rim), உடற்பகுதி, அடிப்பகுதி என மூன்று பாகங்களைக் கொண்டிருக்கும். விளிம்பு தடிமனாகக் காணப்படும்; சிலபோழ்து, அது கிண்ணிமூக்குடன் அமைந்திருக்கும். சில மாதிரிகள் 12'' விட்டம் கொண்டதாக இருந்தன; அடியில் குழிவாக இருந்தன; அவற்றின் அடிப்பகுதியையும், விளிம்புகளையும் சுற்றி இரண்டு அல்லது மூன்று வட்ட வடிவமான பொறிப்பு வேலைப்பாடுகளோடு கலை நயமிக்கவை. இத்தகைய அலங்காரங்கள் கிரேக்க, ரோமானிய பீங்கான் பாத்திரங்களில் பொறிக்கப்பட்டிருந்ததால், இவற்றையும் ‘ரௌலெட்டெட்’ என்றழைத்தனர். அவை நன்றாக சுடப்பட்டு, தட்டினால் உலோக ஒலியைக் கொடுத்தன. தொடக்கத்தில் அயல் நாட்டுப் பொருளாகத் தருவிக்கப்பட்டன. பின்னர் அதே தொழில்நுட்பத்தில் உள்நாட்டிலேயே தயாரிக்கப்பட்டவை என்று பின்னாளைய ஆய்வுகள் உறுதிப்படுத்தின[18].

இப்பாண்டங்களில் காணப்படும் வடிவப் பொறிப்புகள் பல்வேறு வகைகளில் உள்ளன: புள்ளிகளாகவும், இடைவெளி கொண்ட கோடுகளாகவும், மிகச் சிறிய முக்கோண வடிவங்கள், இணைவகங்கள் (parallelograms), ஆப்பு (wedge) வடிவங்கள், பிறை வடிவங்கள் மற்றும் புள்ளி வடிவங்களில் காணப்பட்டன. பாண்டங்களின் நேர்த்தி, பளபளப்பு போன்றவை உருவாக்கியவரின் கலைத்திறனைப் பறைசாற்றின.

அரிக்கமேட்டில் மேற்கத்திய நாட்டு ‘அரெட்டைன்’ பாண்டங்களின் காலம் ‘ஆம்பொரா’ காலத்தை ஒட்டியுள்ளது என்று வீலர் கூறுகிறார்.

‘ரௌலெட்டெட் வேர்’ (rouletted ware) என்ற பெயர் 1945-இல் மார்ட்டிமர் வீலரால் வழங்கப்பட்டது. அவருடைய அகழ்வாய்வில் கிடைத்த ஒரு தனித்துவமான (distinctive)

அரிக்கமேடு 71

தயாரிப்பாளரின் முத்திரை கொண்ட அரெட்டைன் பாண்டங்கள்

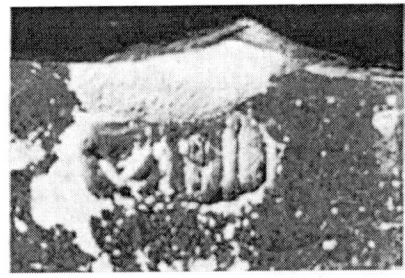 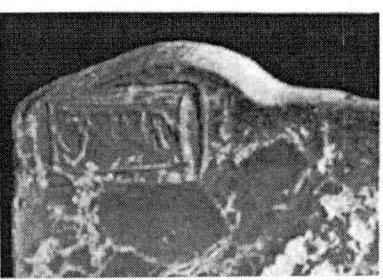

A. *Arretine stamp VIBIE or VIBIF*   B. *Arretine stamp CAMVRI*

C. *Arretine stamp ITTA*

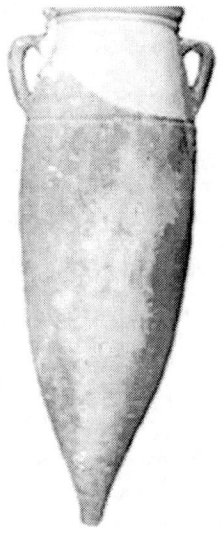

'ஆம்பொரா' சாடியின் மாதிரி

அலங்காரப்பொறிப்பு கொண்ட மட்பாண்டத்தைக் குறிப்பதற்காக அப்பெயரை அவர் பயன்படுத்தினார். பண்டைய கிரேக்க மற்றும் ரோமானிய பாண்டங்களில் காணப்பட்ட அலங்காரப் பொறிப்பு முறையை அரிக்கமேட்டுப் பாண்டங்கள் கொண்டிருந்தன. மேலும், நடுநிலக்கடல் நாடுகளின் 'ஆம்பொரா' மற்றும் 'டெர்ரா சிகிலாட்டா' (terra sigillata) பாண்டங்கள் அங்கு காணப்பட்டன. எனவே, வீலரும் அவரது குழுவினரும் அத்தகைய பாண்டங்கள் பண்டைய கிரேக்க மற்றும் ரோமானிய பாண்டங்களைச் சேர்ந்தவை என்று கருதினார்கள்[19].

பாண்டங்களில் காணப்பட்ட பொறிப்புவகை இந்தியாவைச் சேர்ந்தது அல்ல, அது நடுநிலக்கடல் நாடுகளிலிருந்து வந்தது; ஆனாலும், தரம் குறைந்த மண்ணால் செய்யப்பட்டு சீர்கெட்ட பொறிப்புகளோடு காணப்பட்டவை உள்ளூர் மட்பாண்டங்களாகும் என்று வீலர் குழுவைச் சேர்ந்த கிருஷ்ண தேவா கூறியுள்ளார்[20]. இறக்குமதி செய்யப்பட்ட 'ரௌலெட்டெட்' பாண்டங்கள் இந்தியப் பொறிப்புகளுக்கான மூலமாகும் (source) என்று வீலரும் கருதினார்.

ஆனால், அரிக்கமேட்டில் காணப்பட்ட நயமிக்க சுழல்வட்ட வடிவப் பொறிப்புப் பாண்டங்கள் (fine rouletted ware) அனைத்தும் உள்ளூர் தயாரிப்புகள் என்று விமலா பெக்லி கூறுகிறார். அரிக்கமேட்டில் காணப்பட்ட அத்தகைய பாண்ட ஓடுகளில் ஒன்றைக்கூட, பண்டைய கிரேக்க, ரோமானிய நாடுகளிலிருந்து இறக்குமதி செய்யப்பட்டது என்று அறுதியிட்டுக் கூற இயலவில்லை என்பது அவர் கூறும் காரணம்[21].

'பொஷே-சுய்ர்லோ' அகழ்வாய்வு

இவ்வகழ்வாய்வில் உள்ளூர் தயாரிப்பு, நடுநிலக்கடல் நாடுகளிலிருந்து இறக்குமதி செய்யப்பட்டவை என இருவகை மட்பாண்டங்கள் கிடைத்தன.

உள்ளூர் மட்பாண்டங்கள்

கூசாக்கள் (jugs), சாடிகள் (jars), குவளைகள் (vases), வட்டில்கள் (dishes), மூடிகள் முதலான உள்ளூர் பாண்ட வகைகள் அகழ்வாய்வில் கிடைத்தன. அவை மிக நேர்த்தியாகச் செய்யப் பட்டிருந்தன. அவைகளில் எழுத்துகள், கோடுகள், வட்டங்கள், இலைகள், பறவைகள் ஆகியவற்றின் உருவங்கள் பொறிக்கப்பட்டிருந்தன.

ஒன்றிரண்டைத் தவிர்த்து, பாண்டங்கள் முழுமையான வடிவத்தில் கிடைக்கவில்லை. 75 மி.மீ. விட்டமும் 46 மி.மீ. உயரமும் கொண்ட ஒரு முழு சாடியும், ஏறத்தாழ முழுமையான

'பொஷே-சுய்ர்லோ' அகழ்வாய்வில் கிடைத்த பாண்டங்களுள் சில...

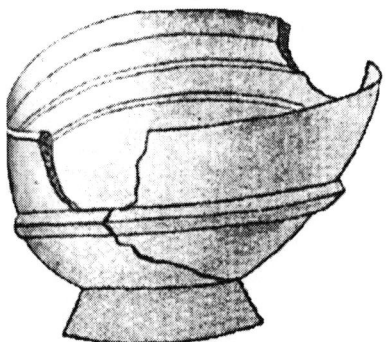

VASE
குவளை

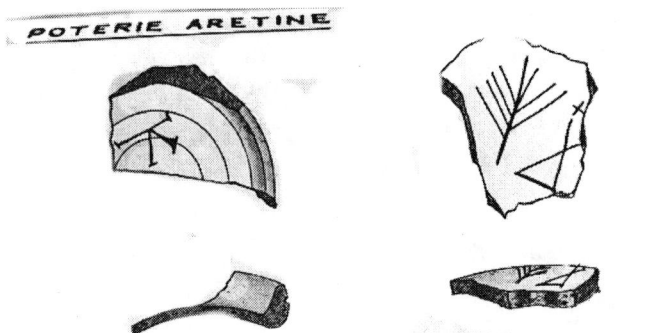

'அரெட்டைன்' பாண்டங்கள் மீது பொறிப்புகள்

பாண்டங்களில் அலங்காரங்கள்

மற்றுமொரு சாடியும் (82 மி.மீ. விட்டம், 42 மி.மீ. உயரம் கொண்டது) கண்டெடுக்கப்பட்டன.

கிண்ணங்கள் தட்டையான அல்லது குழிவான அடிப்பாகத்தைக் கொண்டிருந்தன. தட்டையான அடிப்பகுதி கொண்ட வாணலிகள் (frying pans) தற்போதுள்ளவைகளைக் காட்டிலும் அகலம் குறைவாக இருந்தன. பிடிப்பதற்கு எளிதாக வாணலியைச் சுற்றி சற்று அகன்ற விளிம்பு காணப்பட்டது. பொதுவாக, அரிக்கமேட்டில் காணப்பட்ட மட்பாண்டங்கள் கையாள்வதற்கு ஏற்ற எளிய வகையில் உருவாக்கப்பட்டிருந்தன என்று அகழ்வாய்வாளர்கள் கருதினார்கள்[22].

இவ்வகை மட்பாண்டங்கள் ரோமானியவைகளைப் போன்று பளபளப்பாகக் காணப்பட்டன. சில மெருகேற்றப்பட்டிருந்தன. கருமை, சிவப்பு, வெண்மை, ஊதா கலந்த சாம்பல் நிறத்தில் பாண்டங்கள் காணப்பட்டன. குடிநீர்த் தொட்டி போன்ற பெரிய மட்பாண்டங்கள் சரியாகச் சுடப்படாததால் வெளிப்புறம் சிவப்பாகவும் உட்புறம் கருமையாகவும் தெரிந்தன. சமையல் பாண்டங்கள் அனைத்தும் சிவப்பு களிமண்ணால் செய்யப்பட்டு, நன்றாக சுடப்பட்டிருந்தன.

சில பாண்டங்களின் வெளிப்புறத்தில் 'பிராமி' எழுத்துகள் பொறிக்கப்பட்டிருந்தன. சுழல்வட்ட வடிவப் பொறிப்புகள் (roulets) சில பாண்டங்களினுள் அடிப்பகுதியில் இருந்தன.

இறக்குமதி செய்யப்பட்டவை

இறக்குமதி செய்யப்பட்டவைகளுள், 'ஆம்பொரா' (amphora) எனப்பட்ட இரு கைப்பிடிச் சாடி ஒன்று கூட முழுமையாகக் கிடைக்கவில்லை. ஆனால், மிக அதிகமான அளவில் அவற்றின் ஓடுகள் கிடைத்தன. சில சாடிகள் குறிப்பிட்ட அளவு திரவப் பொருளை வைப்பதற்காகத் தயாரிக்கப்பட்டிருக்கும். சாடியில் நிரப்பப்பட்டுள்ள பொருள் சரியான அளவில் உள்ளது என்பதைக் குறிக்கும் முத்திரை கைப்பிடிகள் ஒன்றில் பொறிக்கப்பட்டிருக்கும். அத்தகைய ஒரு சாடித் துண்டும் கிடைத்தது[23]. சாடியின் கைப்பிடிகள் பல்வேறு வடிவங்களில் காணப்பட்டன.

அகழ்வாய்வு நடந்துகொண்டிருந்தபோது 1944 சூலையில் பார்வையிட வந்த 'மார்ட்டிமர் வீலர்' அப்பாண்டங்களைக் கண்டு, அரிக்கமேட்டில் அவ்வகை பாண்டங்களின் கண்டுபிடிப்பு, அவ்விடத்திற்கும், நடுநிலக்கடல் நாடுகளுக்குமிடையே வணிகத் தொடர்பு இருந்ததற்கான சான்று என்று கூறினார்[24].

மார்ட்டிமர் வீலர் அகழ்வாய்வு

வீலரின் அகழ்வாய்வில், 'அரெட்டைன்' (arretine) பாண்டங்கள், 'ஆம்பொரா' (amphora) எனப்படும் இரு கைப்பிடிச் சாடி,

அரிக்கமேடு 75

வீலரின் அகழ்வாய்வில் கிடைத்த சுழல்வட்ட வடிவப்
பொறிப்புப் பாண்டங்கள்

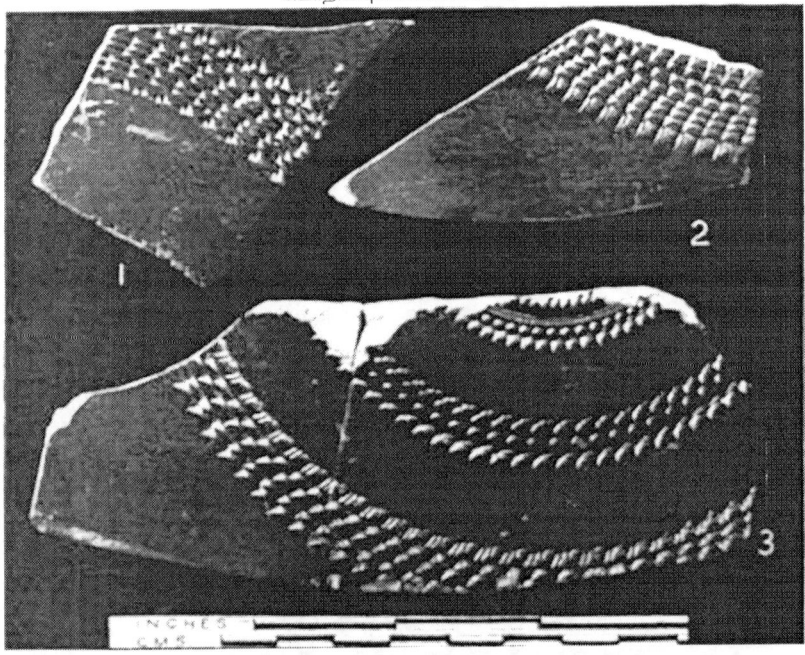

பொறிப்பு வடிவங்கள்

பல வகையான சுழல்வட்ட வடிவப் பொறிப்புகள்

சுழல்வட்ட வடிவப் பொறிப்பு கருமை நிறப் பாண்டங்கள் (rouletted black ware) முதலானவை கிடைத்தன. சுழல்வட்ட வடிவப் பொறிப்புப் பாண்டங்களில் சில இறக்குமதி செய்யப்பட்டவைகளாகவும் சில உள்ளூர் தயாரிப்புகளாகவும் காணப்பட்டன. அவைகளைப் பற்றி தொடக்கத்தில் விரிவாகப் பார்த்தோம்.

வீலருக்குக் கிடைத்த 'ரௌலெட்டெட்' (rouletted) எனப்படும் சுழல்வட்ட வடிவப் பொறிப்புப் பாண்டங்கள், கூர்முனைச் சாடியான 'ஆம்பொரா' (amphora) மட்கலன்கள் ஆகியவற்றின் காலத்தையும், பேரரசர் 'அகஸ்தஸ்' காலத்தையும் கருத்தில் கொண்டு அரிக்கமேட்டின் காலத்தை அவர் கணித்தார். அரிக்கமேட்டுக் களம் பொ. முதல் இரு நூற்றாண்டுகளுக்கு செயல்பட்டது என்பது வீலரது கணிப்பு.

கூர்முனை கூம்புவடிவச் சாடிகள்

வீலரின் அகழ்வாய்வில், கூம்புவடிவ கூர்முனைச் சாடிகளின் உடைந்த பகுதிகள் பல கிடைத்தன. அவற்றுள் உடைந்த சாடி ஒன்றின் உயரம் **74** செ.மீ. ஆகும். அச்சாடிகள், இறக்குமதி செய்யப்பட்ட 'ஆம்பொரா' சாடிகளைப் போன்று மது அல்லது எண்ணெய் ஊற்றிவைக்கப் பயன்பட்டிருக்க வேண்டும்.

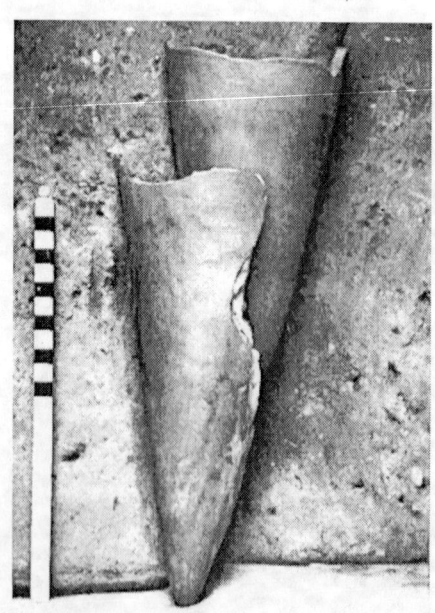

வீலர் கண்டுபிடித்த கூர்முனை கூம்புவடிவ சாடிகள்

உள்ளூர் பாண்டங்கள்

அரிக்கமேட்டில் கண்டெடுக்கப்பட்ட சுடுமண் பாண்டங்களுள் பெரும்பாலானவை உள்ளூர் பாண்டங்களாகும். எடுத்துச் செல்லக்கூடிய சூட்டடுப்பு (portable oven), கிணற்று உறைகள், பெரிய தொட்டிகள், கொள்கலன்கள் ஆகியவைகளைத் தவிர்த்து, மற்றவை குயவரின் சக்கரம் (potter's wheel) கொண்டு தயாரிக்கப்பட்டவையாகும். உள்ளூர் பாண்டங்களின் அலங்காரப் பொறிப்புகளில் சில மிகவும் சிறப்பாக அமைந்திருக்கின்றன. ஒரு சாம்பல் நிறக் கிண்ணத்தின் அடிப்பகுதியின் வெளிப்புறத்தில் தாமரை இதழ்கள் பொறிக்கப்பட்டுள்ளன. மற்றுமோர் ஓட்டுச் சில்லில் தென்னை இலைகள் காணப்பட்டன[25].

இறக்குமதி செய்யப்பட்ட 'ஆம்பொரா'

இரு கைப்பிடி 'ஆம்பொரா' சாடிகளின் உடைந்த பகுதிகள் அகழ்வாய்வுக் குழிகள் எல்லாவற்றிலும் கிடைத்தன. அரிக்கமேட்டில், 'ஆம்பொரா' சாடிகள் 'அரெட்டைன்' பாண்டங்களின் வருகைக்கு முன் வந்திருக்க வேண்டும். 'அரெட்டைன்' பாண்ட காலத்திற்குப் பிறகும் 'ஆம்பொரா' இறக்குமதி தொடர்ந்திருக்க வேண்டும் என்று வீலர் கருதினார். அயல்வணிகத் தொடர்பைக் குறிகாட்டும் சான்றுகளுள் இதுவும் முக்கியமானது.

சீன மட்பாண்ட மாதிரிகள்

சீன மட்பாண்டங்கள்

மேலே குறிப்பிட்ட வகைகளின் மட்பாண்ட ஓடுகளோடு இளம் பச்சை நிற சீன மட்பாண்ட ஓடுகள் அரிக்கமேட்டில் தரையின் மேலும் அகழ்வாய்விலும் கண்டெடுக்கப்பட்டன. அங்குக் கிடைத்த சோழர் கால நாணயங்கள் போன்று சீன பாண்டங்கள் நடுக்காலத்தில் (middle age) அரிக்கமேட்டுக் களம் அழிவுற்றபோது வந்து சேர்ந்தவை என்று வீலர் தெரிவித்தார். அரிக்கமேட்டில் சீன பாண்டங்கள் கண்டுபிடிக்கப்பட்டதால், சீன வணிகத்தில் ஈடுபட்ட கப்பல்கள் இந்தியாவின் கிழக்குக்கரைத் துறைமுகங்களுக்கும் சென்றன என்பது தெரிகிறது[26].

கசால் அகழ்வாய்வு

கசால் அகழ்வாய்வில் கிடைத்த மண்பாண்டங்களை இரு பெரும் பிரிவுகளாகப் பிரிக்கலாம்[27]:

1. முதல் பிரிவில் இறக்குமதி செய்யப்பட்ட 'அரெஜோ' (arezzo) மண்பாண்டங்கள், 'ஆம்பொரா' (amphora), சுழல்வட்ட வடிவப்பொறிப்புப் பாண்டங்கள் (rouletted ware) அடங்கும். மார்ட்டிமர் வீலர் மேற்கண்ட பாண்டங்களைப் பற்றி விரிவாகக் கூறியிருந்ததால், கசால் சுருக்கமாகத் தெரிவித்துள்ளார். தொடக்கத்தில் அரிக்கமேட்டின் காலம் 'அரெஜோ' பாண்டங்களின் காலத்தைக் கொண்டுதான் கணிக்கப்பட்டது. களத்தின் வடபகுதியில் இவை அதிகமாகக் காணப்பட்டன. இவை மெருகேற்றப்பட்டு அழகான சிவப்பு வண்ணத்தில் இருந்தன. அரிக்கமேட்டில் காணப்பட்டவை ஆரவாரமில்லாத அலங்காரத்தைக் கொண்டிருந்தன.

சுழல்வட்ட வடிவப்பொறிப்புப் பாண்டங்கள் (rouletted ware) அரிக்கமேட்டில் பரவலாகக் காணப்பட்டன. தட்டையான அடிப்பாகம் கொண்ட வட்டமான வட்டில் அதிகமாகக் காணப்பட்டது. அதன் விளிம்பு உள்நோக்கி வளைந்திருந்தது. பாண்டங்கள் பளபளப்பாகவும் அழகாகவும் காணப்பட்டன. பாண்டங்களின் அடிப்பகுதியின் உட்புறம் ஒன்றுக்குள் ஒன்றான வட்ட வடிவில் பொறிப்புகள் இருந்தன.

2. உள்ளூர் மண்பாண்டங்கள். இவை பெருங்கற் காலத்தைச் (megalithic) சேர்ந்தவை; சக்கரத்தின் உதவியால் செய்யப்பட்டவை. இவை மெல்லிய சுவற்றோடு, வெளிப்புறம் சிவப்பாகவும் உட்புறம் கருமையாகவும் காணப்பட்டன. அரிக்கமேட்டில் காணப்பட்ட இவ்வகைப் பாண்டங்கள் கிண்ணம் (bowl), வட்டில் (dish), பெரிய அளவிலான கொள்கலன் (basin) மற்றும் குடுவை அல்லது சாடி என்று இருந்தன.

கசால் அகழ்வாய்வில் கிடைத்த மட்பாண்டங்கள்

கிண்ணம்

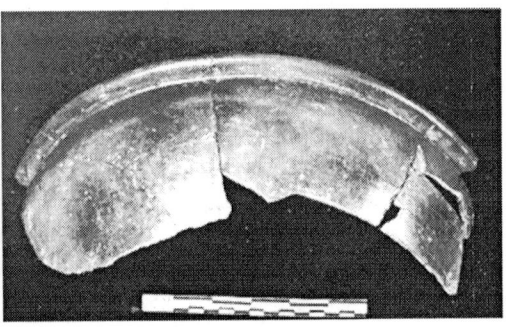

பெரிய அகன்ற கிண்ணம்

கிண்ணமும் வட்டிலும் பெருங்கற் காலத்தின் (megalithic) மண் அடுக்குகளில் காணப்பட்டன; கருமை மற்றும் சிவப்பு வண்ணத்தில் இருந்தன. பெரிய அளவிலான கொள்கலனின் விளிம்பு வெளிப்பக்கம் புடைத்து காணப்பட்டது. அவை பெரும்பாலும் மெல்லிய சுவற்றோடு, ஆழமாகவும் அகன்றும் இருந்தன. குடுவை பல்வேறு வடிவங்களில் கிடைத்தது.

பெருங்கற்காலக் குடியிருப்பு

முந்தைய அகழ்வாய்வுகளில் புலப்படாத ஒரு கருத்து இவ்வகழ்வாய்வின் மூலம் தெரியவந்தது. மண்ணடுக்குகளின் கீழ்ப்பகுதியில் பல்வேறு உத்திகளைக் கையாண்டு தயாரிக்கப்பட்ட மண்பாண்ட ஓடுகள் காணப்பட்டன. இவ்வகைப் பாண்டங்கள் மைசூர் அகழ்வாய்வில் கண்டுபிடிக்கப்பட்டவைகளை ஒத்திருந்தன; தென்னிந்திய பெருங்கற் காலத்தைச் (megalithic) சேர்ந்தவைகளாக இருந்தன. அவை சொரசொரப்பான (coarse) களிமண்ணால் செய்யப்பட்டிருந்தன. ஆனால், பக்கங்கள் மெல்லியனவாகவும் பளபளப்பான மேற்புறத்தையும் கொண்டிருந்தன. பெரும்பாலும் அவற்றின் உட்புறம் கருமை நிறத்தோடும் வெளிப்புறம் அழகான சிவப்பு நிறத்திலும் காணப்பட்டன. அரிக்கமேட்டில், குறைந்தது சில இடங்களில், பொ.மு. 200 ஆண்டுகளில் குடியிருப்பு இருந்திருக்க வேண்டும் என்பதை இவ்வகை மட்பாண்டங்கள் குறிக்கின்றன. மேலும், அத்தகைய மண்பாண்டங்கள் இரும்புக் காலத்திற்கு (iron age) முந்தைய பெருங்கற் காலத்தைச் சேர்ந்தவை என்று கசால் குறிப்பிடுகிறார்[28].

விமலா பெக்லி அகழ்வாய்வு

விமலா பெக்லியின் அகழ்வாய்வில், முந்தைய அகழ்வாய்வுகளில் கண்டெடுக்கப்பட்ட எல்லா மட்பாண்ட வகைகளும் காணப்பட்டன. தொல்லியல் ஆய்வில் ஏறத்தாழ அனைத்துத் துறைகளின் அறிஞர்களும் பங்கேற்றது இவ்வகழ்வாய்வின் சிறப்பாகும்; இவர்களது அகழ்வாய்வில் மட்டுமின்றி இதுவரை நடந்த பல்வேறு அகழ்வாய்வுகளில் கிடைத்த பொருட்களையும் சேர்த்து ஒருசேர ஆராய்ந்து அறிக்கைகள் வெளியிட்டிருப்பது மற்றுமொரு சிறப்பாகும். வெளிநாட்டு அருங்காட்சியகங்களிலிருக்கும் பொருட்களையும் அவர்கள் ஆராய்ந்திருக்கிறார்கள். எனவே அவர்களின் ஆய்வறிக்கைகள் அடங்கிய 'The Ancient Port of Arikamedu - New Excavations and Researches 1989-1992', Vol. I (1996) & Vol. II (2005) நூல் மிகவும் சிறப்புப் பெறுகிறது. மேலும், அங்குக் காணப்பட்ட கட்டுமானங்கள், மட்பாண்டங்கள், குமிழ்மணிகள், கலைப்பொருட்கள் ஆகியவற்றின் அடிப்படையில், அரிக்கமேட்டின் காலம், கசால் மற்றும் வீலர் கணித்ததைக் காட்டிலும் மிக நீண்டதாகக் கணக்கிடப்பட்டுள்ளது.

சுழல்வட்ட வடிவப் பொறிப்புப் பாண்டங்கள்

அரிக்கமேட்டில் இதுவரைக் கிடைத்துள்ள சுழல்வட்டப் பாண்டங்களை (rouletted ware) ஆய்வு செய்து வெளியிட்ட ஒரு கட்டுரையில், விமலா பெக்லி தன் கருத்துகளை முன்வைக்கிறார். அவ்வகைப் பாண்டங்களை ஆய்வதற்கான தொழில்நுட்பம் வளர்ந்துள்ள நிலையில், வேறு எவரைக் காட்டிலும் அரிக்கமேட்டைப் பற்றி அதிகமாக ஆராய்ந்தவரும், மிக நீண்ட அகழ்வாய்வினை அங்கு மேற்கொண்டவரும், தன் அகழ்வாய்வுக்குழுவில் தொல்லியல் துறை சார்ந்த பல அறிஞர்களைச் சேர்த்துக்கொண்டவருமாகிய பெக்லியின் கூற்று ஏற்றுக்கொள்ளக்கூடியதாகும்.

பெக்லியின் கூற்றுப்படி, அரிக்கமேட்டு நயமிக்க சுழல்வட்டப் பொறிப்புப் பாண்டங்களை இரு வகைகளாகப் பிரிக்கலாம். இரு வகைகளும் பாதமில்லாத வட்டில்கள் (footless dishes). அவை தடித்த கிண்ணிமூக்கு கொண்ட விளிம்பைக் கொண்டுள்ளன. முதல் வகை, உட்புறம் கருமையாகவும், வெளிப்புறம் காவி நிறம்/சாம்பல் நிறத்தோடு கூடிய காவியும் கருமையும் கலந்த நிறத்திலானது. இரண்டாவது வகையில் சாம்பல் நிற உட்புறமும் சிவப்பு மற்றும் சாம்பல் நிற வெளிப்புறமும் இருந்தன. மேலும், முதல் வகை கெட்டியான பூச்சைக் கொண்டு மிகுந்த பளபளப்புடன் வழுவழுப்பாகக் காணப்பட்டது.

இருவகை பாண்ட ஓடுகளும் ஒரே எண்ணிக்கையில் காணப்பட்டன. முதல் வகை பாண்டம் பொ.மு. 2-ஆம் நூற்றாண்டில்

தொடங்கி பொ. முதல் நூற்றாண்டின் நடுப்பகுதிவரை பயன்பாட்டில் இருந்தது; இரண்டாவது வகை முதல் வகையைப் போன்ற தொடக்கத்தைக் கொண்டிருந்ததா என்று தெரியவில்லை, ஆனால் அது பொ. 2-ஆம் நூற்றாண்டின் பிற்பாதி வரையில் பயன்பாட்டில் இருந்தது என்று விமலா பெக்லி தெரிவிக்கிறார்[29].

அப்பாண்டங்களிலும் வடிவப் பொறிப்புகள் மிகச் சிறிய முக்கோண வடிவங்கள், இணைவகங்கள் (parallelograms), ஆப்பு (wedge) வடிவங்கள், பிறை வடிவங்கள், புள்ளி வடிவங்கள் எனப் பல்வேறு வகைகளில் காணப்பட்டன.

முதல் வகையின் மிகச் சிறந்த பாண்டங்கள், பெரும்பாலான 'அரெட்டைன்' பாண்ட ஓடுகள் கிடைத்த வடபகுதியில் காணப்பட்டன. எனவே, வடபகுதி ஒரு முக்கியமான குடியிருப்புப் பகுதி என அறியமுடிகிறது; குடியிருப்பு வணிகர்களுக்குடையதாக இருந்திருக்கலாம். அது ஒரு வணிக மையமாகவும் இருந்தது என்று பெக்லி கருதுகிறார்.

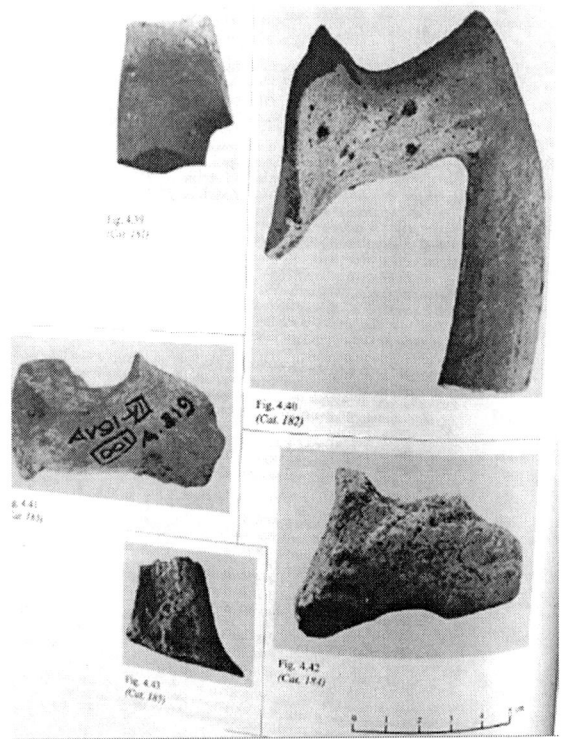

விமலா பெக்லியின் அகழ்வாய்வில் கிடைத்த 'ஆம்பொரா' துண்டுகள்

விமலா பெக்லி, 'பிஜ்நோர்' (Bijnour) என்ற ஊரின் பொறிப்பாளர் ஒருவரைச் சந்தித்து, அவர்களின் பொறிப்பலங்காரத் திற்கும் அரிக்கமேட்டின் பொறிப்பலங்காரத்திற்கும் உள்ள வேறுபாட்டைக் கண்டறிய முயன்றார். பொறிப்பாளரின் கூற்றுப்படி, ஒரு கூர்மையான இரும்புக் கருவியால் ஒரு சில பாண்டங்களில் மட்டுமே பொறிக்கமுடியும். எனவே, பொறிப்பு ஓடுகள் பெருமளவில் கிடைத்திருப்பதால், அரிக்கமேட்டில் வேறொரு தொழில்நுட்பம் பயன்படுத்தப் பட்டிருக்க வேண்டும் என்றும் அது இன்றைய தொழில்நுட்பத்தைக் காட்டிலும் சிறந்திருந்தது என்றும் பெக்லி தெரிவிக்கிறார்[30].

சுழல்வட்டப் வடிவப் பொறிப்புகளின் தொழில்நுட்பம் நடுநிலக்கடல் நாடுகளிலிருந்து அரிக்கமேட்டிற்கு வந்திருக்க வேண்டும்; ஏனெனில் அப்போதைய தென்னிந்திய மக்களுக்கு அத்தொழில்நுட்பம் தெரிந்திருக்கவில்லை என்றும் விமலா பெக்லி கூறுகிறார்[31].

'ஆம்பொரா'

விமலா பெக்லியின் குழுவைச் சேர்ந்த 'ஆம்பொரா' வல்லுநர் 'எலிஜபெத் லைடிங் வில்' (Elizabeth Lyding Will) அரிக்கமேட்டில் அதுவரை கண்டுபிடிக்கப்பட்ட 'ஆம்பொரா' சாடித் துண்டுகளுள் **531** துண்டுகளை ஆராய்ந்துள்ளார். 'ஆம்பொரா' துண்டுகளை நுணுக்கமாக ஆராய்ந்த பின், அவற்றுள் பல மது இறக்குமதிக்குப் பயன்பட்டன என்று கூறினார். மது பெரும்பாலும் 'கோஸ்' (Kos - a Greek island), 'நிடோஸ்' (Knidos -an ancient Greek city in the modern-day Turkey), 'ரோட்ஸ்' (Rhodes - an ancient Greek city) ஆகிய இடங்களிலிருந்து அரிக்கமேட்டில் இறக்குமதி செய்யப்பட்டது என்றும் அவர் தெரிவித்தார்[32]. விமலா பெக்லியின் அகழ்வாய்வில் மிகவும் ஆர்வமூட்டும், எதிர்பாராத கண்டுபிடிப்பு பிரான்சு நாட்டின் தென்பகுதியிலிருந்து வந்த தட்டையான மதுச் சாடிகளாகும்[33]. 'கரும்' (garum) எனப்பட்ட மீன்கூட்டுச் சாறு, ஆலிவ் எண்ணெய் ஆகிவைக்களுக்கான சாடிகள் 'ஸ்பெய்ன்' (Spain) போன்ற நாடுகளிலிருந்து வந்ததாக அவர் கூறினார்[34].

'ஆம்பொரா'க்கள் தமிழகத்தின் பல்வேறு அகழ்வாய்வுகளில் கண்டுபிடிக்கப்பட்டன. கரூரில் சில துண்டுகளும், அழகன்குளத்தில் பல துண்டுகளும் கிடைத்தன. காரைக்காடு எனப்படும் குடிகாடு, வசவசமுத்திரம் ஆகியவற்றிலும் சில துண்டுகள் கண்டெடுக்கப் பட்டுள்ளன.

சுரண்டுவரிச் சித்திர வடிவங்கள்

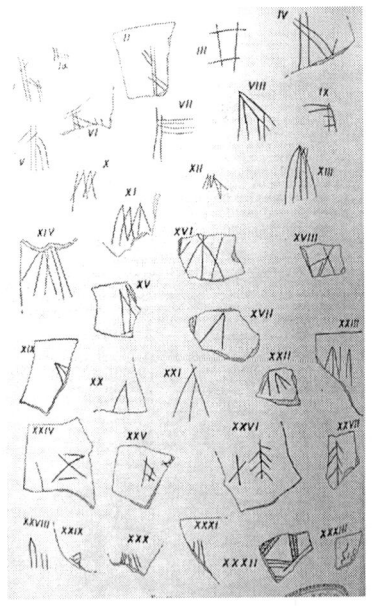

கசால் அகழ்வாய்வில்

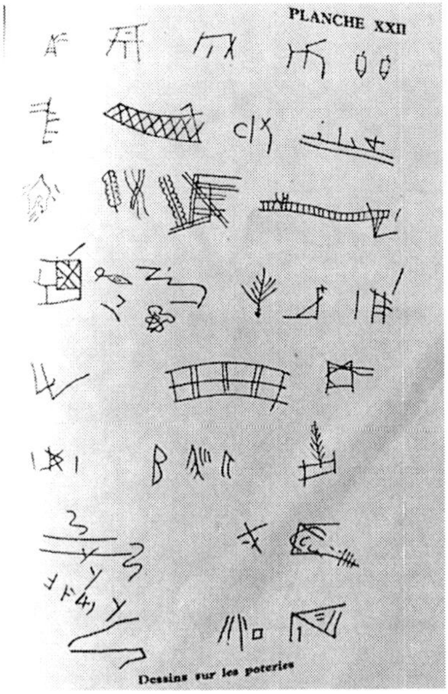

'பொஷே-சுய்ர்லோ' அகழ்வாய்வில்

சுரண்டுவரிச் சித்திரங்கள்

பல்வேறு உத்திகளைக் கையாண்டு தயாரிக்கப்பட்ட மட்பாண்ட ஓடுகளில் சுரண்டுவரிச் சித்திர வடிவங்கள் (graffiti) வரைவதும் ஒன்று. பாண்டங்கள் சுடப்பட்ட பின், கூர்மையான கருவியால் சுரண்டுவரிச் சித்திர வடிவங்கள் செதுக்கப்பட்டன. அவ்வடிவங்கள் பாண்டங்களின் உரிமையாளர் ஏற்படுத்தியவை என்று கசால் கருதினார்[35].

சுரண்டு வரிச் சித்திர வடிவங்கள் கொண்ட மட்பாண்ட ஓட்டுச் சில்லுகள் 'பொஷே-சுயிர்லோ', 'கசால்', 'மார்ட்டிமர் வீலர்' அகழ்வாய்வுகளில் கண்டுபிடிக்கப்பட்டன.

மார்ட்டிமர் வீலர் அகழ்வாய்வில் சித்திரங்களோடு உருவங்களும் காணப்பட்டன. அவற்றுள், தொடக்கத்தில் கண்டெடுக்கப்பட்ட ஓர் ஓட்டுச் சில்லில் 'ஸ்வஸ்த்திகா' (swastika) சித்திரம் காணப்பட்டது.

இன்னொரு சில்லில் ஓர் ஆண் உருவம் நின்றுகொண்டிருக்கும் நிலையில் கைகளை விரித்துக்கொண்டிருப்பது போல் காணப்படுகிறது. அவ்வுருவம் தளர்த்தியான ஓர் ஆடையை அணிந்துகொண்டு ஒரு கையில் வில் ஒன்றை ஏந்தியுள்ளது. அந்த ஓடு வடபகுதியில்

வீலரின் அகழ்வாய்வில் கிடைத்த சுரண்டு வரிச் சித்திரங்கள்

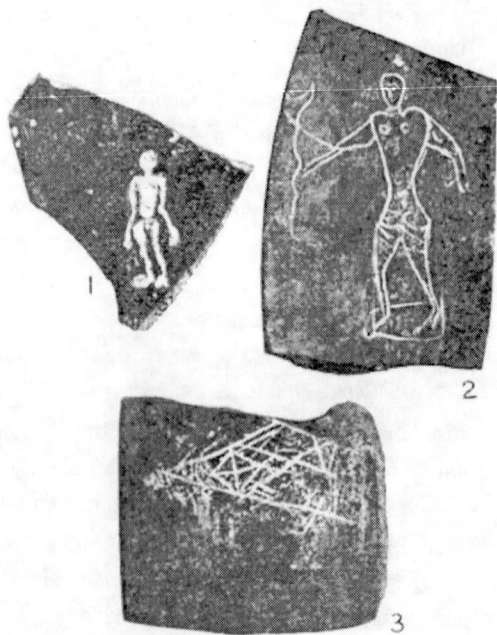

விமலா பெக்லியின் அகழ்வாய்வில் சுரண்டுவரிச் சித்திரங்கள்

மண்ணடுக்கு சிதைந்த இடத்தில் கண்டெடுக்கப்பட்டது. அதே பகுதியில் ஒரு மீனின் 'ஜியோமிதி' (geometrical) உருவம் கண்டெடுக்கப்பட்டது. அது பொ. முதல் நூற்றாண்டின் நடுப்பகுதியைச் சேர்ந்தது[36].

விமலா பெக்லி அகழ்வாய்வு - சுரண்டுவரிச் சித்திரங்கள்

விமலா பெக்லியின் அகழ்வாய்விலும் சுரண்டுவரிச் சித்திர ஓடுகள் கிடைத்தன. நயமிக்க பாண்ட ஓடு ஒன்றின் இருபுறமும் சித்திரங்கள் காணப்பட்டன. ஒரு புறம் கால்நடையை மனிதன் ஓட்டிச்செல்லும் சித்திரமும் மறுபுறம் பசு அல்லது எருமையின் சித்திரமும் இருந்தன[37].

அகல் விளக்குகள்

அரிக்கமேட்டில் கிடைத்த பல திரி மண் அகல் விளக்குகள் சென்னை, புதுச்சேரி அருங்காட்சியகங்களிலும், அரவிந்தர் ஆசிரம நூலகத்திலும் உள்ளன. அவை அகழ்வாய்வுகளில் கிடைத்தவையா அல்லது அரிக்கமேட்டிலும் அதைச் சுற்றியுள்ள இடங்களிலும் மேற்பரப்பில் கண்டெடுக்கப்பட்டவையா என்று தெரியவில்லை. சில 'முவோ துய்ப்ரேயி'ன் சேகரிப்பிலிருந்து கிடைத்தவை. விமலா பெக்லியின் அகழ்வாய்வில் ஏதும் கண்டெடுக்கப்படவில்லை. அகல் விளக்குகள் தனித்துவம் வாய்ந்தவைகளாக (distinctive) உள்ளன. அவை கங்கைகொண்டசோழபுரம், பழையாறை மற்றும் பிற சோழர் காலத் தொல்லியல் களங்களில் காணப்பட்ட விளக்குகளை ஒத்திருக்கின்றன.

அரிக்கமேட்டு அகல் விளக்குகள் இடைக்காலத்தைச் (medieval) சேர்ந்தவை. நான்கு திரி கொண்ட விளக்கு முதல்

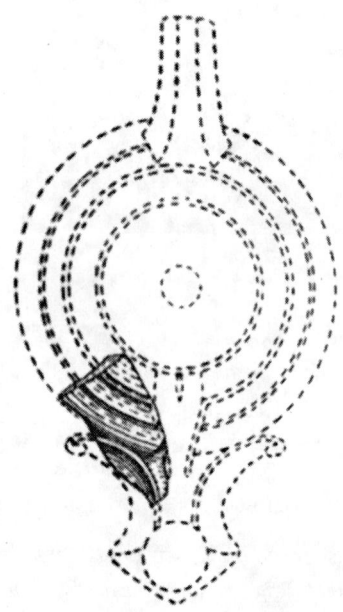

விளக்கு - 'பொஷே-சுய்ர்லோ'   விளக்கு - வீலர்

விளக்கு - புதுச்சேரி அருங்காட்சியகம்   விளக்கு - அரவிந்தர் ஆசிரம நூலகம்

அலங்காரத்தோடு கூடிய பல திரி விளக்குவரை உள்ளன. சென்னை அருங்காட்சியகத்திலுள்ள அகல் விளக்கு நான்கு திரிகளோடு அலங்கார வேலைப்பாடு ஏதுமின்றி காணப்படுகிறது. புதுச்சேரி அருங்காட்சியகத்தில் காட்சிப்படுத்தப்பட்டுள்ள நான்கு திரி கொண்ட விளக்கு நடுவில் ஒரு குமிழோடும் திரி அமைப்புகளுக்கிடையே அலங்காரத்தோடும் உள்ளது. அரவிந்தர் ஆசிரம நூலகத்தில் உள்ள முழுமையான விளக்கில் ஏழு திரி அமைப்புகள் உள்ளன; நடுவில் குமிழோடும் திரி அமைப்புகளுக்கிடையே அலங்காரத்தோடும் அது காணப்படுகிறது.

அரிக்கமேட்டுக் களத்தில் எப்பகுதியிலிருந்து விளக்குகள் எடுக்கப்பட்டன என்று தெரியாததால், அவற்றின் காலத்தைக் கணிக்க இயலவில்லை. தமிழகத் தொல்லியல் களங்களிலிருந்து நான்கு முதல் எட்டு திரி கொண்ட அகல் விளக்குகள் கிடைத்துள்ளன. அரிக்கமேட்டிலிருந்து சேகரிக்கப்பட்டவை போன்ற விளக்குகள் அங்கும் கிடைத்துள்ளன[38].

'பொஷே-சுய்ர்லோ' அகழ்வாய்வில், ஒரு திரி அகல் விளக்கு, நான்கு திரி அகல் விளக்குகளின் பகுதிகள் கண்டெடுக்கப்பட்டன. அவை இப்பொழுது பயன்படுத்தப்படும் அகல் விளக்குகளிடமிருந்து வடிவத்தில் மாறுபட்டு காணப்பட்டன.

வீலரின் அகழ்வாய்வில் ஒரு மண் விளக்கின் துண்டு கிடைத்தது. மற்ற விளக்குகளிலிருந்து அதன் வடிவம் வேறுபட்டு காணப்பட்டது.

இ. சுடுமண் உருவங்கள், செதுக்கு உருவங்கள்

அரிக்கமேட்டு அகழ்வாய்வுகளில் பல சுடுமண் உருவங்களும் செதுக்குருவங்களும் கிடைத்தன.

ஐயப்பன் அகழ்வாய்வில் கிடைத்த ஆண், பெண் சுடுமண் தலை சிற்பங்கள் பற்றி முன்பே பார்த்தோம். அவை அங்கு ஒரு காலத்தில் காணப்பட்ட உயர்ந்த கலை மரபை நமக்கு உணர்த்துவதாக பெருமிதம் கொள்ளும் ஐயப்பன், அவற்றின் காலத்தைக் கணிக்க முடியாவிட்டாலும் அவைபோன்ற கலைப்பொருட்கள் தென்னிந்தியாவில் அதுவரை எங்கும் காணப்படவில்லை என்று கூறுகிறார்[39].

'பொஷே-சுய்ர்லோ' அகழ்வாய்வில் ஆர்வம் கொள்ளச் செய்யும் சுடுமண் (terracotta) பொருட்கள் கிடைத்தன. அவற்றுள் குறிப்பிடத்தக்கவை சிறு உருவங்களும் காதணிகளுமாகும்.

'பொஷே-சுய்ர்லோ' அகழ்வாய்வின் சுடுமண் சிற்பங்கள்

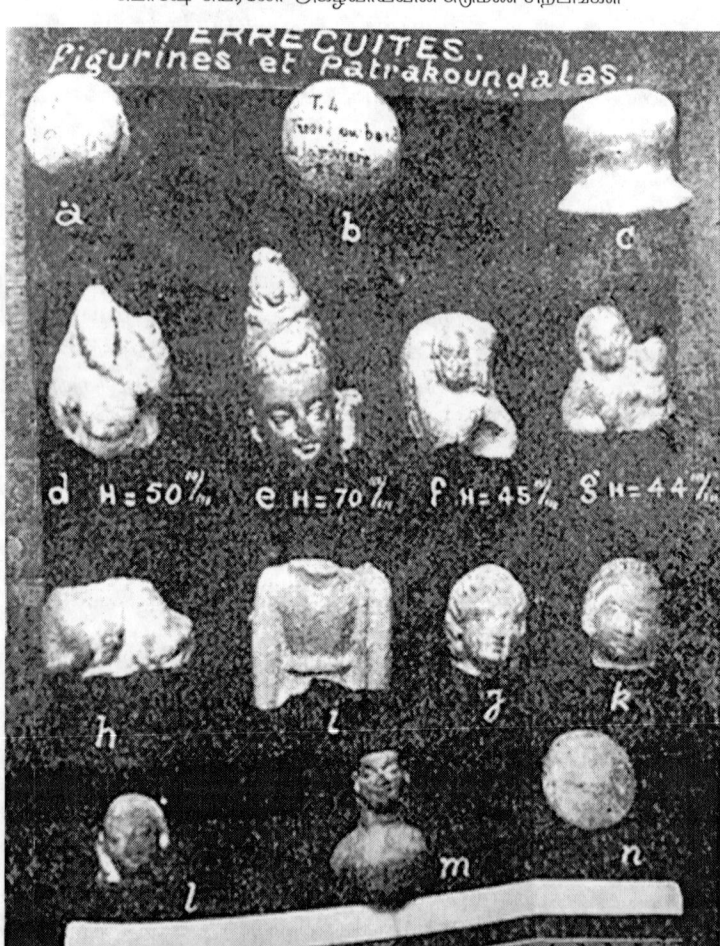

a, b, c. காதணிகள். d. பிள்ளையார் உருவம். e. சிவன் தலை உருவம். கங்கையின் உருவமும் ஒரு பாம்பின் உருவமும் தலையில் காணப்படுகின்றன. இடது காதின் மீது ஒரு பாம்பின் தலை தெரிகிறது. தலை உருவத்தின் உயரம் 70 மி.மீ. இது பல்லவர் காலத்தில் ஏறத்தாழ 7-ஆம் நூற்றாண்டைச் சேர்ந்ததாக இருக்கலாம் என்று அகழ்வாய்வாளர்கள் கருதுகிறார்கள். f. ஒரு நடனமாதுவின் உருவம்; 45 மி.மீ. உயரம் கொண்டது. g. தாயும் சேயும். தாய் தலையில் கொண்டையோடும் வலது கையில் காப்போடும் (bracelet) காணப்படுகிறார். சேய் தன் இடது கையை தாயின் மார்பு மீது வைத்துக்கொண்டு, வலது கையால் தன் தலைமுடி யைப் பிடித்துக் கொண்டுள்ளது. h,i. தலையற்ற உருவங்கள். முதலில் காணப்படுவது தாய் மற்றும் சேயின் உடற்பகுதி. இரண்டாவது பெரும்பாலும் தீர்த்தங்கராக இருக்கக்கூடும் என்பது அகழ்வாய்வாளர்களின் கருத்து. J,k,l. தலை உருவங்கள். m. கற்பனை உடலுருவம். n. காதணி.

அரிக்கமேடு 89

வீலரின் அகழ்வாய்வில் கிடைத்த சுடுமண் உருவ ஓடுகள்

குழந்தைப் பதுமை

அரிக்கமேட்டில் முழுமையாகக் கிடைத்த சுடுமண் சிற்பங்களுள் குறிப்பிடத்தகுந்தது கசாலின் அகழ்வாய்வில் கண்டெடுக்கப்பட்ட கிளியைக் கையில் ஏந்திய ஒரு குழந்தை உருவம். இது ஆற்றோரமாக மண்ணரிப்பில் காணப்பட்டதால் அதன் காலத்தை கண்டறிய முடியவில்லை என்று கசால் கூறுகிறார்[40].

வீலரின் அகழ்வாய்வில் சில சுடுமண் உருவத்துண்டுகள் கிடைத்தன. அவற்றில் ஒன்று கூட முழுமையாக இல்லை; ஒன்று மட்டும் பெண்ணின் உடற்பகுதி என்று அடையாளம் காணக்கூடியதாக இருந்தது; கழுத்துப் பகுதியிலிருந்து தொடைப் பகுதிவரை அது காணப்பட்டது. அதன் இடது கை தொங்கவிடப்பட்டிருந்தது; வலது கை இடுப்பில் இருந்த பழக்கூடை போன்ற ஒன்றைச் சுற்றிவளைத்துப் பிடித்துக்கொண்டிருந்தது; அணிந்திருந்த புடவையின் நுனி இடுப்பைச் சுற்றி செருகப்பட்டிருந்தது. அதன் காலம் பொ.மு. 1-ஆம் நூற்றாண்டு அல்லது பொ. 1-ஆம் நூற்றாண்டின் தொடக்கம்[41].

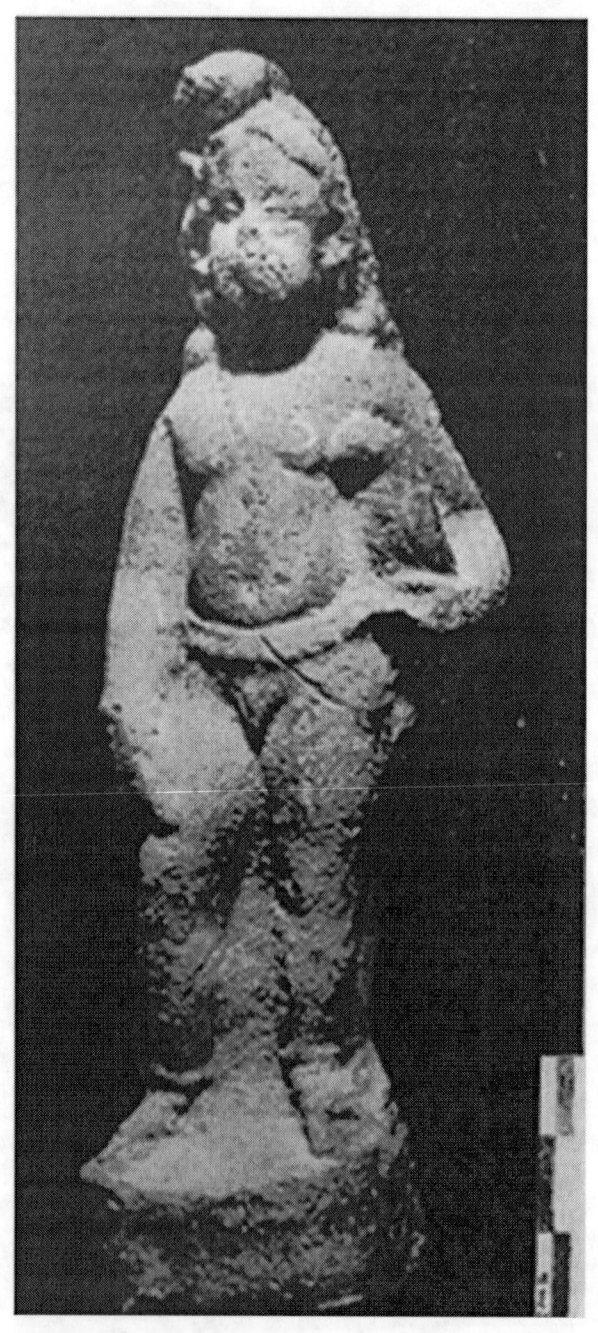

கையில் கிளியுடன் குழந்தை

பாண்ட ஓடுகளில் செதுக்குருவங்கள் (முன் பக்கமும் பின் பக்கமும்)

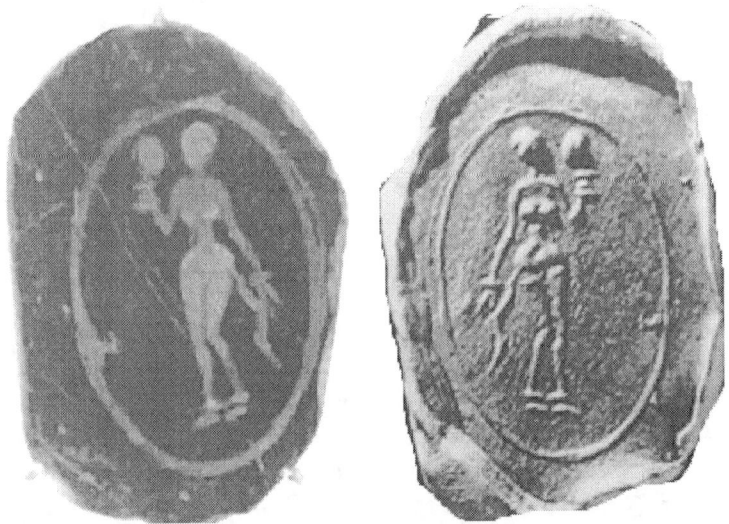

ஒரு நளினப் பெண்ணின் அழகுத் தோற்றம்

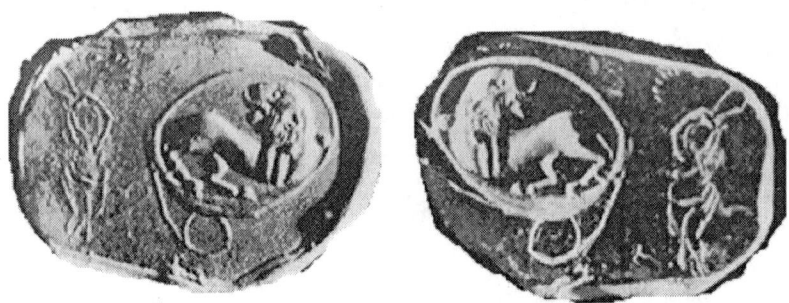

ஒரு சிங்கமும் ஒரு பெண்ணின் உருவரைவும்

புதுச்சேரி அருங்காட்சியகம் -
களிமண்ணில் முத்திரைப் பொறிப்பு - இரு பக்கமும்

ஓட்டில் செதுக்குருவம்

கசாலின் கண்டுபிடிப்புகளில் செதுக்குருவம் கொண்ட ஓட்டுச் சில்லுகள் கிடைத்தன. ஒரு வட்டிலின் ஓட்டில் வார்ப்பு செய்யப்பட்ட ஒரு பெண்ணின் நேர்த்தியான செதுக்குருவம் இரு புறமும் காணப்படுகிறது. மெல்லிய உடலமைப்போடு கூடிய அப்பெண் பெரிய மார்போடும் துடியிடையோடும் கையில் ஒரு கண்ணாடியை ஏந்திகொண்டுள்ளாள். அவள் நின்றுகொண்டிருக்கும் பாங்கு நளினமாகவும் அழகாகவும் உள்ளது. மணிக்கட்டிலும் கணுக்காலிலும் தடிமனான வளையங்களோடும் இடுப்பில் பட்டையோடும் இருக்கும் அவளின் உருவம் அமராவதியில் காணப்பட்டவைகளை ஒத்திருக்கிறது[42].

மற்றுமோர் ஓட்டில், சற்று தடிமனான பெண்ணுருவத்தின் உருவரைவும் (outline) முட்டை வடிவ சட்டத்திற்குள் பாயத் தயாராகவிருக்கும் ஒரு சிங்கத்தின் செதுக்குருவமும் காணப்படுகின்றன. இவ்வுருவமும் அமராவதி பாங்கை ஒத்துள்ளது[43].

முத்திரை பொறித்த களிமண் துண்டு

புதுச்சேரி அருங்காட்சியகத்தில் முத்திரையிடப்பட்ட ஒரு களிமண் துண்டு உள்ளது. முத்திரையில் ஒருவர் இரு குதிரை பூட்டிய தேரில் செல்லும் காட்சி தெரிகிறது. அது அரிக்கமேட்டின் வடபகுதியில் தரைமேலிலிருந்து சேகரிக்கப்பட்டது.

ஈ. குமிழ்மணிகள்

ஆடைகளோடு, அணிமணிகள் புனைந்து மகிழ்வதும் மாந்தரின் இயல்பே. அணிகலன் செய்யும் தொழில்நுட்பம் சங்க கால தமிழருக்கு கைவந்த கலை என்பதை, "பொன்னும் துகிரும் முத்தும் மன்னிய மாமலை பயந்த காமரு மணியும் இடைப்பட சேய ஆயினும் தொடை புணர்ந்து அருவிலை நன்கலம் அமைக்குங் காலை ஒரு வழித் தோன்றி யாங்கு" என்று புறநானூறு (218:15) பதிந்துள்ளது.

உலகின் மிகவும் முக்கியமான குமிழ்மணிகள் (beads) ஏற்றுமதி செய்யும் நாடாக இந்தியா பொ. 5-ஆம் நூற்றாண்டு தொடங்கி ஆயிரம் ஆண்டுகளுக்கு விளங்கியது. அத்தகைய உயர்விடத்திற்கு இரண்டு வகையான குமிழ்மணிகள் காரணமாயின: (1) இரத்தினக்கல் (agate) மற்றும் அது போன்ற மதிப்புக்குறைவுக் கற்கள், (2) கண்ணாடி ஆகியவைகளால் செய்யப்பட்ட குமிழ்மணிகள் ஆகும். நடுக்காலம் (medieval period) முழுவதும் இந்திய இரத்தினக்கல்லும் கண்ணாடி குமிழ்மணிக் கற்களும் கிழக்கு ஆப்ரிக்கா, அரேபியா, மேற்காசியா, தென்கிழக்கு ஆசியா, இந்தோனேசியா, சீனா போன்ற நாடுகளுக்குப் பெருமளவு ஏற்றுமதி செய்யப்பட்டன[44].

இந்தியாவில் கண்ணாடித் தயாரிப்பு பொ.மு. ஆயிரம் ஆண்டுகளுக்கு முன் தோன்றியதாகக் கூறப்படுகிறது. குமிழ்மணிக் கற்களின் தயாரிப்பு நாட்டின் பல்வேறு இடங்களில் பொ.மு. முதல் நூற்றாண்டில் தொடங்கியது; ஒவ்வோர் இடத்திலும் தனிப்பட்ட வகை குமிழ்மணிகள் தயாரிக்கப்பட்டன[45].

இந்தியக் கண்ணாடிக் குமிழ்மணிகள் ரோமானியர்களின் குமிழ்மணிகளின் காலத்தைச் சேர்ந்தவை அல்லது அதற்கும் முந்தைய காலத்தைச் சேர்ந்தவை. ஒருவேளை ரோமானியர்கள் குமிழ்மணிகள் தயாரிக்கும் கலையை இந்தியாவிலிருந்து கற்றுக்கொண்டிருக்க வேண்டும்[46].

அரிக்கமேட்டு குமிழ்மணிகள்

அரிக்கமேடு இந்தியாவின் மிகவும் புகழ் பெற்ற தொல்லியல் களம். ஆசியாவின் கடல்வழி வணிகத்தின் நீண்ட வரலாற்றில் தொடர்புடைய முக்கிய இடங்களில் அரிக்கமேடும் ஒன்று. குமிழ்மணிகள் (beads) அரிக்கமேட்டில் உற்பத்தி செய்யப்பட்டன என்பது நீண்ட காலமாகவே அறியப்பட்டது. மூவோ துய்ப்ரேய் தொடக்க காலத்தில் சேகரித்த குமிழ்மணிகளும், அவை சார்ந்த பொருட்களும், குறிப்பாக 'அகஸ்தஸ்' தலையுருவம் கொண்ட செதுக்கு மணிக்கல், அரிக்கமேடு உலகின் கவனத்தை ஈர்ப்பதற்குக் காரணமாக அமைந்தன[47].

‘இந்திய-பசிபிக்’ குமிழ்மணிகள்

‘இந்திய-பசிபிக்’ (Indo-Pacific) குமிழ்மணிகள் சிறியவை; கண்ணாடிக்குழாயிலிருந்து அறுத்தெடுக்கப்பட்டவை. அவற்றின் மிகப் பழமையான, மிக நீண்ட காலத் தயாரிப்பிடமான அரிக்கமேட்டில் அவை அதிக அளவில் காணப்பட்டன. அவை பொதுவாக 5 மி.மீ. அல்லது அதற்குக் குறைவான நீளத்தில் இருந்தன; அரிதாக 7 மி.மீ. நீளத்திற்கு மேலும் காணப்பட்டன. மிகச் சிறியது 1.3 மி.மீ. நீளம் கொண்டது.

குமிழ்மணிகள் துளையுள்ள நீண்ட குழாயிலிருந்து அறுத்தெடுக்கப்பட்டு, விளிம்புகளைக் கூரற்றவையாக ஆக்குவதற்கு மீண்டும் தீயிலிடப்பட்டன. அரிக்கமேட்டில் குமிழ்மணி தயாரிக்கப்பட்ட முறை ‘வெனிஸ்’ நகரத்தின் தயாரிப்பு முறையை ஒத்துள்ளது என்கிறார் பீட்டர் பிரான்சிஸ்[48].

குமிழ்மணிகள் அரிக்கமேட்டில் தரைமட்டத்திலும், பல்வேறு மண்ணடுக்குகளிலிருந்து அகழ்வாய்வுகளிலும் சேகரிக்கப்பட்டன. அவை நிலநடுக்கடலின் ‘பீனீஷியன்’ (Phoenician) கரையில், பொ.மு. 500 ஆண்டுகளிலிருந்து காணப்பட்டவைகளை ஒத்திருக்கின்றன என்று பாரிசின் ‘லூவ்ர்’ (Louvre) அருங்காட்சியகத்தின் ‘கோந்த்தெனோ’ (Contenau) கூறியுள்ளார்[49].

அரிக்கமேட்டில், மதிப்புக்குறைவு கற்களிலிருந்தும் (semi-precious stones - கல் குமிழ்மணிகள்), கண்ணாடியிலிருந்தும் (கண்ணாடிக் குமிழ்மணிகள்) குமிழ்மணிகள் தயாரிக்கப்பட்டுள்ளன.

தொழில்நுட்பம்

கல் குமிழ்மணிகள்

அரிக்கமேட்டில் கிடைத்த மணிக்கற்கள் படிகக்கல் (quartz), செந்நிற மணிக்கல் (garnet), சூது பவளம் (cornelin), செவ்வந்திக்கல் (amethyst), ஒருவகை மணிக்கல் (chalcedony), புஷ்பராகம் (topaz), ஒருவகை இரத்தினக்கல் (agate), பலநிற அடுக்குக் கல் (onyx), போன்ற மதிப்புக் குறைவு கற்களாலும் (semi-precious stones) ஆனவை[50].

அரிக்கமேட்டில் உற்பத்தியான குமிழ்மணிகளில் பெரும்பாலானவை படிகக்கல்லிருந்து (quartz) உருவாக்கப்பட்டவை. படிகக்கல் உலகில் எங்கும் கிடைக்கக்கூடியது; அரிக்கமேட்டிலும் கிடைத்தது. செந்நிற மணிக்கல்லாலும் (garnet) அங்கு குமிழ்மணிகள் செய்யப்பட்டன. மேலும், குமிழ்மணி உற்பத்திக்குத் தேவையான மூலப்பொருட்களான கற்களும் வெளியிலிருந்து கொண்டுவரப் பட்டிருக்க வேண்டும்[51].

செய்முறை

குமிழ்மணி உற்பத்திக்குத் தேவைப்படும் மூலப்பொருட்களான கற்கள் வெளியிலிருந்து கொண்டுவரப்பட்டிருக்க வேண்டும். மூலப்பொருள் தீயிலிடப்பட்டு, தேவையான அளவிற்குச் செதுக்கப்படும் (chipping); செதுக்கப்பட்டவற்றைத் தேய்த்து (grinding), சிறு துகள்களை நீக்குவதற்காக கொத்தப்படும் (pecking); பின்னர் அவற்றில் ஒரு சிறு குழி உண்டாக்கப்பட்டு (dimpling), அங்கு துளையிடப்படும் (drilling); இறுதியாக அவை மெருகேற்றப்பட்டு (polishing) வண்ணம் பூசப்படும் (colouring)[52].

கல் குமிழ்மணித் தொழில், அரிக்கமேட்டின் தொடக்க காலம் முதல் அதன் இறுதிக்காலம் வரை நடைபெற்றது.

கண்ணாடிக் குமிழ்மணிகள்

கண்ணாடிக் குமிழ்மணிகள் உருவாக்கத் தேவையான கண்ணாடி அரிக்கமேட்டில் தயாரிக்கப்பட்டது. ஒளி ஊடுருவும் கண்ணாடி, ஒளி ஊடுருவாத கண்ணாடி, பல்வண்ணப் பட்டைக் கண்ணாடி (mosaic glass) என பலவகை கண்ணாடிகள் உற்பத்தி செய்யப்பட்டன. பல்வேறு வண்ணங்களில் அவை தயாரிக்கப்பட்டன.

அரிக்கமேட்டில் உலைக் கூடங்கள் அமைத்து குமிழ்மணி செய்யும் தொழில் நடைபெற்றுள்ளது என்று உறுதியாகக் கூறுகிறார் பீட்டர் பிரான்சிஸ். உருகும் தன்மையுடைய மணற் பொருட்களைச் சூளையிலிட்டு உருகச்செய்து, கண்ணாடி உருவாக்கப்பட்டது. அது வண்ணமேற்றப்பட்டு நீண்ட இழைகளாகச் செய்யப்பட்டது. கண்ணாடி இழைக்குள் காற்றைச் செலுத்தி அது குழாயாக ஆக்கப்பட்டது. துளையுள்ள நீண்ட கண்ணாடிக் குழாயிலிருந்து சிறு துண்டுகள் அறுத்தெடுக்கப்பட்டு, விளிம்புகளைக் கூரற்றவையாக ஆக்குவதற்கு மீண்டும் தீயிலிடப்பட்டன. சிலவகை கண்ணாடிக் குமிழ்மணிகள் துளையற்ற கண்ணாடியைச் சிறு துண்டுகளாக வெட்டப்பட்டு, மெருகேற்றப்பட்டு, பின்னர் துளையிடப்பட்டன. அரிக்கமேட்டில் கண்ணாடிக் குமிழ்மணி தயாரிக்கப்பட்ட முறை 'வெனிஸ்' நகரத்தின் தயாரிப்பு முறையை ஒத்துள்ளது என்கிறார் பீட்டர் பிரான்சிஸ்[53].

அரிக்கமேட்டில் மதிப்புக் கல்லான (precious stone) மரகதக்கல் (beryl) போன்று தோற்றமளிக்கும் (imitation) குமிழ்மணிகள் கண்ணாடியிலிருந்து தயாரிக்கப்பட்டன. பொ. முதல் நூற்றாண்டில் 'பிளினி' (Pliny), இந்திய மக்கள், படிகக் கற்களுக்கு வண்ணம் ஏற்றுவதன் மூலம் மதிப்புக் கற்களை, குறிப்பாக மரகதக் கற்களைப் போன்று தோற்றமளிக்கும் வகையில் உருவாக்கும் முறையைக்

கண்டுபிடித்துள்ளனர் என்று கூறினார். ஆனால் பிளினி அம்முறையைச் சரியாகப் புரிந்துகொள்ளவில்லை. வண்ணம் ஏற்றுவதில் இந்தியர்களுக்குச் சிக்கல் ஏதும் கிடையாது. கண்ணாடியில் பச்சை நிறம் ஏற்றுவது மிகவும் எளிது. கண்ணாடியைக் குழாய் வடிவத்திற்கு மாற்றி, குழாயை ஆறு பக்கங்களில் தட்டையாகச் செய்து, அதை வெட்டி மரகதக்கல் குமிழ்மணி போன்று ஆக்குவதில் இந்தியர்களின் இரகசியம் அடங்கியுள்ளது. அரிக்கமேட்டில் காணப்பட்டவைகளை நோக்கும்போது, கண்ணாடியைக் கல் போன்று செய்வதில் உள்ள சிக்கல் கண்ணாடிக் குழாயை அறுங்கோணக்கட்ட (hexagon) வடிவில் தட்டையாக்குவதாகும்; அவ்வாறு செய்யும்போது பல கண்ணாடிக் குழாய்கள் உடைந்துவிடுகின்றன[54].

'காலர்' குமிழ்மணிகள்

'காலர்' குமிழ்மணிகள் (collar beads) என்பவை குமிழ்மணியின் இரு பக்க துளைகளைச் சுற்றி சிறிய உருண்டை வடிவ அமைப்புகளைக் கொண்டவையாகும். இந்தியாவில், 'காலர்' குமிழ்மணிகள் உற்பத்தி செய்யப்பட்ட ஒரே இடம் அரிக்கமேடாகும்[55].

குமிழ்மணித் தொழிற்சாலை

அரிக்கமேட்டில், கண்ணாடி தயாரிக்கப்பட்ட உலைகள் (furnace), குறைந்தது கண்ணாடிக் குழாய் தயாரிக்கப்பட்ட உலைகள், தென் பகுதியில் அமைந்திருக்கவேண்டும். ஆனால் அதற்கான சான்று

காலர் குமிழ்மணி

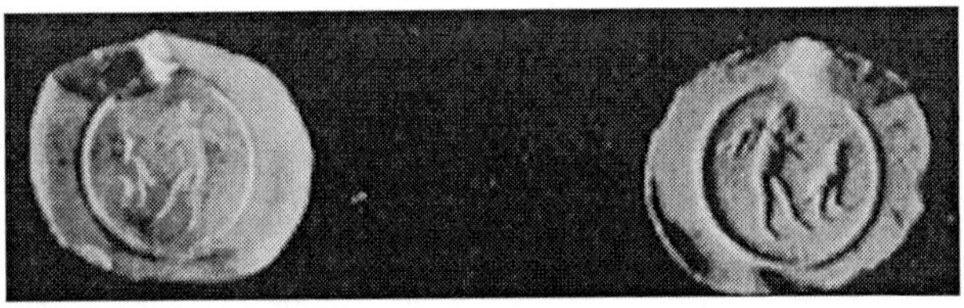

காதல் தெய்வமும் பறவையும் கொண்ட செதுக்கு மணிக்கல் (இரு புறமும்)

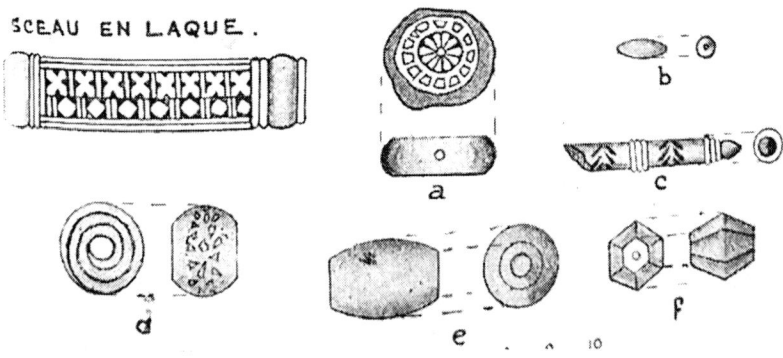

(sceau en laque: மெருகேற்றப்பட்ட முத்திரை)
a. பாண்ட அடிப்பகுதியில் அலங்காரப் பொறிப்பு. b. தங்கத்தாலான மணிக்கல்.
c. அலங்கார மாவுக்கல். d. e. & f. கண்ணாடிக் குமிழ்மணிகள்.

ஏதும் கிடைக்கவில்லை. எனவே, அவை குடியிருப்பின் விளிம்பில், அகழ்வாய்வு மேற்கொள்ளப்படாத இடத்தில் இருந்திருக்க வேண்டும். கிடைத்துள்ள குமிழ்மணிகளின் அடிப்படையில், கண்ணாடிக் குழாயிலிருந்து குமிழ்மணி அறுத்தெடுக்கப்பட்டது இரு பகுதிகளிலும் நடந்திருந்தாலும், தனிப்பட்ட தொழிலாளர்களால் செய்யக்கூடிய கண்ணாடிக் குழாய் வெட்டுதல், விலங்கு ஓடுகளிலிருந்து வளையல் செய்தல் போன்ற தொழில்கள் வட பகுதியில் கூடுதலாக நடந்திருக்க வேண்டும்[56].

காலம்

அரிக்கமேட்டில் குமிழ்மணி உற்பத்தி காலத்தின் தொடக்கம் பொ.மு. 25 ஆண்டுகளிலிருந்து பொ. 20 ஆண்டுகளாகும்.

அரிக்கமேட்டின் இறுதிக் காலத்தைக் கணிப்பதற்கும் குமிழ்மணிகள் உதவுகின்றன. போர்த்துகீசியர்கள் 1593 வரை இந்திய-பசிபிக் குமிழ்மணிகளை (Indo-Pacific Beads) நாகப்பட்டினத்திலிருந்து வாங்கினார்கள் என்று ஆவணங்கள் குறிப்பிடும் உண்மை, குமிழ்மணி உற்பத்தித் தொழில் அரிக்கமேட்டில் அதே காலத்தில் நடந்தது

என்பதைத் தெரிவிக்கிறது. அரிக்கமேட்டுப் பகுதியிலிருந்து செங்கற்கள் எடுத்துச் செல்லப்பட்ட தகவல் பிரஞ்சியர்களுக்கு 1734-இல் தெரியவந்தது. அப்பொழுது அரிக்கமேடு கைவிடப்பட்டிருந்தது என்று இதிலிருந்து தெரிகிறது. எனவே, அதன் முடிவுக் காலம் 1593-க்கும் 1734-க்கும் இடைப்பட்டது. அரிக்கமேட்டின் காலத்திற்குப் பின் குமிழ்மணி உற்பத்தியாளர்கள் அங்கிருந்து நூற்று நாற்பது கிலோ மீட்டர் தூரத்திலுள்ள பாப்பநாயுடு பேட்டைக்குச் சென்றிருக்க வேண்டும். ஏனெனில், இன்றுவரை அங்கு இத்தொழில் நடைபெற்று வருகிறது[57].

வணிகம்

மேற்கத்திய நாடுகளுடனான தொடர்பை அரிக்கமேட்டு குமிழ்மணிகள் தெரிவிப்பதை நாம் அறிந்துள்ளோம். மேற்கத்திய நாடுகளைப் போன்று பாலி, இந்தோனேசியா, ஜாவா, வியட்நாம், தாய்லாந்து போன்ற கிழக்கத்திய நாடுகளில் அரிக்கமேட்டு குமிழ்மணிகளை அறிந்திருந்தார்கள் என்பது நாம் இதுவரை அறியாதது[58].

அரிக்கமேட்டுக் குமிழ்மணிகள், கொற்கையில் உற்பத்தியான முத்துகள் போன்றவற்றுடன் தமிழகத்தின் கொடுமணல் வழியே மேற்குக் கரையில் இருந்த முசிறி துறைமுகத்திற்குத் தரை வழியாகச் சென்றன. அங்கிருந்து நடுநிலக்கடல் நாடுகளுக்கு மற்ற பொருட்களோடு கொண்டுசெல்லப்பட்டன[59].

அரிக்கமேடு தவிர, இந்தியாவின் கிழக்குக் கடற்கரைப் பகுதிகளிலும், இலங்கையின் Mantai-இலும், தாய்லாந்தின் Khlong Thom Takuapa-விலும், வியட்நாமின் Òc Eo-விலும் இந்தோனேசியாவின் Palem Bang-இலும், மலேசியாவின் Shang Mas-இலும் அரிக்கமேட்டின் தொழில்நுட்பத்துடன் கூடிய குமிழ்மணிகள் கண்டெடுக்கப்பட்டுள்ளன. சில வகைக் குமிழ்மணிகள் அரிக்கமேட்டில் இறக்குமதியும் செய்யப்பட்டன[60].

‘பொஷே-சுய்ர்லோ’ அகழ்வாய்வு

அரிக்கமேட்டில், படிகக்கற்கள் (quartz), சிவப்புக்கல் (cornelian), ஒரு வகை மணிக்கல் (chalcedony), சிவப்புக் கலந்த நீலக்கல் (amethyst), புஷ்பராகம் (topaz), சிவப்பு-மஞ்சள் நிற மணிக்கல் (jasper), ஒரு வகை இரத்தினக்கல் (agate), பல்வகை நிற அடுக்குக் கல் (onyx), மாவுக்கல் (soap-stone), வைரத்திற்கு அடுத்து கடினத்தன்மை வாய்ந்த ‘குருந்தம்’ (corundum) போன்றவை பெருமளவில் கிடைத்தன. அவை பல்வேறு தயாரிப்பு நிலைகளில்

இருந்தன. வண்ண மணிக்கற்களைக் கொண்டு தயாரிக்கப்பட்ட 'கழுத்தணி (necklace) போன்ற அணிகலன்களும் கிடைத்தன. ஒளி ஊடுருவும் கண்ணாடி (translucent), ஒளி ஊடுருவாக் (opaque) கண்ணாடிகளாலான பொருட்களும் கண்டுபிடிக்கப்பட்டன[61].

இரண்டு செதுக்கு வேலைப்பாட்டு மணிக்கற்கள் (intaglio) அகழ்வாய்வில் கண்டுபிடிக்கப்பட்டன. அவற்றுள் ஒன்று கண்ணாடியால் ஆனது; அதில் ஒரு கழுகின் உருவமும், கிரேக்கக் காதல் தெய்வத்தின் (cupid) உருவமும் செதுக்கப்பட்டிருந்தன. ஒருவகை இரத்தினக்கல்லாலான (agate) மற்றொரு செதுக்குக்கல்லில், ஒரு பறவையின் மூக்கு போன்ற வடிவம் காணப்பட்டது[62].

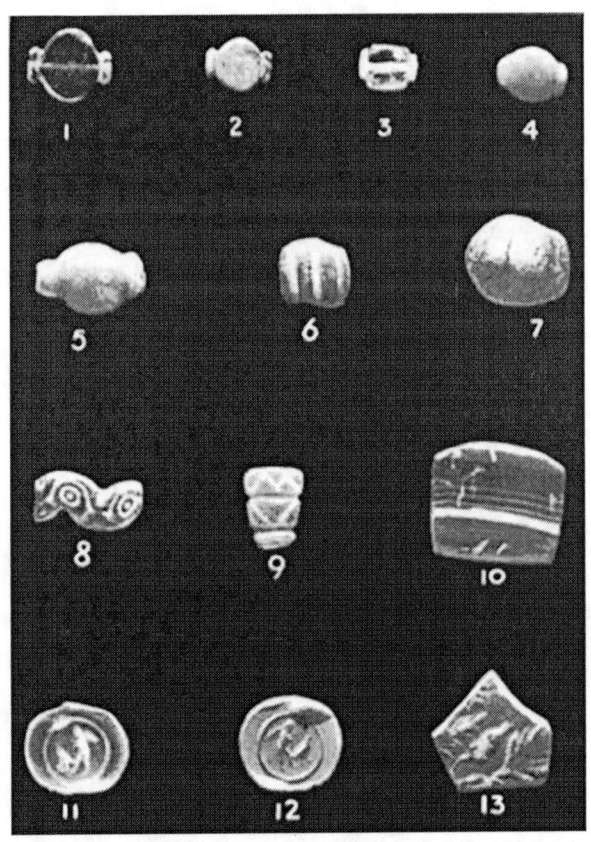

1-2, 4-7. கண்ணாடிக் குமிழ்மணிக் கற்கள்; 3. செந்நிறமும் நீலமும் கலந்த கல்;
8-9. கண்ணாடிக் காப்புகள்; 10. இரத்தினக் கல்; 11, 12. பொறிப்போடு கூடிய கிரேக்க-ரோமானிய படிக மணிக்கல்; 13. அலங்கார வேலைப்பாட்டுடனான 'அரெட்டைன்' பாண்ட ஓடு.

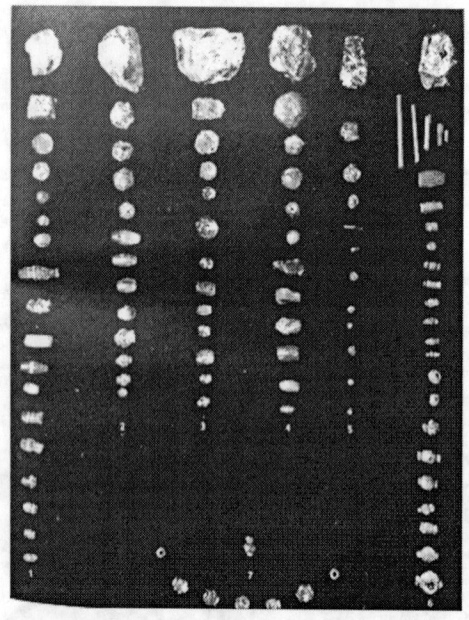

கசாலின் அகழ்வாய்வில் கிடைத்த குமிழ்மணிகள்

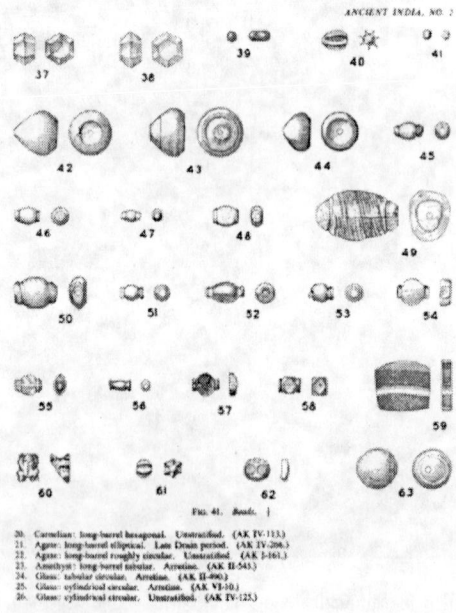

வீலர் கண்டிபிடித்த குமிழ்மணிகளில் சில

அவைகளோடு, கண்ணாடி உருக்கும் பாண்டங்களும் (crucibles), கண்ணாடிக் கசடுகளும் காணப்பட்டன. மேலும் ஒரு முழுமையான சாணை பிடிக்கும் கல்லும் (polisher) ஒரு மெருகிடும் கல்லும் (burnisher) கிடைத்தன. எனவே கண்ணாடித் தொழிற் சாலைகள் அரிக்கமேட்டில் இருந்தன என்ற கருத்து வலுப்பெறுகிறது.

கசால் அகழ்வாய்வு

கசாலின் அகழ்வாய்வில், படிகம் (crystal), செந்நிறம் கலந்த நீலக்கல் (amethyst), சூது பவளம் (carnelian), செந்நிற மணிக்கல் (garnet) போன்ற மதிப்புக்குறைவு கற்கள் கிடைத்தன. ஆனால், மற்ற அகழ்வாய்வுகளில் கிடைத்த இரத்தினக்கல் (agate) கிடைக்கவில்லை.

மதிப்புக்குறைவு கற்கள் தயாரிப்பின் பல்வேறு நிலைகளில் - மூலப்பொருளிலிருந்து முடிவுற்ற பொருள்வரை - காணப்பட்டன. அவைகளில் குறிப்பிடத்தகுந்தது ஒரு சிறிய நீலநிற ஒளி ஊடுருவும் கண்ணாடிப் பதக்கம் (pendant) ஆகும். திருமணமான தமிழ்ப் பெண்கள் அணியும் தாலி போன்று அது காணப்பட்டது. அது போன்ற சில தங்க நிற கண்ணாடிக் குமிழ்மணிக் கற்களும் அகழ்வாய்வில் கிடைத்தன.

மார்ட்டிமர் வீலர் அகழ்வாய்வு

இவ்வகழ்வாய்வில் இருநூறுக்கும் கூடுதலான குமிழ்மணிக்கற்கள் கண்டெடுக்கப்பட்டன. அவை கண்ணாடி, சுடுமண், சங்கு, எலும்பு, தங்கம், மதிப்புக்குறைவுக் கற்கள் போன்ற பல்வேறு பொருட்களால் செய்யப்பட்டிருந்தன. இவையல்லாது, முழுமை பெறாதவைகளும், இரத்தினக்கல் (agate), சூது பவளம் (carnelian), செந்நிறமும் நீலமும் கலந்த கல் (amethyst) போன்ற மதிப்புக்குறைவுக் கற்களும் (semi-precious stones) பெருமளவில் கிடைத்தன. அரிக்கமேட்டில் குமிழ்மணிகள் உற்பத்தி செய்யப்பட்டன என்பதற்கு அவைகளும் கூடுதல் சான்றுகளாகும்[63].

பெரும்பாலான குமிழ்மணிகள் கண்ணாடியால் ஆனவை. கோள் (spheroid), நெட்டுருளை (spherical), பம்பரம் (pear-shaped), உருளை (cylindrical), பீப்பாய் (barrel), இருமுனை தட்டையான கோளம் (oblate), கழுத்துப்பட்டை (collared) ஆகிய வடிவங்களில் அவை காணப்பட்டன.

வீலரின் அகழ்வாய்வில் 16 சுடுமண் குமிழ்மணிகளும் கிடைத்தன.

விமலா பெக்லியின் அகழ்வாய்வு

விமலா பெக்லியின் அகழ்வாய்வில் மற்ற அகழ்வாய்வுகளைப் போன்று கண்ணாடிக் குமிழ்மணிகளும் கல் குமிழ்மணிகளும் பெருமளவில் கிடைத்தன.

அரிக்கமேட்டில் கிடைத்த குமிழ்மணிகள் முதன்முறையாக மிக விரிவாக பீட்டர் பிரான்சிசினால் ஆராயப்பட்டது. அரிக்கமேட்டுக் குமிழ்மணிகளை முதன்முறையாக உலகின் தொல்லியல் அகழ்வாய்வுக் களங்களின் - கருங்கடல் பகுதியிலிருந்து இந்தோனேசியாவின் பாலி வரை - குமிழ்மணிகளோடு ஒப்பீடு செய்து, ஒற்றுமை வேற்றுமைகள் கண்டறியப்பட்டன[64].

அரிக்கமேட்டிலிருந்து ஏற்றுமதி செய்யப்பட்ட பொருட்களில் மதிப்புக் குறைவு கற்கள் மற்றும் கண்ணாடியால் செய்யப்பட்ட குமிழ்மணிகள் இருந்திருக்க வேண்டும். ஏனெனில், அவைகளின் மூலப் பொருட்களும் கழிவுப் பொருட்களும் அதிக அளவில் அங்கு கிடைத்தன. குறிப்பாக, தென் பகுதியின் ஆய்வுக் குழிகளில் கல் குமிழ்மணி தயாரிப்புக்கான வெவ்வேறு வகையான கனிமப் பொருட்கள் காணப்பட்டன.

இந்தோ-பசிபிக் ஒற்றை நிறக் கண்ணாடி மணி வகைகள் (Indo-Pacific Monochrome Drawn Glass Beads Project) ஆய்வுத் திட்டம் மூலம், அரிக்கமேட்டில் கண்டெடுக்கப்பட்டிருந்த ஏறத்தாழ 50,000 மணிகளின் நிறம், அமைப்பு, வடிவம், காலம், ஆகியவற்றை வேதியியல் முறையில் பகுப்பாய்ந்து, இருநூறுக்கும் மேற்பட்ட மணி வகைகளாகப் ‘பீட்டர் பிரான்சிஸ்’ கண்டறிந்துள்ளார். அவற்றின் காலம் பொ.மு. 300 முதல் பொ. 1700 வரை என்றும் வரையறை செய்தார். பலதிறப்பட்ட தரமும், நிறமும், வகைகளும் கொண்ட ஏராளமான மணிகளை ஒரே இடத்தில் காண்பது மிகவும் அரிதே! அதனால், அரிக்கமேடு உள்ளிட்ட தென்னிந்தியாவைப் ‘பண்டைய உலகத்தின் புதையல் கருவூலம்’ என்று அவர் பெருமிதப்பட்டது பொருத்தமானதே[65]!

ஆட்டக் காய்கள்

வீலரின் அகழ்வாய்வில் கல்லால் செய்யப்பட்ட ஆட்டக் காய்கள் கிடைத்தன.

அரிக்கமேடு 103

வீலரின் அகழ்வாய்வில் கிடைத்த ஆட்டக் காய்கள்

உ. கவின்கலைப் பொருட்கள்

பண்டைத் தமிழர் அழகியலில் பெருவிருப்பம் கொண்டவர் என்பதற்கு சங்க இலக்கியங்களில் பல சான்றுகள் உள்ளன.

"நேரிழை மகளிர் உணங்குணாக் கவரும்
கோழி எறிந்த கொடுங்காற் கனங்குழை"

என்று மகளிர் அணியும் காதணி பற்றிப் பட்டினப்பாலை (வரிகள் 22-23) கூறுகிறது.

சங்கிலிருந்து அணிகலன்கள்

அரிக்கமேட்டில் சங்கிலிருந்து இருவகையான அணிகலன்கள் செய்யப்பட்டன: வளையல்கள் மற்றும் காதணிகள். காதணிகள் தட்டையாகவும் வட்ட வடிவிலும் காணப்பட்டன.

வளையல் தயாரிக்கும் தொழில்

அரிக்கமேட்டில் சங்கு, கிளிஞ்சலிலிருந்து (shell) வளையல் தயாரிக்கும் தொழில் பெருமளவில் நடைபெற்றுள்ளது. அரிக்கமேடு கடலுக்கு அருகில் இருந்தது; நீண்ட கால குடியிருப்பைக்

கொண்டிருந்தது. கடல்வாழின ஓடுகளை (marine shell) அறுத்து, பட்டை தீட்டி, மெருகேற்றி, மணியாகவும், வளையலாகவும், மோதிரமாகவும் அலங்காரமாகப் பயன்படுத்துவது இந்தியர்களின் வழக்கம். இவற்றையெல்லாம் நோக்கும்போது, அரிக்கமேட்டில் கடல் ஓடுகளின் அலங்காரப் பயன்பாடு காணப்படவில்லை என்பது வியப்புக்குரியது என்று ‘பீட்டர் பிரான்சிஸ்’ தெரிவிக்கிறார். ஆனால், அரிக்கமேட்டில் குமிழ்மணிகள் தயாரிப்பதற்குக் கடல்வாழின ஓடு ஒரு மூலப் பொருளாக விளங்கியது என்று ‘மார்ட்டிமர் வீலர்’ கூறுகிறார்[66].

வீலர் கண்டுபிடித்தவை உண்மையில் சங்கினால் ஆன பொருட்கள் அல்ல; உண்மையில் அவை அரித்துப்போன கண்ணாடியாலான குமிழ்மணிகள் என்று ‘பீட்டர் பிரான்சிஸ்’ கருதுகிறார்[67].

மேலும் அவர் கூறுகையில், விமலா பெக்லியின் அகழ்வாய்வில் கடல்வாழின இரு ஓட்டுத் துண்டுகள் கிடைத்ததாகவும், ஈரிதழ்சிப்பியின் (oysters) பாகங்களாகிய அவை உணவின் எச்சங்களாக இருக்கக்கூடும் என்றும் தெரிவிக்கிறார். அதற்கு விதிவிலக்காக விளங்குவது இந்தியர்கள் புனிதமாகக் கருதும் சங்கு. அது பெரும்பாலும் கடல்வாழின ஓட்டைக் கொண்டு செய்யப்பட்ட வளையல்களுக்கான மூலப்பொருளாக விளங்கியது.

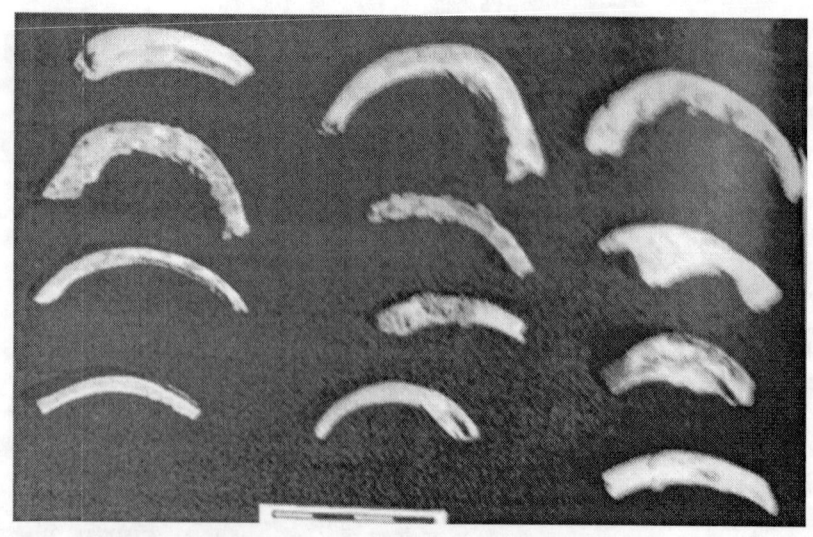

சங்கினால் செய்யப்பட்ட வளயல் துண்டுகள்

அரிக்கமேடு 105

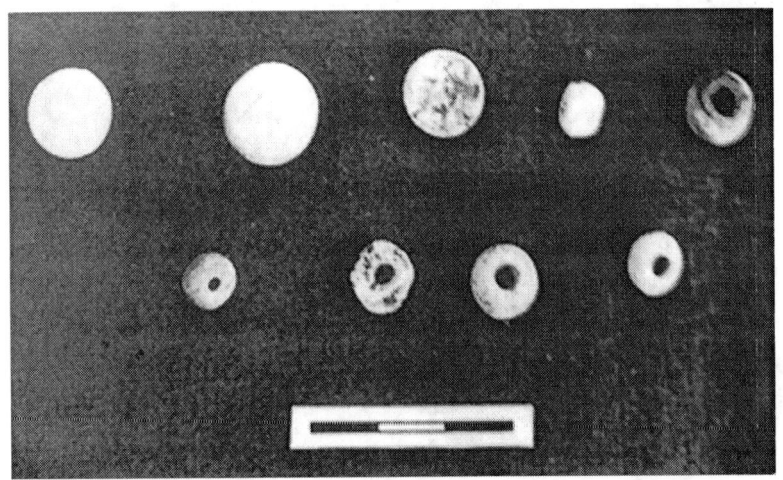

சங்கினால் செய்யப்பட்ட காதணிகளும் குமிழ்மணிகளும்

முழுமையான வளையல்கள், அத்தொழிலின் கழிவுப் பொருளான முழுமையடையாத வளையல் துண்டுகள் பெருமளவில் அகழ்வாய்வுகளில் கிடைத்தன. கழிவுப்பொருட்கள் களம் முழுதும் காணப்பட்டன. எனினும் அவை பெரும்பாலும் வடபகுதியில் காணப்பட்டன. அங்கு முழுமையான சங்குகளும் கிடைத்தன. அவை பெரும்பாலும் துளையிடும் கடற்பாசியால் (boring sponge) அரிக்கப்பட்டவை; எனவே வளையல்கள் செய்யப் பயன்படாதவை.

வளையல் உற்பத்தித் தொழில் அரிக்கமேட்டின் வரலாற்றில் ஆரம்ப காலத்திலேயே தொடங்கியது. பல இடங்களில் முழுமையான வளையல்களும், உடைந்தவைகளும், கழிவுகளும் கிடைத்திருப்பதால், அத்தொழில் அரிக்கமேட்டின் காலம் முழுதும் நடந்தது என்று கருதலாம்[68].

இன்று நடப்பதுபோல், சங்குகள் அப்பொழுது கடலில் மூழ்கி எடுக்கப்பட்டிருக்க வேண்டும். முழுமையாகக் கிடைத்த சங்குகள் சிறியவையாகவும் கடற்பஞ்சு போன்ற மிகச் சிறு உயிரினங்களால் அரிக்கப்பட்டு துளைகளிடப்பட்டதாகவும் இருந்தன. அத்தகையவை வளையல் செய்வதற்கு ஏற்றவை அல்ல.

காதணிகள்

சங்கிலிருந்து செய்யப்பட்ட மெல்லிய வளையல்கள், வட்ட வடிவ காதணிகள் ஆகிய இரண்டு அணிகலன்கள் அரிக்கமேட்டில் காணப்பட்டன. அத்தொழிலின் மற்ற பொருட்கள் சிறிய 0.83 - 1.53 செ.மீ. விட்டமும் 0.35-0.66 செ.மீ. தடிமனும் கொண்ட வட்ட வடிவத் தட்டுகளாகும்.

விமலா பெக்லியின் அகழ்வாய்வில் ஒரே இடத்தில் கண்டெடுக்கப்பட்ட சங்கு ஓட்டுக் கழிவுகள்

கசாலின் அகழ்வாய்வில், பலவகைக் குமிழ்மணிகளோடு பெருமளவில் கிடைத்த சங்கிலிருந்து செய்யப்பட்ட பிறை வடிவ அணிகலன்கள் பொ. முதல் நூற்றாண்டைச் சேர்ந்தவை என்று கசால் கருதுகிறார்.

புதுச்சேரி அருங்காட்சியகத்தில் சங்கு வடிவில் செதுக்கப்பட்ட இரு சிவப்பு கலந்த நீலக்கல் குமிழ்மணிகள் (amethyst beads) இடம்பெற்றுள்ளன[69]. அவற்றுடன் காணப்படும் இரண்டு சங்குகளில் ஒன்று முழுமையாகவும் மற்றொன்று மேல் நுனி உடைந்தும் உள்ளன. இரண்டிலும் ஒரு துளை காணப்படுகிறது. சங்கை ஓர் அலங்காரப் பொருளாகத் தொங்கவிடுவதற்கான துளையாக அவை இருக்கவேண்டும். மேலும், அங்கு செவ்வந்திக்கல்லாலான (amethyst) இரு குமிழ்மணிகள் சங்கு வடிவத்தில் உள்ளன. அவைகளுள் ஒன்று மூவோ துய்ப்ரேயால் சேகரிக்கப்பட்டது. மற்றதைப் பற்றி தெரியவில்லை.

மீன் முள் கம்மல்கள்

கசால் தன் அகழ்வாய்வுகளில் கிடைத்த இரு கண்டுபிடிப்புகளைக் குறிப்பிட்டுச் சொல்கிறார். ஒன்று மீன் முட்களாலான பொருட்கள், இரண்டு வேலை தொடங்கப்படாத வெறும் முட்கள். மீனின் முதுகுத்தண்டு முட்கள் நன்கு கழுவப்பட்டு தூய்மை செய்யப்பட்டு சிறிய வட்டவடிவ கம்மல்களாக உருவாக்கப்பட்டுள்ளன. இவ்விதமான சுடுமண் கம்மல்கள் அகழ்வாய்வுகளில் கண்டுபிடிக்கப்பட்டுள்ளது

அரிக்கமேடு 107

தந்தத்திலான அலங்காரப் பொருள்

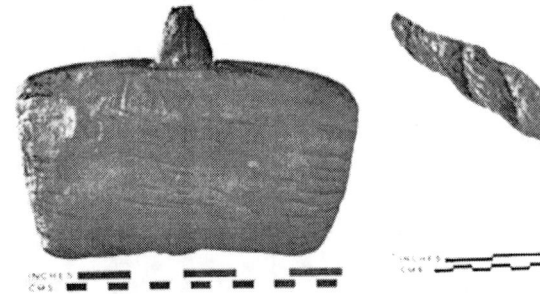

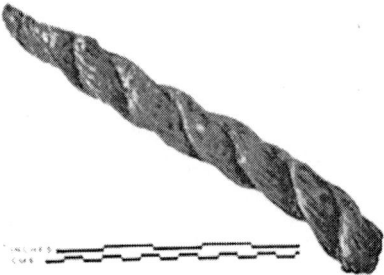

மர சுத்தியல்   கயிறு

இங்கு நினைவுகூறத்தக்கது. மீன் முட்களிலிருந்து செய்யப்பட்ட இன்னும் சில பொருட்களை அடையாளம் காண இயலவில்லை. இத்தாலி நாட்டில் கண்டுபிடிக்கப்பட்ட இதுபோன்ற காதணிகளை ரோம் நகரில் கண்டு தான் வியந்துபோனதாக கசால் தெரிவிக்கிறார்.

அரிக்கமேட்டு மீன்முள் கம்மல்களுக்கும் இத்தாலி நாட்டில் கிடைத்த மீன்முள் கம்மல்களுக்கும் இடையேயான உருவ ஒற்றுமை, கசாலை, "இந்தியாவிற்கும் ரோமுக்குமான முறையான வணிகம் தொடங்குவதற்கு இரு நூற்றாண்டுகளுக்கு முன்னரே மிகக் குறைந்த அளவிலேனும் வணிகம் நடந்திருக்க வேண்டும்", என்று கூற வைத்தது[70].

மற்றப் பொருட்கள்

'பொஷே-சுய்ர்லோ' அகழ்வாய்வில், ஒரு சிறிய வெண்கலத்தால் ஆன புத்தர் போன்று தோற்றமுடைய தலையுருவம், ஒரு மான் கொம்பு போன்றவைகளும் கிடைத்தன. அவற்றுள் மிகவும் குறிப்பிடத்தக்கது யானைத் தந்தம் அல்லது காண்டாமிருகக் கொம்பினால் செய்யப்பட்ட 13 செ.மீ. நீளமும் 3 செ.மீ. அகலமும் கொண்ட மிக அழகான ஓர் அலங்காரப் பொருளாகும்[71].

மார்ட்டிமர் வீலரின் அகழ்வாய்வில் இரும்பு ஆணிகள், இரும்பு வளையம், கத்தியின் கூரான பகுதி, தாமிரத்தாலான ஒரு கிளுகிளுப்பை ஆகிய உலோகப் பொருட்கள் கிடைத்தன. மணற்பாறையாலான மாவரைக்கும் கல், குழவி உள்ளிட்ட சில பொருட்கள், கைப்பிடி உடைந்த மரச் சுத்தியல், துண்டுக் கயிறுகள் முதலியன அதில் கிடைத்த மற்ற பொருட்களாகும்[72].

கசாலின் அகழ்வாய்வில் இரும்பு, செப்பு ஆகியவற்றின் துண்டுகள், வேலை மேற்கொள்ளப்பட்ட தந்தங்களின் கழிவுகள் ஆகியவை கிடைத்தன.

விமலா பெக்லியின் அகழ்வாய்வில், ஒரு சில சிறிய கல்லுருண்டைகள், எலும்புத் துண்டுகள், அடுக்குப் பாறைத் (mica) துண்டுகள் போன்றவையே கிடைத்தன.

நாணயங்கள்

வீலரின் அகழ்வாய்வில் மூன்று நாணயங்களும் கண்டெடுக்கப் பட்டன. அவற்றில் ஒன்று இராஜராஜன் காலத்தைச் (985-1017) சேர்ந்ததாகவும், மற்ற இரண்டும் அடையாளம் காணமுடியாதவை யாகவும் இருந்தன[73].

பொ. முதல் அல்லது இரண்டாம் நூற்றாண்டில் சங்ககாலச் சோழரால் வெளியிடப்பட்ட செப்புக்காசு அரிக்கமேட்டில்

விமலா பெக்லியின் அகழ்வாய்வில் கிடைத்த நாணயம்

பண்டைய சோழர் கால செப்பு நாணயம்

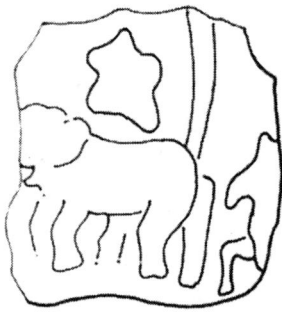

மேலேயுள்ள நாணயத்தின் வரைபடம்

கிடைத்துள்ளது. இதன் ஒரு பக்கத்தில் யானையும், குதிரையும் இடப்புறம் பார்த்தவாறு உள்ளன. அங்கே ஸ்ரீவத்சா என்ற குறியீடும், வெண்கொற்றக் குடையின் அடிப்பாகமும் தெரிகின்றன. மறுபுறம் சோழரின் இலச்சினையான புலி முன்பக்கம் வலது காலையும், பின்பக்கம் வாலையும் உயர்த்திய நிலையில் செதுக்கப்பட்டுள்ளது. அதன் அளவு: 1.2 × 1.3 செ.மீ.; 1 மி.மீ.-க்கும் குறைவான தடிமன்; 700 மி.கி. எடை. இதே போன்ற செப்புக்காசுகள் 1962-ஆம் ஆண்டில் காவிரிப்பூம்பட்டினத்தில் நடைபெற்ற அகழ்வாய்விலும் கண்டு பிடிக்கப்பட்டன[74].

பிற்காலச் சோழர் நாணயங்கள்

விமலா பெக்லியின் அகழ்வாய்வில் ஒரு பிற்காலச் சோழர் கால நாணயமும் கண்டெடுக்கப்பட்டது. அது 10-ஆம் நூற்றாண்டின் பிற்பகுதியைச் சேர்ந்தது என்று கருதப்படுகிறது.

சுமார் இருபதாண்டுகளுக்கு முன்பு, தற்போதைய சட்டப் பேரவையின் படிக்கட்டுகளைச் சீரமைப்பதற்காகத் தோண்டியோது, பிற்காலச் சோழர் நாணயங்கள் கண்டெடுக்கப்பட்டன. அவை புதுவை அருங்காட்சியகத்தில் வைக்கப்பட்டுள்ளன என்கிறார் கல்வெட்டு ஆய்வாளர் ந.வேங்கடேசன்[75].

‘பொனாய்’ என்பவரின் சேகரிப்பு

புதுச்சேரியில் ‘பொனாய்’ (Bonnois) என்பவர் சேகரித்த தொல்லியல் கலைப்பொருட்கள் (artefacts) தற்போது பாரீசு நகரத்தின் ‘மனித அருங்காட்சியக’த்தில் (Musée de l’Homme) உள்ளன. அச்சேகரிப்பில் கல் கருவிகளின் உடைந்த பாகங்கள் உள்ளிட்டவை இருந்தன. அவை சேகரிக்கப்பட்ட இடம் தெரியவில்லை. அதை ‘பிரெடெரிக் E. ஜேனர்’ (Frederick E. Zeuner), ‘ப்ரிட்ஜெட் ஆல்ஷின்’ (Bridget Allchin) என்ற இரு வல்லுநர்கள் ஆராய்ந்தார்கள். அவ்வாராய்ச்சி முடிவுகளின்படி, அப்பொருட்கள் யாவும் ஒருவகை படிகக் கல்லாலும் (chert) ஒரு வகை பளிங்குக் கல்லாலும் (silica) ஆனவையாகும். அத்தொகுதியில் கல்கோடரியின் உடைந்த பாகங்களும் மட்பாண்ட ஓடுகளும் இருந்தன. அவைகளுள், 7 கல்கோடரிகளின் வெட்டுவாய்ப் பகுதிகளில் சில கூர்தீட்டப்பட்டிருந்தன (ground); மட்பாண்ட ஓடுகள் நிறம் மாறி சரிவர அடையாளம் காணமுடியாதவாறு காணப்பட்டன. மொத்தத் தொகுதியும் தென்னிந்திய புதிய கற்காலப் (neolithic) பொருட்களை ஒத்திருந்தன[76].

குறிப்புகள்

1. Aiyappan, A. ADakshina Taxila. The Hindu, March 28, 1941.
2. Ibid.
3. Ibid.
4. Faucheux, L. Une vieille cité Indienne près de Pondichéry - Virapatnam. 1946, p. 6.
5. Pattabiramin, P.Z. Les Fouilles d'Arikamédou (Podouke). 1946, p. 24.
6. Wheeler, R.E.M. et al. Arikamedu: an Indo-Roman Trading station on the east Coast of India. Ancient India, No. 2, 1946, p. 26.
7. Wheeler, R.E.M. et al. Arikamedu: an Indo-Roman Trading station on the east Coast of India. Ancient India, No. 2, 1946, p. 27.
8. Wheeler, R.E.M. et al. Arikamedu: an Indo-Roman Trading station on the east Coast of India. Ancient India, No. 2, 1946, p. 30.
9. Casal, J.M. Fouilles de Virampatnam - Arikamedu. 1949, p. 26.
10. *முருகேசன், சோ. கசாலின் பார்வையில் அரிக்கமேடு. 1997, ப. 76.*
11. Begley, Vimala. et al. The Ancient Port of Arikamedu, Vol. 1, 1996, p. 35.
12. Ibid., p. 17.
13. Ibid., p. 21.
14. Begley, Vimala. et al. The Ancient Port of Arikamedu, Vol. 2, pp. 623-624.
15. Wheeler, R.E.M., Virampatnam. The Journal of the Greater India Society, Vol. XI. No. 1. 1944.
16. Wheeler, R.E.M. et al. Arikamedu: an Indo-Roman Trading station on the east Coast of India. Ancient India, No. 2, 1946, p. 41.
17. Begley, Vimala. et al. The Ancient Port of Arikamedu, Vol. 1, 1996, p. 22.
18. Begley. Vimala. The Dating of Arikamedu and its Bearing on the Archaeology of Early Historical South India. South Indian Horizons (F. Gross Felicitation Volume). 2022, p. 517.
19. Begley. Vimala. Rouletted Ware at Arikamedu: A New Approach. American Journal of Archaeology. Vol. 92. No. 3 (1988), pp. 427-440.
20. Ibid.
21. Ibid.
22. Faucheux, L. Une vieille cité Indienne près de Pondichéry - Virapatnam. 1946, p. 8.
23. Pattabiramin, P.Z. Les Fouilles d'Arikamédou (Podouke). 1946, p. 25.
24. Faucheux, L. Une vieille cité Indienne près de Pondichéry - Virapatnam. 1946, pp. 9-10.
25. Wheeler, R.E.M. et al. Arikamedu: An Indo-Roman Trading Station on the East Coast of India. Ancient India, No. 2. 1948, p. 55.

26. Ibid., pp. 91-92.
27. Casal, J.M. Fouilles de Virampatnam - Arikamedu. 1949, p. 35.
28. Ibid., p. 22.
29. Begley. Vimala. Rouletted Ware at Arikamedu: A New Approach. American Journal of Archaeology. Vol. 92. No. 3. 1988, pp. 427-440.
30. Ibid.
31. Begley. Vimala. Arikamedu Reconsidered. American Journal of Archaeology, Vol. 87, No. 4 (Oct 1983), pp. 461-481.
32. Begley, Vimala. et al. The Ancient Port of Arikamedu, Vol. 2. 2000, p. 328.
33. Ibid.
34. Begley, Vimala. et al. The Ancient Port of Arikamedu, Vol. 1. 1996, p. 319.
35. Casal, J.M. Fouilles de Virampatnam - Arikamedu. 1949, p. 53.
36. Wheeler, R.E.M. et al. Arikamedu: an Indo-Roman Trading station on the east Coast of India. Ancient India, No. 2, 1946, pp. 108-109.
37. Begley, Vimala. et al. The Ancient Port of Arikamedu, Vol. 1. 1996, p. 33.
38. Pattabiramin, P.Z. Les Fouilles d'Arikamédou (Podouke). 1946, p. 31.
39. Aiyappan, A. ADakshina Taxila. The Hindu, March 28, 1941.
40. Casal, J.M. Fouilles de Virampatnam - Arikamedu. 1949, p.56.
41. Wheeler, R.E.M. et al. Arikamedu: an Indo-Roman Trading station on the East Coast of India. Ancient India, No. 2, 1946, pp. 102-103.
42. Casal, J.M. Fouilles de Virampatnam - Arikamedu. 1949, p. 56.
43. Ibid., p. 57.
44. Francis Jr., Peter. Some Observations on the Glass Beads of Arikamedu. Revue Historique de Pondichéry, Vol. 13. (1976-1980). pp. 156.
45. Ibid.
46. Ibid., p. 160.
47. Begley, Vimala. et al. The Ancient Port of Arikamedu, Vol. 2. 2000, p. 513.
48. Ibid., p. 451.
49. Faucheux, L. Une vieille cité Indienne près de Pondichéry - Virapatnam. 1946, p. 3.
50. Pattabiramin, P.Z. Les Fouilles d'Arikamédou (Podouke). 1946, p. 38.
51. Begley, Vimala. et al. The Ancient Port of Arikamedu, Vol. 2. 2000, pp. 479-480.
52. Ibid., pp. 482-485.
53. Ibid., p. 451.
54. Francis Jr., Peter. Bead Emporium. 1987, p. 10.
55. Begley, Vimala. et al. The Ancient Port of Arikamedu, Vol. 2. 2000, p. 463.
56. Ibid., p. 496.
57. Ibid., p. 479.

58. Ibid., p. 513.
59. Francis Jr., Peter. The Stone Bead Industry of South India. BEADS: Journal of the Society of Bead Researches. Vol. 12. 2000, p.56.
60. Begley, Vimala. et al. The Ancient Port of Arikamedu, Vol. 2. 2000, p. 504.
61. Pattabiramin, P.Z. Les Fouilles d'Arikamédou (Podouke). 1946, p. 38.
62. Faucheux, L. Une vieille cité Indienne près de Pondichéry - Virapatnam. 1946, p. 11.
63. Wheeler, R.E.M. et al. Arikamedu: an Indo-Roman Trading station on the East Coast of India. Ancient India, No. 2, 1946, p. 96.
64. Begley, Vimala. et al. The Ancient Port of Arikamedu, Vol. 2. 2000, p. 513.
65. Francis Jr., Peter. The Stone Bead Industry of Soputhern India. BEADS: Journal of the Society of Bead Researchers. Vol. 12. 2000, p. 5.
66. Wheeler, R.E.M. et al. Arikamedu: an Indo-Roman Trading station on the East Coast of India. Ancient India, No. 2, 1946, p. 96.
67. Begley, Vimala. et al. The Ancient Port of Arikamedu, Vol. 2. 2000, p. 393.
68. Ibid.
69. Ibid., p. 395.
70. Casal, J.M. Fouilles de Virampatnam - Arikamedu. 1949, p. 29.
71. Faucheux, L. Une vieille cité Indienne près de Pondichéry - Virapatnam. 1946, pp. 11-12.
72. Wheeler, R.E.M. et al. Arikamedu: an Indo-Roman Trading station on the East Coast of India. Ancient India, No. 2, 1946, pp. 103-104.
73. Ibid., p. 108.
74. Begley, Vimala. et al. The Ancient Port of Arikamedu, Vol. 2. 2000, p. 391.
75. வேங்கடேசன். ந. வரலாற்றில் அரிக்கமேடு, *1990*, புதுச்சேரி.
76. Zeuner E., Frederick & Allchin, Bridget. The Microlithic Sites of Tinnevelly District, Madras State. Ancient India, (1956) No. 12. p. 19.

4. அரிக்கமேடு - அயல் நாட்டு, உள்நாட்டு வணிகத் தொடர்புகள்

அரிக்கமேட்டில், துணிவகைகள், கடல்வாழ் உயிரின ஓட்டுக் கலைப் பொருட்கள், மதிப்புக் குறைவு கற்களிலிருந்தும், கண்ணாடியிலிருந்தும் செய்யப்பட்ட குமிழ்மணிகள் ஆகியவை உள்ளூர்ப் பயன்பாட்டிற்கு மட்டுமானவை அல்ல; அவை உள்நாட்டுக்கும், தொலை தூர நாடுகளுக்கும் ஏற்றுமதி செய்வதற்காக பெருமளவில் உற்பத்தி செய்யப்பட்டிருக்க வேண்டும்[1].

அ. யவனர் வணிகம்

பெரிப்ளஸ் கூறும் செய்திகள்

ரோமப் பேரரசர் 'அகஸ்தஸ்' காலத்தில் எகிப்து ரோமப் பேரரசோடு இணைக்கப்பட்டது. அப்போதிலிருந்து ரோமானிய எகிப்திலிருந்து அரபு நாட்டிற்கும் இந்தியாவிற்கும் பெருமளவிலான கப்பல்கள் செல்லத்தொடங்கின[2].

'பெரிப்ளஸ்' இரண்டு வணிகக் கடல் வழிகளைத் தெரிவிக்கிறது. இரண்டும் எகிப்தின் செங்கடல் துறைமுகங்களிலிருந்து தொடங்கின. ஒன்று ஆப்ரிக்கக் கரையோரத் துறைமுகங்களுக்குச் சென்றது. மற்றொன்று கிழக்கு நோக்கி இந்தியாவரை சென்றது[3].

இந்தியாவுடனான ரோமானியர்களின் வணிகம் ஆப்ரிக்க, அரபு நாடுகளைக் காட்டிலும் முக்கியத்துவம் வாய்ந்ததாகக் கருதப்பட்டது. 'பெரிப்ளஸ்' நூலின் பாதிப் பகுதி இவ்வணிகத்திற்காக ஒதுக்கப் பட்டுள்ளது[4].

அரிக்கமேட்டில் கண்டுபிடிக்கப்பட்ட ரோமானியப் பொருட்களும், தமிழிலக்கியத்தில் காணப்படும் யவனர் பற்றிய குறிப்புகளும் கிழக்குக் கரையில் ரோமானிய வணிகர்கள் வாழ்ந்தார்கள் என்பதை உறுதி செய்கின்றன. ஆனால், சோழ மண்டலக் கரையிலிருந்து ரோம் நாட்டோடு நேரடியான வணிகம் நடைபெற வில்லை. ரோமானிய, எகிப்து வணிகர்களுக்கு இந்தியாவின் மேற்குக் கரையே முக்கிய வணிகப் பரப்பாக விளங்கியது. கிழக்குக் கரை இரண்டாம் இடத்தில் இருந்தது. அவர்கள் வணிகப் பொருட்களைப் பெறுவதும், ஏற்றுமதி செய்வதும் முசிறி, நெல்கிந்தா ஆகிய துறைமுகங்கள் வழியாக என்றும் தெரிவிக்கின்றன. இவ்விரு துறைமுகங்களும், மேற்குக் கரையின் தென் பகுதியில் அமைந்துள்ளவை. சோழ மண்டல, அரபிக் கரைகளுக்கிடையே வணிகம் கடல் வழியாகவும் நிலவழியாகவும் நடந்தது[5].

யவனர் இருக்கைகள்

சாதகமான பருவ காலங்களில் வணிகத் தொடர்பாக யவனர்கள் வரும்போது, துறைமுகப் பகுதிகளின் ஆட்சியாளர்களுடன் ஒப்பந்தங்கள் (treaty-ports) செய்துகொண்டு கடலோரத்தில் இருக்கைகள் (lodges) அமைத்துத் தங்கிச் சென்றுள்ளனர். இத்தகைய வணிகக் குடியிருப்புகளை "பயனற வறியா யவன இருக்கை" என்கிறது சிலப்பதிகாரம் (5:10). இத்தகைய யவன இருக்கைகள் பற்றி, 'செங்கடல் சுற்றுப் பயணக் குறிப்புகள்' (The Periplus of the Erythraean Sea- 60-100 AD) நூலில் காணப்படுவதோடு, தாலமி (Ptolemy) எழுதிய 'புவியியல்' (Geographia) என்ற நூலிலும் விவரிக்கப்பட்டுள்ளது. அரிக்கமேட்டில் கண்டறியப்பட்ட ஆலிவ் எண்ணெய் சாடி, 'கரும்' (garum) என்னும் மீன் கூட்டுச் சாறு சாடி (fermented fish sauce) ஆகியவற்றை உள்ளூர் மக்கள் பயன்படுத்தி இருக்கமாட்டார்கள்; ஆனால், மதுச் (wine) சாடியைப் பயன்படுத்தியிருக்கக்கூடும். வணிகத்திற்காக வந்த கிரேக்கர்களும், ரோமானியர்களும் கொணர்ந்தவை அவை[6]. மேலும், இந்தியாவிலேயே அரிக்கமேட்டில்தான் அதிக அளவில் ரோமானியச் சான்றுகள் கிடைத்துள்ளன.

சங்க இலக்கியச் சான்றுகள்

யவன வணிகர்கள் தென்னிந்தியத் துறைமுகங்களில் வணிகக் குடியிருப்புகளை அமைத்து வணிகம் புரிந்து வந்தனர் என்பதற்கு, பெரும்பாணாற்றுப்படை, நெடுநல்வாடை, சிலப்பதிகாரம் முதலான நூல்களில் யவன இருக்கைகள் பற்றிய குறிப்புகள் உள்ளன.

பொதுவாக, அந்நிய நாட்டவரை "உடம்பின் உரைக்கும் உரையா நாவிற் படம்புகு மிலேச்சர் ... (உடம்பின் அசைவுகளால் உரைக்கின்ற தன்மையுடைய நாவால் பேசமுடியாத, சட்டையணிந்த மிலேச்சர்) என்று முல்லைப்பாட்டு (65-66) குறிப்பிடுகிறது. ஆனால் வணிக நிலையில் குறிப்பிடும்போது யவனர் என்றே சங்கப் புலவர்கள் குறிப்பிட்டுள்ளனர். முதலில் கிரேக்கரைக் குறித்த இந்தச் சொல் பின்னர் ரோமானியருக்கும் உரித்தாகி, அதன்பின் மேற்கு ஆசியாவில் இருந்தும், மத்திய தரைக்கடல் நாடுகளில் இருந்தும் தமிழகத்திற்கு வந்த வெளிநாட்டினரைக் குறிப்பதாகப் பண்டைத் தமிழ் இலக்கியங்களில் காணப்படுகிறது[7].

தமிழகத்தின் கிழக்குக் கடற்கரையில் பல துறைமுகங்கள் சங்க காலத்தில் வணிகத்தின் பொருட்டும், அரசியல் உறவு காரணமாகவும், அயல் நாடுகளுடன், குறிப்பாக யவனர்களுடன், தொடர்பில் இருந்தன என்பதற்குச் சங்க இலக்கியத்தில் பல சான்றுகள் உள்ளன.

புலம்பெயர்ந்து, தமிழகத்தில் வாழ்ந்த மக்களைப் பற்றி 'பட்டினப்பாலை' இவ்வாறு குறிப்பிடுகிறது:

"பல்ஆயமொடு பதிபழகி
வேறுவேறு உயர்ந்த முதுவாய் ஒக்கல்
சாறுஅயர் மூதூர் சென்றுதொக்கு ஆங்கு
மொழிபல பெருகிய பழிதீர் தேஎத்துப்
புலம்பெயர் மாக்கள் கலந்துஇனிது உறையும்
முட்டாச் சிறப்பின் பட்டினம்..."

(பட்டினப்பாலை, வ.213-218)

என்று பூம்புகார் நகரத்தின் சிறப்பை அந்நூல் கூறுகிறது.

(பல்வேறு மக்களோடு, பல்வேறு நாடுகளுக்குச் சென்று பழகியவர்கள் காவிரிப்பூம்பட்டினத்து வணிகர்கள். வேறுவேறு துறைகளில் உயர்ந்த அறிஞர் கூட்டம், திருவிழா கொண்டாடும் பழமையான ஊரில் சென்று கூடியது போன்று, பல மொழிகள் பேசும் மக்கள் நிரம்பிய குற்றமற்ற தேயத்தில், புலம்பெயர்ந்து வந்த பல நாட்டு மக்கள், உள்ளூர் மக்களோடு கலந்து மகிழ்ச்சியாக வாழும் சிறப்பினை உடையது பூம்புகார்ப்பட்டினம்...)

குதிரைகள் இந்தியாவிற்கு மேற்கத்திய நாடுகளிலிருந்து இறக்குமதி செய்யப்பட்டன. அத்தகவலைக் கீழ்கண்ட சங்க இலக்கிய வரிகள் நமக்குப் புலப்படுத்துகின்றன:

"நீரின் வந்த நிமிர்பரிப் புரவியும்"

- பட்டினப்பாலை, வ. 185.

(கடல்வழி மரக்கலங்களில் வந்த நிமிர்ந்த செலவினையுடைய குதிரைகளும்)

"   ... பால்கேழ்
வால்உளைப் புரவியொடு..."

- பெரும்பாணாற்றுப்படை, வ. 319-320.

(பால் போன்ற வெண்ணிறமுடைய வெண்மையான தலையாட்டத்தினையுடைய குதிரைகளோடு)

அகநானூறு, நெடுநல்வாடை, பெரும்பாணாற்றுப் படை, பட்டினப்பாலை, பதிற்றுப்பத்து போன்ற சங்க இலக்கியங்கள், சிலப்பதிகாரம், மணிமேகலை ஆகிய நூல்களில் யவனர் குறித்த பல பதிவுகள் உள்ளன. அறிவியல், குறிப்பாக தொல்லியல் அடிப்படையில் நடத்தப்பட்ட அகழ்வாய்வுகள் பலவும் அதை உறுதி செய்து வருகின்றன. ரோமானியத் தொடர்பு பற்றி,

"கயவாய் மருங்கில் காண்போர்த் தடுக்கும்
பயனற வறியா யவனர் இருக்கையும்
கலந்தரு திருவில் புலம்பெயர் மாக்கள்
கலந்திருந்து உறையும் இலங்குநீர் வரைப்பும்," என்றும்
(இந்திரவிழவூரெடுத்த காதை, வ. 9-12)

(புகார் நகரத்துப் பக்கங்களில் காண்போர் கண்களை மேற்செல்லவிடாமல் தடுக்கும் பயன் தொலைதலை அறியாத யவனர்களின் குடியிருப்பும் தம் நிலத்தை விட்டு மரக்கலங்களில் புலம்பெயர்ந்து, உள்ளூர் மக்களோடு கலந்து வாழும் அலைவாய்க் கரையிருப்பும்...)

"கடிமதில் வாயில் காவலிற் சிறந்த
அடல்வாள் யவனர்..." என்றும், (ஊர்காண் காதை, வ. 66-67)

(உயர்ந்த மதில் வாயிலைக் காவலிற் சிறந்த, வாளையுடைய யவனர்...) என்று சிலப்பதிகாரத்தில் யவனர்களைப் பற்றி குறிப்புகள் உள்ளன.

யவனர்கள் தமிழகத்துக் கைவினைஞரோடு கூடி, தச்சுவேலை செய்தார்கள் என்ற குறிப்பினை 'மணிமேகலை'யில் காணலாம்:

"மகத வினைஞரும் மராட்டக் கம்மரும்
அவந்திக் கொல்லரும் யவனத் தச்சரும்
தண்டமிழ் வினைஞர் தம்மொடுங் கூடிக்
கொண்டினிது இயற்றிய கண்கவர் செய்வினை"-

(மணிமேகலை: (சிறைக்கோட்டம் அறக்கோட்டமாகிய காதை, வ. 107-110)

(மகத நாட்டு மணி வேலைக்காரரும் மராட்டியத்தைச் சேர்ந்த பொற்கம்மியரும், அவந்தி நாட்டுக் கொல்லரும் யவனநாட்டுத் தச்சரும், தண்ணிய தமிழ்நாட்டில் தோன்றிய தொழில் வல்லாருடன் கூடி, உள்ளங் கொண்டு நன்கு செய்தமைத்த கண்களைக் கவரும் தொழிற் சிறப்பினையுடைய...)

இந்தியாவின் மேற்குக் கரையில் சேரர்களின் துறைமுகமான முசிறியில் யவனர்களின் மரக்கலங்கள், தாங்கள் கொண்டுவந்த பொன்னை இறக்கிவிட்டு, மிளகை வாங்கிச் சென்றன என்ற குறிப்பு அகநானூற்றில் காணப்படுகிறது:

" ... சேரலர்
சுள்ளிஅம் பேரியாற்று வெண்நுரை கலங்க
யவனர் தந்த வினைமாண் நன்கலம்
பொன்னொடு வந்து கறியோடு பெயரும்..."

(அகம்: 149, வ. 7-10)

(சேர மன்னரின் சுள்ளி, பேரியாறு என்ற ஆறுகள் அலை மோதுமாறு, யவனரின் மரக்கலம் பொன்னை இறக்கி மிளகை வாங்கி ஏற்றிச் செல்லும்...)

வலிமையான உடலினையும் அச்சம் தரும் தோற்றத்தையும் கொண்ட யவனர்கள் அரசனது படைவீட்டை அமைத்தனர் என்பது முல்லைப்பாட்டிலிருந்து நமக்குத் தெரியவருகிறது. அந்நூல் யவனர்களின் வலிமையையும் அவர்களது உடையையும் பின்வருமாறு விவரிக்கிறது:

"மத்திகை வளைஇய மறிந்துவீங்கு செறிவுடை
மெய்ப்பை புக்க வெருவரும் தோற்றத்து
வலி புணர் யாக்கை வன்கண் யவனர்"
(முல்லைப்பாட்டு, வ. 59-61)

(குதிரைச் சாட்டை சுற்றிய, மடங்கிப் புடைக்குமாறு நெருங்கக் கட்டின உடையையும், சட்டையையும் அணிந்த, அச்சம் வரும் தோற்றத்தையும், வலிமையான உடம்பினையும் உடைய கடுமையான யவனர்)

அக்காலத்தில், யவனர்கள் சிறந்த கலங்களில் மதுவைக் கொண்டு வந்தார்கள் என்ற செய்தி புறநானூற்றில் காணப்படுகிறது:

"யவனர், நன்கலம் தந்த தண்கமழ் தேறல்
பொன்செய் புனைகலத்து ஏந்தி நாளும்
ஒண்தொடி மகளிர் மடுப்ப மகிழ்சிறந்து
ஆங்கினிது ஒழுகுமதி ஓங்குவாள் மாற," (புறம்: 56, வ. 17-21)

(யவனர்களால் நல்ல அழகிய கலங்களில் கொண்டுவந்து தரப்பட்ட குளிர்ந்த நறுமண மதுவை அழகிய மகளிர் நாள்தோறும் எடுத்து வழங்க, பருகி மகிழ்ச்சியோடு வாழ்வாயாக!)

சங்ககாலத்தில் மக்கள் யவனர் கொண்டுவந்த அன்னம் பொருந்திய விளக்கைப் பற்றி அறிந்திருந்தனர் என்பது பெரும்பாணாற்றுப் படையிலிருந்து தெரிகிறது:

"   ... யவனர்
ஓதிம விளக்கின்,..."   (வ. 316-317)

(யவனரின் அன்னம் பொருந்திய விளக்கு போன்று...)

பொ. முதலாம் நூற்றாண்டைச் சேர்ந்த பாவை விளக்கின் ஒரு பகுதியும் ரோமானியத் தொடர்புக்கு வலுசேர்க்கிறது. இத்தகைய விளக்குகள் தமிழகத்திலும் புழங்கியதை

"யவனர் இயற்றிய வினைமாண் பாவை
கைஏந்தும் ஐஅகல் நிறைய நெய்சொரிந்து
பரூஉத்திரி கொளீஇய குருத்தலை நிமிர்எரி..."
என்று நெடுநல்வாடை (வரிகள்: 101-103) குறிப்பிடுகிறது.

(யவனர்களால் செய்யப்பெற்ற தொழில் சிறப்புடைய பாவை (விளக்கு), தன் கைகளில் ஏந்திய அழகான தகளியில் நெய் நிறைய

ஊற்றி, பருத்த திரிகளை இட்டுக் கொளுத்தி, நிறம் பொருந்திய மேல் பகுதியை நிமிர்த்தி, தீச்சுடர்...)

இவ்வாறு சங்க இலக்கியங்களில் மட்டுமே நாம் யவனர்களைப் பற்றி படித்திருக்கிறோம். புதுச்சேரி உள்ளிட்ட பண்டைய தமிழகத்தில் முதன் முதலாக அரிக்கமேட்டில்தான், அகஸ்டஸ் செதுக்கு மணிக்கல், யவனர்களின் மதுச் சாடிகள், பாவை விளக்குகள் போன்றவை கண்டுபிடிக்கப்பட்டுள்ளன; யவனர்கள் அங்கு வாழ்ந்ததற்கான அடையாளங்கள் காணப்படுகின்றன. கோவைப் பகுதியில் கண்டுபிடிக்கப்பட்ட பெருங்கற்கால ஈமத்தாழிகளில், வீட்டுப் பொருட்களோடு ரோமானிய நாணயங்களும் கிடைத்துள்ளன[8]. எனவே, சங்க இலக்கியங்கள் கூறும் யவனர்களுக்கும் தமிழகத்திற்கும் உள்ள கடல் வணிகத் தொடர்புக்குக் கண்ணால் காணக்கூடிய சான்றாக அரிக்கமேடு திகழ்கிறது!

பசலோனா சாந்து

விமலா பெக்லியின் அகழ்வாய்வில் கட்டட அமைப்பை ஆராய்ந்த 'எலிசபெத் லைடிங் வில்' (Elizabeth Lyding Will), நீரில் நனையும் கட்டுமானங்களில், நீர்க்கசிவைத் தடுக்கும் 'பசலோனா' (pozolana) வகை சாந்து பூசப்பட்டிருந்தது. இது ரோமானியர்களின் தொழில் நுட்பம். துறைமுகக் கட்டுமானத்தில் யவனர் தொடர்புக்கு இதுவும் ஒரு சான்று என்றார்[9].

ஆ. கீழ்த்திசை நாடுகளுடன் கடல் வணிகம்

பொ.மு. 200-இல் தொடங்கிய தமிழக கிரேக்க-ரோமானிய வணிகம் பொ. 300 வரை நடைபெற்றுள்ளது. அதற்குப் பிற்பட்ட காலங்களில் ரோமானிய நாணயங்கள் தமிழகத்தில் குறைவாகவே கிடைத்திருப்பதால், கடல்சார் வணிகம் சுணங்கிப்போனது என்று கூறலாம். பொ. 5-ஆம் நூற்றாண்டுக்குப் பின் மேலை நாடுகளுடன் தமிழக வணிகம் குறையத் தொடங்கியபோது, அதன் வணிக வலையைப் பெருமளவில் கீழை நாடுகளுடன் விரித்துக்கொண்டது.

மார்ட்டிமர் வீலர் (1946) கண்டெடுத்த பொறிப்பு அச்சு வேலைப்பாடுடன் கூடிய கருமை, சிவப்பு, பழுப்பு மட்பாண்டங்கள், ஓடுகள் பூம்புகார், அழகன்குளம், காரைக்காடு, மணப்பட்டு போன்ற பகுதிகளிலும் பரவலாகக் கிடைத்துள்ளன. இதேபோன்ற ஓடுகள் தெலுங்குப் பகுதியில், நெல்லூர் அருகிலுள்ள கோட்டைப்பட்டினம் பகுதியிலும் கண்டெடுக்கப்பட்டுள்ளன. இத்தகைய பொருட்கள் தமிழகத்தின் உள்நாட்டுப் பகுதிகளிலும் கிடைக்கின்றன. எனினும், அவற்றின் கலைவடிவம் கடலோரப் பகுதிகளில் கிடைத்தவற்றினின்றும் முற்றிலும் வேறுபட்டுள்ளது.

ஆனால், இப்பாண்டங்கள் கீழ்த்திசை நாடுகளான தெற்கு சீனா, வியட்நாம், தாய்லாந்து, மலேசியா, சிங்கப்பூர், இந்தோனேசியா வேலைப்பாடுகளுடன் ஒத்திருக்கின்றது என்பது விமலா பெக்லியின் (1994) கருத்து. மேலும், பளபளக்கும் பீங்கான் பாத்திரங்களின் உடைந்த பாகங்களும், இளம் பச்சைப் பீங்கான் கலன்களும் (celadon pottery) கிழக்காசிய நாடுகளுக்கானவை.

இதிலிருந்து இரண்டு கற்பிதங்கள் தோன்றலாம். ஒன்று, இவை கிழக்கு ஆசிய நாடுகளிலிருந்து இறக்குமதி செய்யப்பட்டிருக்கவேண்டும். இரண்டாவது, இவற்றின் காலம் பொ.மு. 2-3 நூற்றாண்டு முதல் பொ. முதலாம் நூற்றாண்டு என்பதால், அரிக்கமேட்டின் வணிகத் தொடர்பு அரெட்டைன் பாண்டங்களின் காலமான முதலாம் நூற்றாண்டுக்கு முன்பே தொடங்கிவிட்டது என்பதாகும். அதாவது யவனருடன் வணிகத் தொடர்பு கொள்ளும் முன்பே கீழ்த்திசை நாடுகளுடன் கடல் வணிகம் நடந்த வணிகத்தளம் அரிக்கமேடு என்கிறார் அவர்[10].

சீனத் தொடர்பு

சீன நாட்டுடன் அரிக்கமேட்டின் தொடர்பை உறுதிப்படுத்தும் வகையில் பீங்கான் (செலிடன்) கலன்களும், பிற்காலத்தைச் சேர்ந்த சீனக் களிமண் சாடிகளும் கிடைத்துள்ளன. சிறிய வடிவிலான, வழப்பான வெண்மை நிறக் கோப்பையில் நீல நிறம் தீட்டப்பட்டுள்ள மிகப் பிற்காலத்தைச் சேர்ந்த சீனக் கோப்பை ஒன்றும் விமலா பெக்லியின் ஆய்வில் கிடைத்தது[11].

அரிக்கமேட்டில் 14-ஆம் நூற்றாண்டுக்கான சீனப் பீங்கான் பாண்டங்கள் கிடைத்ததை வைத்து சீனத்தொடர்பை சிலர் ஆய்ந்திருக்கிறார்கள். 1271 - 1368 கால கட்டத்தில் சீனாவை ஆண்ட யுவான் அரச பரம்பரை பற்றி, யுவான் ஷி (Yuan Shi) என்ற பயணியர் குறிப்பு நூலில் (Travalogue), மலபாரை மபர் என்றும், அதில் ஜுலான் (கொல்லம் = Quilon) தொடங்கி, சோழ மண்டலக் கரையில் (Southern Sozha = His-Yang So-Li), நெல்லூர் வரையிலான கடற்கரைப் பகுதிகள், துறைமுகங்கள் பற்றிய குறிப்புகள் உள்ளன. அதில் 1281-இல் சோழ மண்டலக் கரையில் சின் குன் (Xin Kun) என்ற துறைமுகத்தில் சீனத் தூதர் ஒருவர் வந்த குறிப்பு உள்ளது. இது எந்த ஊர் என்பது பற்றிக் கருத்து வேறுபாடுகள் உள்ளன.

தயோயி சிலு (Daoyi Zhilu) என்ற சீன நூலில், தபா தோன் (Daba don), து-த (TuTa) என்ற துறைமுகங்கள் பெயர் காணப்படுகிறது. சீன மொழியில் தபா தோன் என்றால் பெரிய பட்டினம் என்றும், து-த என்றால் மண் கோபுரம் என்று பொருள்; து-த நாகப்பட்டினத்தைக் குறிப்பதாகக் கூறப்பட்டது. அதற்கேற்ப நாகையில் 19-ஆம்

நூற்றாண்டு வரையில் பௌத்தக் கோபுரம் ஒன்று இருந்தது. எனவே, சின்குன் என்றால் புதிய ஊர் என்று பொருள்படுவதால், இது புதுச்சேரியைக் குறிப்பதாக இருக்கலாம் என்கிறார் நொபுரு கரோழ்சிமா[12].

‘ரௌலெட்டெட்’ பாண்டங்களின் வணிகப் பாதை

இந்தோனேசியா (Indonesia), ‘பாலி’யில் (Bali) ‘செம்பிரன்’, (Sembiran), ‘பாக்குங்’ (Pacung) ஆகிய இடங்களில் இந்தியாவின் கிழக்குக் கரையில் தயாரிக்கப்பட்ட நயமிக்க பாண்டங்கள், குறிப்பாக ‘ரௌலெட்டெட்’ பாண்டங்கள், வீலர் குறிப்பிட்டுள்ள முத்திரை பொறித்த கிண்ணங்கள் (bowls), குமிழ்மணிகள் ஆகியவை காணப்பட்டதாகத் தெரிவிக்கப்பட்டுள்ளன. அண்மையில் பாலியைச் சேர்ந்த ‘செம்பிரன்’, ‘பாக்குங்’, கிழக்குக்கரையில் அமைந்துள்ள அரிக்கமேடு, காரைக்காடு ஆகியவிடங்களில் கிடைத்த ‘ரௌலெட்டெட்’ பாண்டங்களை ஆராய்ந்த ஆய்வாளர்கள் (Ardika et al.), அவைகளின் மூலப் பொருட்கள் ஒன்றாக இருப்பதாகத் தெரிவித்துள்ளார்கள். மேலும், ‘ரௌலெட்டெட்’ பாண்டங்களின் வணிகப் பாதை (trade route) தென்கிழக்கு ஆசியாவிற்கும் விரிந்திருந்தது என்று அவர்கள் தெரிவித்துள்ளார்கள். எனவே, அவை அரிக்கமேட்டிலிருந்து அவ்விடங்களுக்குச் சென்றிருக்க வேண்டும் என்று பீட்டர் பிரான்சிஸ் கருதுகிறார்[13].

செஞ்சியாற்றின் கழிமுகத்தில் (அரிக்கமேட்டில்) ஆந்திரா, பாண்டியநாடு முதலான இடங்களிலிருந்து வந்த கப்பல்கள் ரோமானிய, சீனக் கப்பல்களோடு, கங்கையை நோக்கிச் செல்லும் வழியில் தங்கியிருந்தன. அங்கிருந்து இந்தியக் கப்பல்கள் கங்கைநதிக்கும், இலங்கை, பெகு (Pegu, now Bago in Mayanmar), தென்-கிழக்கு ஆசிய நாடுகள் முதலானவற்றுக்கு வணிகப் பொருட்களை ஏற்றிச் சென்றன. அவை செங்கடல் துறைமுகங்களுக்கும் சென்றிருக்கக் கூடும். (நீண்ட காலத்திலிருந்து அதாவது பொ.மு. 2,700 ஆண்டுகளில் ‘மெசப்பொடாமியா’ (Mesopotamia), ‘ஹாத்ரமான்’ (Haudhramant), மற்றும் நைல் நதிப் பள்ளத்தாக்கு நாடுகளோடு இந்தியா நெருங்கிய உறவில் இருந்துள்ளது.) மேலே கூறப்பட்டவைகளுக்கு அரிக்கமேட்டின் தொல்லியல் எச்சங்கள் சான்றாக உள்ளதாக அருட்சகோதரர் ‘எல். பொஷே’ தெரிவிக்கிறார்[14].

குமிழ்மணிகளின் பயணம்

அரிக்கமேட்டில் கிடைத்த குமிழ்மணிகளின் எண்ணிக்கை மலைக்கவைக்கிறது! அவற்றில், அவரால் வகைப்படுத்தப்பட்ட குமிழ்மணிகள் மட்டும் 40,000-க்கு மேல் என்று பீட்டர் பிரான்சிஸ்

தெரிவிக்கிறார். அவற்றின் எடை 40 கி.கி. அரிக்கமேட்டில் குமிழ்மணி தயாரிப்புத் தொழிற்சாலை இருந்ததற்கான சான்று அது ஒன்றே போதும்! தொழிற்சாலை ஒன்றல்ல, இரண்டு: 1. கண்ணாடிக் குமிழ்மணி தொழிற்சாலை, 2. மதிப்புக்குறைவுக்கல் குமிழ்மணி தொழிற்சாலை. குமிழ்மணித் தொழில் அரிக்கமேட்டிலும் கிழக்காசிய நாடுகளிலும் காணப்பட்டது என்று பல ஆராய்ச்சியாளர்கள் தெரிவித்துள்ளார்கள்.

ரோமானியர்களின் குமிழ்மணி வணிகத்தின் முதன்மைத் துறைமுகமாக மேற்குக் கரையிலிருந்த முசிறி விளங்கியது. செங்கடல் சுற்றுப்பயணக் குறிப்புகள் (Periplus of Erythrean Sea) அதைப்பற்றி இவ்வாறு கூறுகிறது: "அதே நாட்டில் (சேர நாடு) உள்ள முசிறியின் வளத்திற்குக் காரணம் 'அரியக்கே' விலிருந்து (Ariakê) வரும் கப்பல்கள்; அக்கப்பல்களும் கிரேக்கக் கப்பல்களும் முசிறிக்கு வருகின்றன. அனைத்து வகையான ஒளியூடுருவல் கற்கள் (translucent stones), வைரங்கள் (diamonds), நீல மணிகள் (sapphires) ஆகியவற்றை முசிறி ஏற்றுமதி செய்கிறது.[16]"

ஆசிய நாடுகளுக்கு ஏற்றுமதி

அரிக்கமேட்டில் உற்பத்தியான பொருட்கள் இந்தியாவிற்கு அப்பாலும் சென்றடைந்தன. அதன் மணிக்கற்கள் (gems) ரோமானிய செல்வந்தர்களின் விருப்பார்வத்தை (taste) நிறைவு செய்ததோடு, கிழக்கத்திய நாடுகளுக்கும் பயணித்தன[17].

தென்கிழக்கு ஆசியாவின் பல இடங்கள் இந்தியாவுடன் வணிகத்தொடர்பு கொண்டிருந்தன என்பதற்குச் சான்றுகள் கிடைத்துள்ளன. பழைய வரலாற்றாசிரியர்கள் வணிகத் தொடர்பு வட இந்தியாவுடன் என்று எண்ணினார்கள். இந்தியத் துணைக் கண்டத்தின் பழைய வரலாற்றுக் குறிப்புகளில் தென்னிந்தியாவைப் பற்றி மிகச் சிறிய அளவே காணப்பட்டன. உண்மை என்னவென்றால், தென் கிழக்கு ஆசியாவில் காணப்படும் பெரும்பாலான பண்பாட்டுக் கூறுகள் வட இந்தியாவைக் காட்டிலும் தென்னிந்தியாவையே ஒத்துள்ளன. முத்திரைகளில் காணப்படும் மொழிகள், இறந்தவர்களின் கண்களை மூடுவதற்குப் பயன்படும் தங்க மூடிகள் (gold covers) பெருங்கற் காலக் கல்லறைகள், 'ரௌலெட்டெட்' பாண்டங்கள், இரும்பின் பயன்பாடு முதலானவை அப்பண்பாட்டுக் கூறுகளாகும்[18]. குமிழ்மணி சான்றும் அதையே உறுதிப்படுத்துகிறது.

முதலாம், 2-ஆம் நூற்றாண்டு தொல்லியல் களங்களான 'பாலி'யைச் சேர்ந்த இடங்கள், 'கிளிமானுக்' (Gilimanuk), 'செம்பிரன்' (Sembiran) (இரண்டும் இந்தோனேசியாவைச் சேர்ந்தவை), ஆகியவற்றில் கண்டெடுக்கப்பட்ட கண்ணாடிக் குமிழ்மணிகள் அரிக்கமேட்டுக் குமிழ்மணிகளை ஒத்திருக்கின்றன.

'ஜாவா'வின் (Java) 'ஜகர்த்தா' (Jagarta), இந்தோனேசியா, 'கிளிமானுக்' ஆகிய இடங்களின் அகழ்வாய்வுகளில் காணப்பட்ட கற்களாலும் கண்ணாடியாலுமான 'காலர்' குமிழ்மணிகள் அரிக்கமேட்டுத் தொழிற்சாலைகளிலிருந்து சென்றவை என்பதை ஏறத்தாழ அறுதியிட்டுக் கூறலாம்[19].

பொதுக்காலத்தின் தொடக்க நூற்றாண்டுகளில், இந்திய-பசிபிக் குமிழ்மணிகள் 'குவாலா செலிசிங்' (Kuala Selising) (இந்தோனேசியாவில் உள்ளது), 'குலாங் தோம்' (Khlong Thom) (தாய்லாந்தின் வடக்கில் உள்ளது), 'ஓசியோ' (Óc Eo) (வியட்நாமின் தெற்கு முனை) ஆகியவிடங்களில் காணப்பட்டன. ரோமானியர்கள், 'ஓசியோ'வைக் 'கட்டிகாரா' (Kattigara) என்றும், 'குலாங் தோம்'மைத் 'தக்கோலா' (Takkola) என்றும் அழைத்தார்கள். அரிக்கமேடு, 'கட்டிகாரா', 'தக்கோலா' முதாலவை 'டாலமி'யால் 'எம்போரியம்' என்று குறிப்பிடப்பட்டவை. 'எம்போரியம்' என்பது ரோமானியர்கள் வணிகம் புரியவும் தங்கிக்கொள்ளவும் உரிமையளிக்கும் துறைமுகமாகும். குமிழ்மணி ஏற்றுமதிக்குப் பின்னர், அரிக்கமேட்டிலிருந்து குமிழ்மணி உருவாக்குவோர் மேலே காணப்படும் இடங்களுக்குச் சென்று அவ்விடங்களில் குமிழ்மணி தொழிற்சாலைகளை ஏற்படுத்தினார்கள் என்று பீட்டர் பிரான்சிஸ் கூறுகிறார்[20].

கொரியா அரசனின் கல்லறையில் குமிழ்மணி

இந்தியாவிற்கும் ஆசியாவின் பிற பகுதிகளுக்குமிடையே இருந்த தொடர்புக்குச் சான்றாக, கரு நீலம், வெளிர் சிவப்பு மற்றும் பிற நிறங்களில் காணப்படும் கண்ணாடிக் குமிழ்மணிகள் திகழ்கின்றன. கொரியாவில், பொ. 523-இல் இறந்துபோன ஓர் அரசனின் கல்லறையில் 10,000 குமிழ்மணிகளைத் தான் கண்டதாகப் பீட்டர் பிரான்சிஸ் தெரிவிக்கிறார்[21].

தாய்லாந்தில் சான்றுகள்

பலநிறஅடுக்குக் கல்லால் (onyx) ஆன தட்டையான பதக்கங்கள் (pendants) தென்னிந்தியாவின் தனித்துவமான (distinct) குமிழ்மணி வகையாகும். அவை அரிக்கமேட்டில் மட்டுமே தயாரிக்கப்பட்டிருக்க வேண்டும். அவற்றுள் சில தென்கிழக்காசிய நாடுகளுக்கு ஏற்றுமதி செய்யப்பட்டிருக்க வேண்டும். தாய்லாந்தின் 'பாங்காக் தேசிய அருங்காட்சியகத்தில் அத்தகைய குமிழ்மணிகளால் செய்யப்பட்ட ஒரு கழுத்தணி (necklace) காட்சிக்கு வைக்கப்பட்டுள்ளது. அதன் காலத்தைச் சரியாகக் கணக்கிட முடியாவிட்டாலும் அது அரிக்கமேடு குமிழ்மணி உற்பத்தி செய்த காலத்தில் தாய்லாந்திற்கு சென்றிருக்க வேண்டும்[22].

இ. உள்நாட்டு வணிகம்

அரிக்கமேட்டின் மேற்கத்திய, கிழக்காசிய நாடுகளுடனான வணிகம் உறுதிப்பட்டுள்ளது. அதே போல் உள்நாட்டுப் பகுதிகளுடனும் வணிகத் தொடர்பு நடந்துள்ளது.

இந்தியாவின் மேற்குக்கரைக்கும் கிழக்குக்கரைக்கும் இடையிலான கப்பல் போக்குவரத்தை 'லியோனால் கசோன்' (Lional Casson) கூறக் கண்டோம். அரிக்கமேட்டின் உள்நாட்டு வணிகத்திற்கு இது ஒரு சான்றாகும். இந்தியாவின் மேற்குக்கரையில் இதுவரை அகழ்வாய்வுகள் ஏதும் மேற்கொள்ளப்படாததால் இரு கரைகளுக்குமிடையே நிலவிய வணிகத் தொடர்பைப் பற்றி மேலும் அறிய இயலவில்லை.

உள்நாட்டு வழியாக வணிகம்

கடல்வழி வணிகத்தோடு உள்நாடு, கடலோர வணிக இணைப்புகள் (trade network) தொடர்புடையனவாக இருந்தன. அரிக்கமேட்டில் காணப்பட்ட மட்பாண்டங்களுள், 'ரௌலெட்டெட்' பாண்டம் மற்ற இடங்களில் மிகவும் பரவலாகக் காணப்பட்டது. அப்பாண்டம் ஏறத்தாழ கிழக்குக்கரை முழுதும் பரவியிருந்தது. வடக்கில் 'சந்திரகெட்டுகார்க்' (Chandraketugarh), 'தம்லுக்' (Tamluk) தொடங்கி, கிழக்கில் கிழக்குக்கரை முழுதும் பயணித்தது; இவ்வணிகப்பாதையோடு உள்நாட்டு வணிகப்பாதைகளும் இணைக்கப்பட்டிருந்தன எனத் தெரிகிறது.[23]

முதன்முதலில் அரிக்கமேட்டில் கண்டுபிடிக்கப்பட்ட மற்றொரு பாண்டமான உருவ முத்திரை கொண்ட கிண்ணம் (வீலரின் எண் 10) சிறிய அளவில் கிழக்கு வணிகப்பாதை வழியாகக் குறைந்த எண்ணிக்கையிலான இடங்களில் பயணித்துள்ளது. அவ்வகைப் பாண்டம் 'சந்திரகெட்டுகார்க்', காரைக்காடு, அழகன்குளம், இலங்கையில் கண்டரோடை, அனுராதபுரம், கிழக்காசிய 'பாலி'யில் 'செம்பிரன்' ஆகியவிடங்களில் கிடைத்துள்ளன[24]. அப்பாண்டமும் அரிக்கமேட்டிலிருந்து சென்றிருக்க வேண்டும்.

அரிக்கமேட்டின் வணிகத்தை பொ. 1-ஆம், 2-ஆம் நூற்றாண்டுகளுக்குப் பின்னர் முழுமையாக அறிந்துகொள்ள இயலவில்லை. பொ. 3-ஆம் நூற்றாண்டுலிருந்து 7-ஆம் நூற்றாண்டு வரை சில கடல் கடந்த வணிகமும் சிறு தூர வணிகமும் நடந்திருப்பதாக விமலா பெக்லி கருதுகிறார். மேலும், பிற்காலச் சோழர் காலத்திலும், அதற்குப் பிறகும் அரிக்கமேட்டில் குடியிருப்பு

காணப்பட்டது என்பதற்கும், கிழக்கத்திய நாடுகளோடு வணிகத் தொடர்பு இருந்ததற்கும் போதுமான சான்றுகள் உள்ளன என்று அவர் கூறுகிறார்[25].

தரைவழி வணிகம்

அரிக்கமேடு, அதன் அண்டைப் பகுதிகளில் உற்பத்தியான பொருட்களை ஆறுகள் மூலம் படகுகளில் பிற பகுதிகளுக்கு எடுத்துச் சென்று விற்பனை செய்யும் அளவிற்கு ஒரு வணிக வலையே இயங்கியது. அயல்நாட்டு வணிகம், குறிப்பாக ரோமானிய வணிகத் தொடர்பு தொடங்கிய பின்னும் இந்த வணிகவலை செயல்பட்டதற்கு சான்றுகள் உள்ளன. மேலும் செஞ்சியாறு, மணிமுத்தாறு, வைகை, தாமிரபரணி காவிரி நதி தீரங்களில் காணப்படும் பெருங்கற் காலப் பகுதிகளில், சங்கறுத்து அணிமணிகள் செய்வது போன்ற முக்கிய பொருளாதார நடவடிக்கைகளுக்குச் சான்றுகள் உள்ளன. அரிக்கமேட்டிலும், மணிகள் உற்பத்தியுடன், அயல் நாட்டுத் தொழில் நுட்பத்தில் பானைகள் செய்வது போன்றே உள்நாட்டுப் பகுதிகளிலும் மட்பாண்டங்கள் கிடைத்துள்ளன. இதன் மூலம் அரிக்கமேட்டுக்கு உள்நாட்டு வணிகத் தொடர்பு இருந்ததென்று நம்பலாம்.

முசிறி வழியே ஏற்றுமதி

அரிக்கமேட்டுக் குமிழ்மணிகளும், கொற்கையில் உற்பத்தியான முத்துகளும், தமிழகத்தின் நொய்யல் ஆற்றங்கரையில் உள்ள கொடுமணல் வழியே மேற்குக் கரையில் இருந்த முசிறி துறைமுகத்திற்குத் தரை வழியாகச் சென்றன. அங்கிருந்து நடுநிலக்கடல் நாடுகளுக்கு மற்ற பொருட்களோடு கொண்டுசெல்லப்பட்டன[26].

இதற்கு மற்றொரு மறைமுகச் சான்றும் (indirect evidence) உண்டு. ஆஸ்திரியா நாட்டுத் தலைநகரான வியன்னாவில் பெயர் இல்லாத ஓர் அரிய கையெழுத்துச் சுவடி உள்ளது. ரோமானிய நாட்டு வணிகனுக்கும், தமிழகத்து வணிகனுக்கும் இடையில் ஏற்பட்ட வணிக ஒப்பந்தம் அது. பாப்பிரஸ் தாளில் எழுதப்பட்டது. இந்திய வணிக ஒப்பந்தங்களில் காலத்தால் மிகப் பழமையான ஒப்பந்தம் இதுவே. முசிறி துறைமுகத்தில் பொருள் ஏற்றப்பட்டு, நடுநிலக்கடல் பகுதியில் நைல் நதி முகத்துவாரத்தில் அமைந்துள்ள அலெக்சாண்டிரியா (Alexandria) நகரைச் சென்று சேருவது சம்பந்தமான ஒப்பந்தம் அது. அங்கு இருந்து மத்தியத் தரைக்கடல் வழியாக ரோம் நாட்டை அடைவதற்கு, வேறு ஓர் ஒப்பந்தம் இருந்திருக்க வேண்டும் என அறிஞர்கள் கருதுகின்றனர்.

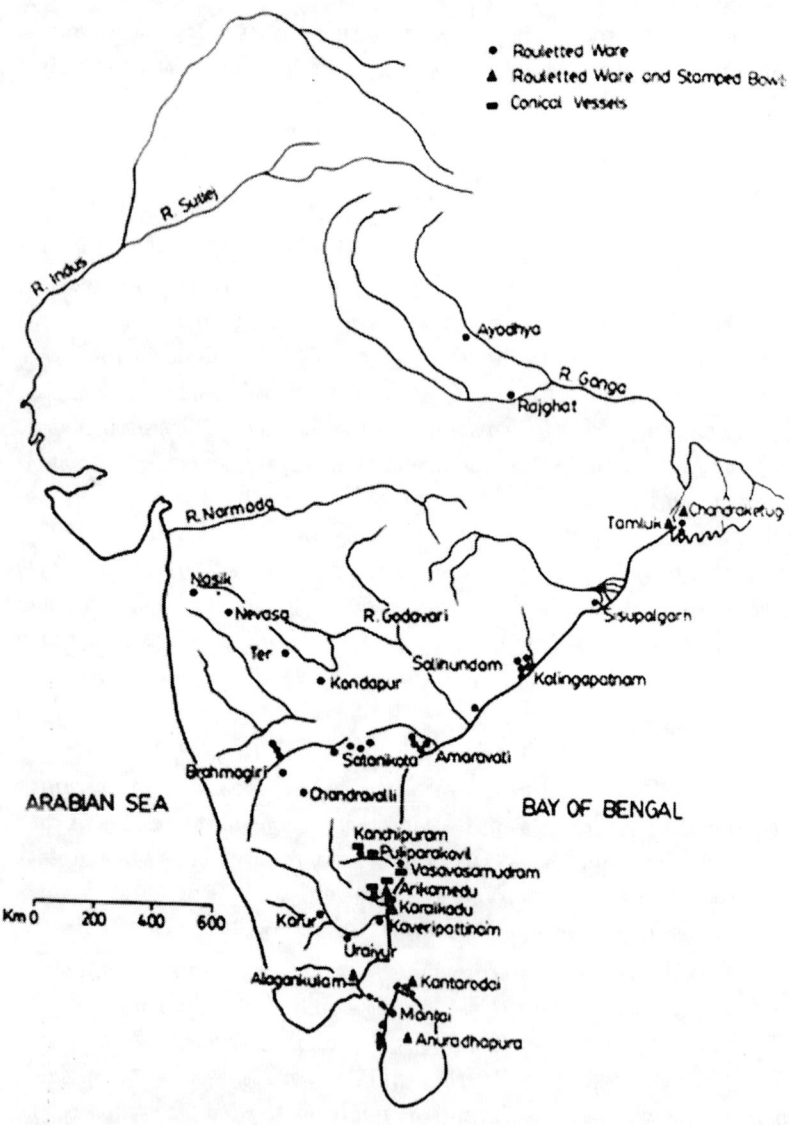

g. 1.12. Map of India and Sri Lanka showing distribution of "rouletted ware" & ceramic forms.

இந்தியாவிலும் இலங்கையிலும் 'ரௌலெட்டெட்' உள்ளிட்ட மட்பாண்டங்கள் கிடைத்த இடங்கள்

முசிறியில் இருந்து கப்பல்கள் பொருட்களை ஏற்றிக்கொண்டு செங்கடல் துறைமுகத்தை 40 நாட்களில் சென்று அடைந்திருக்கின்றன. அரபிக்கடலில் வீசும் பருவக்காற்றைப் பயன்படுத்தி நிகழ்ந்த பயணமாக இது இருந்துள்ளது[27].

ஆற்றுவழி போக்குவரத்து

வணிகர்கள் உள்நாட்டு வணிகத்திற்குத் தரை வழியையும், கடல்சார் வணிகத்திற்குத் கடல் வழியையும் பயன்படுத்துவது வழக்கமே. கூடுதலாக, உட்பகுதிகளுக்கு ஆறுகள் வழியே நீர்வழிப் போக்குவரத்திற்கும் வாய்ப்பிருந்தது.

சுத்துக்கேணி, கோட்டைமேடு, மேல் `சாத்தமங்கலம், சோரப்பட்டு ஆகிய பகுதிகளில் நடந்த அகழ்வாய்வுகளில் கிடைத்த பொருட்கள் அரிக்கமேட்டில் கிடைத்த பொருட்களைப் போன்றே காணப்படுவதால், செஞ்சியாற்றிலிருந்து சற்று உள்ளடங்கிய ஊர்களுக்கும் அரிக்கமேட்டிலிருந்து தரை வழியாக உள்நாட்டுத் தொடர்புகள் நடந்திருக்க வேண்டும்[28].

பிற்காலச் சோழர் தொடர்பு

அகழ்வாய்வுகளில் மிகப் பழமையான சோழர் காலத்து, கையால் செதுக்கப்பட்ட வெள்ளி, தாமிர வெட்டு நாணயங்கள் (punch mark coins) கிடைத்துள்ளன. ஒரு பக்கம் யானை, மறுபக்கம் சிங்கம் உள்ள சதுர வடிவ வெட்டு நாணயங்களும் கிடைத்திருக்கின்றன. அண்மையில், புதுச்சேரியின் தற்போதைய சட்டப் பேரவையின் படிக்கட்டுகளைச் சீரமைப்பதற்காகத் தோண்டியபோது, பிற்காலச் சோழர் நாணயங்கள் கண்டெடுக்கப்பட்டன என்பதைக் கல்வெட்டு ஆய்வாளர் ந.வேங்கடேசன் ஏற்கெனவே உறுதிப்படுத்தியுள்ளார்.

வெட்டு நாணயங்கள்

இதே போன்ற வெட்டு நாணயங்கள், தஞ்சை அருகில் பட்டுக்கோட்டை ஒலைக்குன்னம் கிராமத்தில் கண்டெடுக்கப்பட்ட பொ.மு. 2 -ஆம் நூற்றாண்டுக்கான நாணயங்களை ஒத்திருப்பதால்,

சங்க காலச் சோழர் காலம் முதல், பிற்காலச் சோழர் காலம் வரையில் (7-ஆம் அல்லது 8-ஆம் நூற்றாண்டு வரை) அரிக்கமேடு சோழர்களுடன் வணிகத் தொடர்பு கொண்ட முக்கிய நகரமாகத் திகழ்ந்திருக்க வேண்டும்[29].

ஆக, அரிக்கமேட்டுத் தமிழர்கள், உற்பத்தித் தொழிலில் உச்சத்தைத் தொட்டதோடு, நாட்டுக்குள்ளேயும், அயல் நாடுகளுடன் கடல் வழித் தொடர்பு கொண்டும் வணிகத்தில் சிறந்தோங்கி விளங்கினர் என்பது தெளிவாகும்.

குறிப்புகள்

1. Begley, Vimala. et al., The Ancient Port of Arikamedu. Vol. 1. 1996, p. 23.
2. Casson, Lionel. Periplus Maris Erythraei, 1989, p. 12.
3. Ibid., p. 15.
4. Ibid., p. 21.
5. Ibid., p. 25.
6. Tchernia André. Arikamedu et le graffito naval d'Alagankulam. V. Begley et al., The Ancient Port of Arikamedu. Vol. 1. Topoi, Vol. 8/1. (1998), pp. 447-463.
7. தில்லைவனம், சு. அரிக்கமேடு. 2008, ப. 9-10.
8. Arunraj, T. Role of Satellite Sites for the Growth of Arikamedu as Indo-Roman Trading Station. 2015, p. 2.
9. Begley, Vimala. et al. The Ancient Port of Arikamedu. Vol. 1. 1996, p. 35.
10. Rao, K.P. Arikamedu and the Evidence of Southeast Asian Contact. pp. 13-18. Pondicherry Through Ages. Pondicherry History Congress, (1997).
11. Begley, Vimala. et al. The Ancient Port of Arikamedu. Vol. 1. 1996, p.128.
12. Begley, Vimala. et al. The Ancient Port of Arikamedu. Vol. 2. 2005, p. 433, 435.
13. Begley, Vimala. et al. The Ancient Port of Arikamedu. Vol. 1. 1996, p. 25.
14. Recherches Archéologiques - Etude du Révérend Frère Faucheux... sur les Recherches Archaeologiques faites a Pondichéry, a typed manuscript of Travaux Publics, Pondichéry, 1942, p. 208.
15. Francis Jr., Peter, Bead Emporium, 1987, p. 35.
16. Casson, Lionel. Periplus Maris Erythraei, 1989, pp. 81-83.
17. Francis Jr., Peter. Final Report on Arikamedu, India. The Margaretologist, Vol. 13, No. 2 p. 7.
18. Ibid.
19. Ibid.
20. Ibid.

21. Francis Jr., Peter, Bead Emporium, 1987, p. 2.
22. Ibid., p. 10.
23. Arunraj, T. Role of Satellite Sites for the Growth of Arikamedu as Indo-Roman Trading Station. 2015, p.1.
24. Begley, Vimala. et al. The Ancient Port of Arikamedu. Vol. 1. 1996, p. 25.
25. Ibid., p. 39.
26. Begley, Vimala. et al. The Ancient Port of Arikamedu. Vol. 2. 2005, p. 501.
27. வெங்கடேசன், சு. வைகை நதி நாகரிகம்! மதுரை மண்ணுக்குள்... ரகசியங்களின் ஆதிநிலம்.
28. Arunraj, T. Role of Satellite Sites for the Growth of Arikamedu as Indo-Roman Trading station. 2015, p.1.
29. Begley, Vimala. et al. The Ancient Port of Arikamedu. Vol. 2. 2005, p. 391.

5. அரிக்கமேட்டுப் பகுதியில் நாகரிகக் கூறுகள்

ஒரு பகுதியின் மொழி, கல்வி, தொழில், குடியிருப்புகள், கட்டுமானங்கள், கல்லறைகள் போன்றவற்றைக் கொண்டு அப்பகுதியின் நாகரிகம் பற்றி மதிப்பிடப்படுகிறது. அத்தகைய நாகரிகக் கூறுகள் அரிக்கமேட்டில் நிலவியதற்கான சான்றுகள் நிறையவே கிடைத்துள்ளன. வணிகம் பற்றி அறிந்துகொண்ட நிலையில், அதன் பண்பாட்டுப் பரிமாணங்கள் முக்கியத்துவம் பெறுகின்றன.

அ. அரிக்கமேடும் ஆதித்தமிழ் வரி வடிவமும்

அரிக்கமேட்டு ஓடுகளில் பிராமி எழுத்துக்கள்

பண்டைய தமிழரின் நாகரிக வளர்ச்சிக்கு அவர்களது மொழியறிவும் ஒரு முக்கிய காரணியாகும். மட்பாண்டங்கள், பாறைக் கீறல்கள் போன்ற தொல்லெச்சங்களில் காணப்படும் வரிவடிவங்கள் மூலம் அது புலனாகும்.

‘பொஷே-சுய்ர்லோ’, ‘மார்ட்டிமர் வீலர்’ ஆகிய இரு அகழ்வாய்விலும் ரோமானிய மற்றும் இந்திய மட்பாண்டங்களின் உடைந்த ஓடுகள் மிகப் பெருமளவில் கிடைத்தன. சில இந்தியப் பாண்டங்கள் ரோமானியப் பாண்டங்களைப் பார்த்துத் தயாரிக்கப் பட்டிருந்தன. அப்பாண்டங்கள் பலவற்றுள் எழுத்துப் பொறிப்புகள் காணப்பட்டன.

அரிக்கமேட்டில் இதுவரை எழுத்துப்பொறிப்பு கொண்ட ஏராளமான மட்பாண்ட ஓடுகள் கிடைத்துள்ளன. அவற்றுள் ‘பொஷே-சுய்ர்லோ’ அகழ்வாய்வில் காணப்பட்ட 17 எழுத்துப் பொறிப்பு ஓடுகளும் விமலா பெக்லியின் அகழ்வாய்வில் கிடைத்த 14 ஓடுகளும் அடங்கும்[1].

இந்தியப் பாண்டங்களில் காணப்பட்ட எழுத்துப் பொறிப்புகள் மிகவும் சுருக்கமாக, பெரும்பாலும் ஓரிரு எழுத்துக்களைக் கொண்டிருந்தன. கிடைத்தவற்றுள் மிக நீளமான பொறிப்பில் 19 எழுத்துக்கள் காணப்பட்டன[2]. பொறிப்புகளில் பெரும்பாலான எழுத்துக்கள் உருக்குலைந்திருந்தன. பொறிப்புகள் பெரும்பாலும் பெயர்கள், சிறப்புப் பெயர்கள் (titles), சாதிப் பெயர்கள் ஆகியவற்றைக் கொண்டிருந்தன.

தமிழகத்திலேயே எழுத்துப்பொறிப்பு ஒடு முதன்முதலாக அரிக்கமேட்டில் கண்டெடுக்கப்பட்டது. இன்றும் தென்னிந்திய கல்வெட்டுக் (epigraphy) களங்களில் முதன்மையானதாக அரிக்கமேடு விளங்குகிறது. அதற்குக் காரணம் எழுத்துப் பொறிப்புகளின் எண்ணிக்கையும் அவற்றின் வகைகளுமாகும். மேலும், நடுநிலக்கடல் நாடுகளிலிருந்து இறக்குமதி செய்யப்பட்ட மட்பாண்டங்களைக் கொண்டு அரிக்கமேட்டின் காலம் துல்லியமாக கணிக்கப்பட்டுள்ளது.

தமிழகத்தில் காஞ்சிபுரம், அழகரை, உறையூர், கொற்கை, கரூர், வல்லம், கொடுமணல், அழகன்குளம், பொலுவம்பட்டி, ஜம்பை, கோவலன்பொட்டல், ஒடைக்கல்பாளையம், சிவகாசி, ஆத்தூர் போன்ற பல இடங்களில் எழுத்துப்பொறிப்பு மட்பாண்ட ஒடுகள் கிடைத்துள்ளன[3].

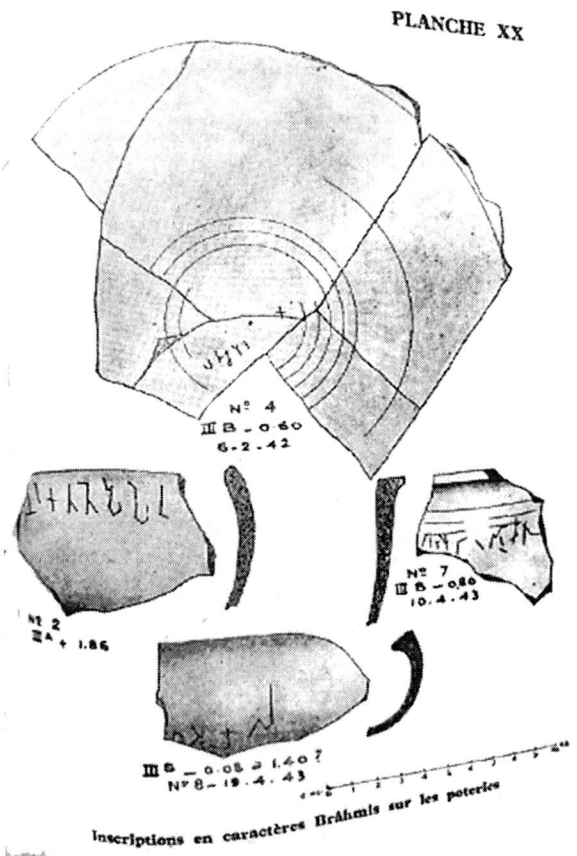

'பொஷே-சுய்ர்லோ' அகழ்வாய்வின் பாண்ட எழுத்துப் பொறிப்புகள்

‘பொஷே-சுய்ர்லோ’ அகழ்வாய்வில் கிடைத்த எழுத்துப்பொறிப்புகள்

இவ்வகழ்வாய்வின் மிக முக்கியமான கண்டுபிடிப்பு மண்பாண்ட ஓடுகளில் காணப்பட்ட ஐந்து எழுத்துப் பொறிப்புகளாகும். ஓடுகளில் ஒன்று ‘ஆம்பொரா’ சாடியின் பகுதியாகும். ஓடுகள் அனைத்தும் ஒரே ஆய்வுக் குழியில் காணப்பட்டன. தனி எழுத்துக்களைக் கொண்ட பல ஓட்டுச் சில்லுகளும் அகழ்வாய்வில் கிடைத்தன.

ஐந்து எழுத்துப்பொறிப்புகளுள் நான்கு ‘மதராசு தொல்லெழுத்துக்கலைத் துறை’க்கு ஆய்வுக்காக அனுப்பப்பட்டன. அங்கிருந்து வந்த ஆய்வறிக்கையில் எழுத்துப் பொறிப்புகள் ‘பிராமி’ எழுத்துக்கள் என்றும் அவை பொ.மு. **100-200** ஆண்டுகளைச் சேர்ந்தவை என்றும் குறிப்பிடப்பட்டிருந்தது. ஐந்தாவது எழுத்துப் பொறிப்பை அகழ்வாய்வுக் குழுவினர் ஆராய்ந்ததில் எழுத்துக்கள் அசோகர் காலத்து எழுத்து வடிவங்களை ஒத்திருந்ததைக் கண்டார்கள்[4].

இவ்வகழ்வாய்வில் கிடைத்த எழுத்துப்பொறிப்புப் பாண்ட ஓடுகளின் எண்ணிக்கை பலவிதமாக பல்வேறு நூல்களில் காணப் படுகின்றன. அகழ்வாய்வில் அத்தகைய ஓட்டுச் சில்லுகள் மொத்தம் **21** கண்டெடுக்கப்பட்டதாக, அகழ்வாய்வின் பொறுப்பாளர் (chargé des fouilles) பி.இசட். பட்டாபிராமன் தெரிவிக்கிறார்[5].

வீலர் கண்டுபிடித்த எழுத்துப் பொறிப்புகள்

‘பொஷே-சுய்ர்லோ’ அகழ்வாய்விலும் தன்னுடைய அகழ்வாய்விலும் கிடைத்த மட்பாண்ட ஓடுகளில் காணப்பட்ட எழுத்துப்பொறிப்புகளைப் பற்றி ‘மார்ட்டிமர் வீலர்’ தன் அறிக்கையில் தெரிவித்துள்ளார்:

ரோமானியப் பாண்டங்களில் ‘அரெஜோ’ பகுதி தயாரிப்-பாளர்களின் குறியீடுகள் உள்ளன. ஒரு பாண்ட ஓட்டில் ‘சாத்தன் ஆவியின் கொதி ஈசான் ஆதிதைப்பன்’ (பொருள்: சாத்தன் ஆவியின் உறவினன் ஈசான் ஆதிதைப்பன் - கொதி என்பதற்கான பொருள் சரிவரத் தெரியவில்லை; உறவைக் குறிப்பதாக இருக்கலாம்) என்றும், மற்றொன்றில், ‘முதிகுலூரன் அகல்’ (பொருள்: முதிகுலூரனின் அகன்ற வாயை உடைய பாண்டம்) என்றும் எழுதப்பட்டிருந்தன. ‘கைக்கோளர்’, ‘புத்தா’ (அரிக்கமேட்டில் கண்டெடுக்கப்பட்ட புத்தரின் கருங்கல் சிலைக்கும் இதற்கும் தொடர்பில்லை; ஏனெனில், சிலை மிகவும் பின்னாளில் செய்யப்பட்டிருக்க வேண்டும்.), ‘... வைத்ததை கொத்தி ராலு’ (பொருள்: கொடுத்ததைப் பொறித்த...) ஆகியவை பிற பொறிப்புகளாகும்[6].

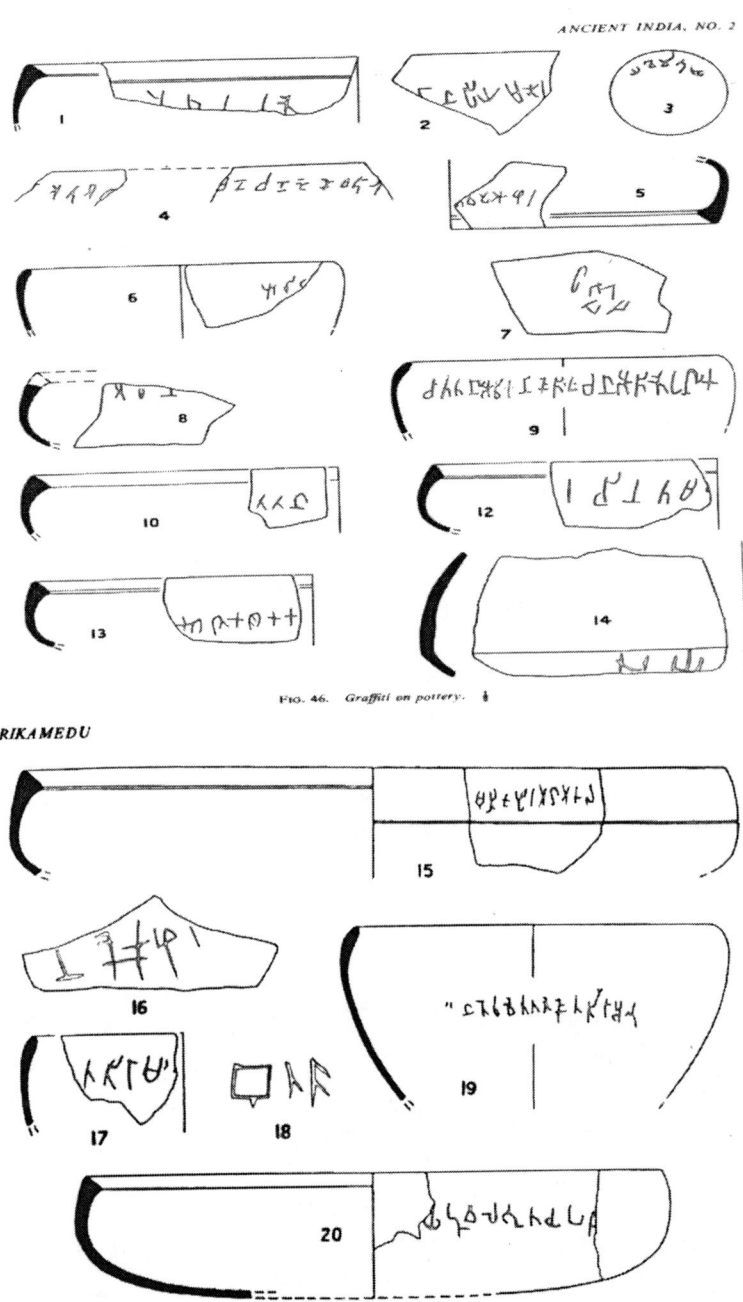

ANCIENT INDIA, NO. 2

FIG. 46. *Graffiti on pottery.* ½

ARIKAMEDU

FIG. 47. *Graffiti on pottery.* ½

வீலரின் எழுத்துப் பொறிப்புப் படங்கள்

அரிக்கமேட்டு எழுத்துப் பொறிப்புகளின் சிறப்பு

பொதுவாக, அரிக்கமேட்டில் காணப்பட்ட தமிழ்-பிராமி எழுத்துப் பொறிப்புகள் பண்டைய தமிழகக் குகைப் பொறிப்புகளைப் போன்றுள்ளது என்று ஐராவதம் மகாதேவன் தெரிவிக்கிறார்[7].

அரிக்கமேட்டு எழுத்துப்பொறிப்புகளில் காணப்படும் தமிழ்ப் பெயர்களாவன: 'ஆதன்', 'காத்தான்', 'குயிரன்' (குபேரன்), 'உத்திரன்', 'ஆதிரையன்' ஆகியன. 'குட்டை', 'தெவ்வதத்தை' ஆகிய இரண்டும் பெண்ணின் பெயர்களாக இருக்கலாம். 'மகன்', 'அகல்' முதலியன மற்ற சொற்களாகும்[8].

'பொஷே-சுய்ர்லோ' அகழ்வாய்வில் கண்டெடுக்கப்பட்டு, தற்போது புதுச்சேரி அருங்காட்சியகத்தில் உள்ள ஓர் ஓட்டுச் சில்லில் காணப்படும் எழுத்துப் பொறிப்பு புடைப்பு எழுத்துகளால் ஆனது[9].

தமிழகத்திற்கு வெளியே தமிழ் எழுத்துப்பொறிப்பு

அரிக்கமேட்டில் கிடைத்துள்ள மட்பாண்ட ஓடுகளின் எழுத்துப்பொறிப்புகளுள் பெரும்பாலானவை தமிழில் தமிழ் பிராமி எழுத்தில் எழுதப்பட்டுள்ளன. தமிழகத்திற்கு வெளியே தமிழ் பிராமியில் எழுதப்பட்ட பாண்ட ஓடுகள் சில கிடைத்துள்ளன[10]:

(1) ஆந்திர பிரதேசத்தைச் சேர்ந்த சாலிகுண்டத்தில் கிடைத்த ஒரு பாண்ட ஓட்டில் 'நகுலான்' என்று எழுதப்பட்டிருந்தது.

(2) இலங்கையில், கொழும்பைச் சேர்ந்த 'பூநகரி'யில் 'வேலன்' என்று எழுதப்பட்ட ஓடு ஒன்று கிடைத்தது.

(3) எகிப்து நாட்டின் செங்கடல் துறைமுகமான 'குசெயிர் அல்-காதிம்' (Quseir al-Qadim) என்ற இடத்தில் 'கண்ணன்' என்றும் 'காத்தான்' என்றும் இரண்டு ஓடுகளில் எழுத்துப்பொறிப்புகள் காணப்பட்டன.

(4) எகிப்து நாட்டில் 'பெரனைக்' (Berenike) என்ற ஊரில் நடந்த அகழ்வாய்வில் பொ. முதல் நூற்றாண்டைச் சேர்ந்த 'ஆம்பொரா' ஓட்டில் தமிழ் பிராமியில் 'கொற்ற பூமான்' என்று பொறிக்கப்பட்டிருந்தது.

பிற மொழிகளில் பொறிப்புகள்

ஏறத்தாழ அனைத்து எழுத்துப் பொறிப்புகளும் மனிதர்களின் பெயராக, பெரும்பாலும் ஆணின் பெயராக உள்ளன. இவற்றில் இரண்டைத் தவிர மற்றவை யாவும் தமிழில் காணப்படுகின்றன. இரண்டில் ஒன்றில் 'வனதிகா' என்று பிராகிருதத்திலும் மற்றதில் 'குபிரா' என்று பழைய சிங்கள மொழியிலும் இருக்கின்றன[11].

அரிக்கமேடு 135

'பொஷே-சுய்ர்லோ' அகழ்வாய்வில் கண்டெடுக்கப்பட்ட ஒரு சுடுமண் முத்திரையில் 'பிராமி' எழுத்துக்கள் காணப்பட்டதாக பட்டாபிராமன் தெரிவித்திருந்தார். ஆனால் அது 'பிராகிருதம்' என்று ஐராவதம் மகாதேவன் கூறியுள்ளார். அதே அகழ்வாய்வில் கண்டெடுக்கப்பட்ட ஒரு மண்பாண்ட வட்டிலில் காணப்படும் எழுத்துப் பொறிப்பும், மகாதேவன் கூறியிருந்த புத்த மத தொடர்பான பொறிப்பும், வீலரின் பாண்ட ஓடு ஒன்றில் காணப்படும் பொறிப்பும் 'பிராகிருத' மொழியிலானவை என்று மகாதேவன் தெரிவிக்கிறார்[12].

9

மிக நீண்ட எழுத்துப் பொறிப்பு

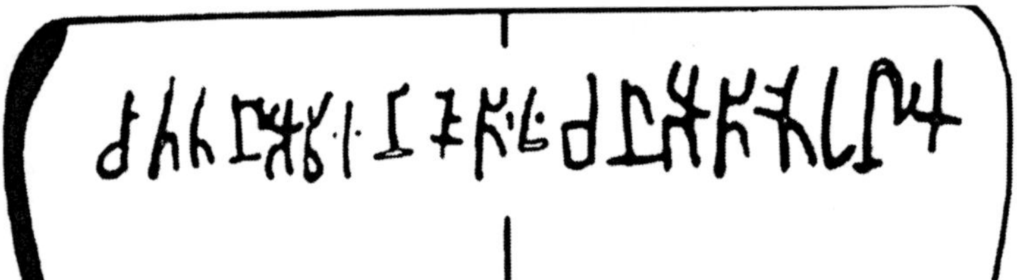

9

மிக நீண்ட எழுத்துப் பொறிப்பின் வரைபடம்

எழுத்துப் பொறிப்பு சுடுமண் முத்திரை

அரிக்கமேடு அகழ்வாய்வுகளில் தொன்மையான தமிழ் பிராமி எழுத்துப் பொறிப்புகள் கொண்ட பெருமளவிலான மட்கல ஓடுகள் கண்டுபிடிக்கப்பட்டன. சில ரோமானியப் பாண்டங்களில் ‘அரெஜோ’ பகுதி தயாரிப்பாளர்களின் குறியீடுகள் உள்ளன. தென்னிந்தியாவில் முதன் முதலில் தமிழ் பிராமி எழுத்துப் பொறிக்கப்பட்ட மட்கல ஓடுகள் அகழ்வாய்வில் கிடைத்த இடமாக அரிக்கமேடு விளங்குகிறது. இவற்றுள் காலத்தால் முற்பட்ட பிராமி வடிவமுள்ள பானை ஓடுகளை, கசால் கண்டெடுத்தார். அது பெருங்கற் காலத்தைச் சேர்ந்தது என்று அவர் கருதினார். விமலா பெக்லியின் புதிய காலவரிசை முறையின்படி அவ்வெழுத்துப் பொறிப்பு பொ.மு. 3-ஆம் நூற்றாண்டின் நடுப்பகுதிக்கும் 2-ஆம் நூற்றாண்டின் நடுப்பகுதிக்கும் இடைப்பட்ட காலத்தைச் சேர்ந்தது என்று ஐராவதம் மகாதேவன் கூறியுள்ளார்[13].

ஓடுகளில் எண்கள்

ஓரிரு ஓடுகளில் எண்கள் காணப்படுகின்றன; ஒன்றில் 8, 5, 5 என அடுத்தடுத்து உள்ளன. ‘பொஷே-சுய்ர்லோ’ அகழ்வாய்வில் கிடைத்த ஓர் ஓட்டில் 275 என்ற எண் உள்ளதாக ‘ழேன் பிலியோசா’ தெரிவித்திருந்தார். ஆனால், அதை ஐராவதம் மகாதேவன் மறுத்துள்ளார்[14]. இருப்பினும், சில எண்கள் அரிக்கமேட்டில் கிடைத்திருப்பதாக மகாதேவன் கூறுகிறார். பொ.மு. முதல் நூற்றாண்டு அல்லது பொ. முதல் நூற்றாண்டின் தொடக்க காலத்தைச் சேர்ந்த எழுத்துப் பொறிப்பு பாண்ட ஓட்டில் 8, 5, 5 என மூன்று எண்கள் காணப்படுவதாக அவர் தெரிவித்துள்ளார்[15].

இவ்வாறு, நாகரிகத்தின் தொன்மையோடு, மொழி வளர்ச்சியையும் அறிய அகழ்வாராய்ச்சி துணை புரிந்துள்ளது.

ஆ. அரிக்கமேடும் பௌத்தமும்

புதுச்சேரி மாநிலப் பகுதிகளில் புத்தர் சிலைகள் சில கிடைத்திருக்கின்றன. அரிக்கமேடு பற்றிய விவாதங்களில் பௌத்தத்தை இணைப்பது புதுச்சேரி வட்டாரத்தில் காணப்பட்ட புத்தர் சிலைகளை வைத்தே. புதுச்சேரிப் பகுதியில் கிடைத்த புத்தர் சிலைகளில் முக்கியத்துவம் வாய்ந்தது அரிக்கமேட்டுப் பகுதியில் காணப்பட்டதாகும். புத்தர் தலை ஒன்றைக் கல்வெட்டு ஆய்வறிஞர் குப்புசாமி 1979-ஆம் ஆண்டு கிருமாம்பாக்கத்தில் கண்டெடுத்தார். கருவடிக்குப்பத்திலும் அமர்ந்த நிலையிலுள்ள ஒரு புத்தர் சிலை கிடைத்தது.

காரைக்காலில் ஒரு புத்தர் சிலை

காரைக்கால் பகுதியிலும் ஒரு புத்தர் சிலை கிடைத்திருக்கிறது. பிரெஞ்சுப் பொறியாளர் லெமரேசு பொதுப்பணித்துறை அதிகாரியாக இருந்தபோது, காரைக்காலில் ஒரு குளத்தைச் சுத்தப்படுத்துவதற்காக அகழ்ந்தபோது சில சிலைகளைக் கண்டெடுத்தார். அவற்றை அவர் தன்னுடைய சொந்த ஊரான பிரான்சில் உள்ள சலோன் ஆன் சம்பாஞி என்ற ஊரில் உள்ள அருங்காட்காட்சியகத்தில் சேர்த்துவிட்டார். அச்சிலைகளில் ஒன்று காக்காயன் தோப்பில் இருக்கும் புத்தர் சிலையை முற்றிலும் ஒத்திருந்தது. இது பற்றிக் கருத்துக் கூறும் லெமரேசு, 'இங்கு வாழ்ந்த இந்து மக்கள் கிறித்தவ மதத்தைத் தழுவிய போது, பழைய வழிபாடுகள் மறைந்து, புதிய முறைக்கு மாறிவிட்டதால் பௌத்த, இந்து மதச்சிலைகள் புதைக்கப்பட்டன போலும்' என்கிறார்[16].

வீராம்பட்டினம் புத்தர் சிலை

அரிக்கமேட்டின் 'புத்தர்' சிலையைப் பற்றிய முதல் பதிவு வானவியலார் 'லெ ழாந்த்தி'யினுடையது (Le Gentil). வீராம் பட்டினத்தின் இடிபாடுகளுக்கு மிக அருகில், வீரராகவன் கோட்டைக்கும் அரியாங்குப்பத்திற்கும் இடையில், 'புத்தர்' என்றழைக்கப்பட்ட சிலை ஒன்று மணலில் காணப்பட்டதாக அவர் தெரிவித்தார்.

புதுச்சேரிக்குத் தெற்கால் நான்கைந்து கி.மீ. தொலைவில், சங்கராபரணி ஆற்றுக்கருகில், வீராம்பட்டினத்தில் மிகவும் உறுதியான மிகவும் அழகான கருங்கல் சிலை உள்ளது; 3 அல்லது 3½ அடி உயரத்தில், இடுப்புவரை மணலில் புதைந்துபோய் காணப்படுகிறது என்று 'லெ ழாந்த்தி' கூறினார். சிலையின் உயரம் 118 செ.மீ. (ஏறத்தாழ 4 அடி) என்று சோ. முருகேசன் தெரிவித்துள்ளார். அதன் எடை மிக மிக அதிகம்; அச்சிலை கேட்பாரற்று பரந்த மணற்பகுதியில் கிடக்கிறது என்று 'லெ ழாந்த்தி' பதிவிட்டுள்ளார். சோழமண்டலக்கரை பற்றியும் புதுச்சேரி பற்றியும் எழுதிய பயணிகளில் ஒருவர்கூட வீராம்பட்டினத்திற்கு அருகில் மணலில் காணப்பட்ட அந்த புத்தர் சிலையைப் பற்றி எழுதாதது வியப்பையளிக்கிறது என்று அவர் மேலும் தெரிவித்தார்[17].

பௌத்தம் தழைத்த பூமி

அச்சிலை 'சியாம்' (தாய்லாந்து) நாட்டின் 'சம்மணக்கொதம்' சிலையை மிகவும் ஒத்திருக்கிறது; கைகளை வைத்திருக்கும் விதமும் காதுகளும் ஒன்றாகக் காணப்படுகின்றன. அப்பகுதியில்

Fig. 31. BUDDHA (granite).
12th CENTURY A.D.
Karadikkuppam, Pondicherry.

கருவடிக்குப்பத்தில் காணப்பட்ட புத்தர் சிலை

செய்யப்பட்டிருக்கும் அச்சிலையின் வடிவம் 'உருவ வழிபாடு உடையவர்'களின் தெய்வச் சிலைகளைப் போலில்லை. அதுபற்றி அங்குள்ள தமிழ் மக்களை கேட்டபோது, அது 'புத்தர்' சிலை என்றும், அதைக் கவனிப்பார் எவரும் இல்லை என்றும் தெரியவந்தது. மக்களின் தெய்வ நம்பிக்கைக்குப் பாத்திரமானவர்களாக விளங்கும் பிராமணர்களின் வருகைக்குப் பிறகு, அச்சிலையைக் கவனிப்பாரில்லை. அதை வணங்குபவர்களும் அதற்கு விழா எடுப்பவர்களும் இல்லாமல் போய்விட்டார்கள். புத்தரின் காலத்தில் சீனர்கள் சோழமண்டலக் கரையில் வணிகம் புரிவதற்காக வந்தார்கள். நாகப்பட்டினத்தில் அவர்களின் குடியிருப்பு ஒன்று இருந்தது; அங்கு சீனக்கோயில் போன்ற அமைப்பில் ஒரு புத்த கோயிலைக் கட்டியுள்ளார்கள் என்று மேலும் அவர்கள் கூறினார்கள் என்று 'லெ மூாந்த்தி' தெரிவித்தார்[18].

பட்டாபிராமன் கூற்று

மூவோ துய்ப்ரேயின் நண்பரும், புதுச்சேரி பிரஞ்சு ஆய்வு நிறுவனத்தின் தொல்லியல் பிரிவு அலுவலருமான பட்டாபிராமன் 'பொஷே-சுய்ர்லோ' அகழ்வாய்வில் பங்கெடுத்தார். 'லெ மூாந்த்தி' விவரித்த புத்தர் சிலையைப் பற்றி, "மேலே கூறப்பட்ட சிலை இன்னும் அங்கேதான் உள்ளது. மணலிலிருந்து மீட்கப்பட்டு பனை ஓலை கூரைக்குக் கீழ் வைக்கப்பட்டுள்ளது. அப்பகுதி மக்கள் அச்சிலையைச் சிவனின் உருவமாகக் கருதி வணங்கத் தொடங்கி யுள்ளார்கள்" என்று அவர் கூறுகிறார்.

இருநூற்று ஐம்பது ஆண்டுகளுக்கு முன்னர் லெ மூாந்த்தியிடம் அவ்வூர் மக்களும் அச்ச்சிலையைப் புத்தர் என்றே கூறியுள்ளனர். எண்பது ஆண்டுகளுக்கு முன்னர் வரலாற்றாய்வாளர் பட்டாபிராமன் அச்சிலையின் அமைப்பை நுணுக்கமாக ஆய்ந்தபின், இடையில் ஒரு வேட்டியும் மார்பில் ஒரு துண்டும் கொண்டிருக்கும் ஆடை தரித்து இருப்பதால், அது புத்தர் சிலையே என்கிறார். ஏனெனில், அருகன் சிலையும், புத்தர் சிலையும் ஏறக்குறைய ஒரே வடிவில் செதுக்கப்பட்டாலும், இரண்டு சிலைகளுக்கும் உள்ள அடிப்படையான வேறுபாடு ஆடையே ஆகும். அருகன் சிலைகளில் ஆடை இருப்பதில்லை என்று துல்லியமாக நிறுவினார் பட்டாபிராமன். அம்மட்டன்றி, தலையின் வடிவம், முகபாவம், கைகளை மடக்கி அமர்ந்திருக்கும் முறை, அதன் காதுகள் அனைத்தும் தாய்லாந்தில் (சியாம் - *Siam*) உள்ள புத்தர் சிலையைப் போன்றே காணப்படுகிறது.

தொடர்ந்து அவர், அந்த புத்தர் சிலை ஏறத்தாழ 12-ஆம் நூற்றாண்டைச் சேர்ந்ததாக இருக்கலாம் ; இவ்விடத்தில் 12-ஆம் நூற்றாண்டில் அயல்நாட்டு தெய்வத்தை மக்கள் வழிபட்டார்கள்

என்பதைத் தவிர வேறு எதையும் கூற இயலவில்லை என்று தெரிவிக்கிறார்[19].

அரிக்கமேட்டுப் பகுதியில் முன் கிடந்த சாவடி மணியம் மற்றும் அவரது மனைவியின் இரு சிலைகளையும் பேராசிரியர் ழுவோ துய்ப்ரேய் தன் முயற்சியால் புத்தர் சிலைக்கு முன் கொண்டுவந்து வைத்தார் என்ற தகவலையும் அவர் கூறுகிறார்[20].

புத்தர் சிலையின் இன்றைய நிலை

தொடக்கத்தில் அருக்கன்மேட்டின் பவுத்தக்கோயில், பர்மா கோயில் என்ற பெயரால் வழங்கப்பட்டது. இருபதாம் நூற்றாண்டில் அச்சிலையை நிறுவி இந்துசமயக் கலப்புடன் வழிபாடு செய்துவரும் அப்பகுதி மக்கள் தொடக்கத்தில் 70 ஆண்டுகளுக்கு முன்பு பிரமன் கோயில் என்றழைத்தனர். பர்மா கோயில் என்பது தான் பேச்சு வழக்கில் பிரமன் கோயில் என்று மாறியிருக்கலாம். பின்னர் அக்கோயில் விருமன் கோயிலாக மாறிவிட்டது. விருமன் கோயிலில் புத்தர் ருத்ராட்சம் அணிந்து நெற்றியிலும் உடம்பிலும் நீறு பூசி புதிய அவதாரம் எடுத்திருப்பது போதாதென்று கோயிலின் கருவறையின் மேல் புதிதாக ஸ்ரீபிரும்மரிஷி ஆலயம் என்று பெயரிடப்பட்டிருப்பது காலத்தின் கோலமே!

கடன்கொடுத்த சாமி ஆனார் புத்தர்

1960-களில் சில பாமர மக்கள் அதற்குக் கடன்கொடுத்த சாமி கோயில் என்று பெயர்சூட்டி வழிபட்டு வந்தனர். அக்கோயிலுக்கு எதிரே ‘சாவடி மணியம்’ அழகப்ப முதலியார், அவரது மனைவி என்ற பெயரில் ஏற்கெனவே ழுவோ துய்ப்ரேய் கண்டெடுத்த இரண்டு சிலைகளும் நிறுவப்பட்டுள்ளன. அவர்கள் இருவரும் அமர்ந்த நிலையிலுள்ளவரிடம் (புத்தர்) கடன் வாங்கியதாகவும், அதைத் திருப்பிக் கட்ட முடியாததால் தவணை கேட்டு நிற்பதாகவும் ஒரு கதையும் கூறப்பட்டது[21].

ஊரின் பெயரும் பௌத்தமும்

சிலையின் அடையாளத்தைப் போலவே, ஊர்களின் பெயரைக் கொண்டும் அதன் சமண, பௌத்தத் தொடர்பைச் சிலர் ஆராய்ந்துள்ளனர். ‘லெ ழாந்த்தி’ கண்டுபிடித்த சிலை அருகன் சிலை ஆகும். பின்னாளில் களப்பிரர் காலத்தில் அவர்களது ஆதரவுடன் சமண சமயம் இங்கு நுழைந்து வளர்ந்தபோது அருகன் வழிபாடு ‘பொதுகா’ பகுதியில் நிலைபெற்றது ; அருகன் என்பது சமணம்

அரிக்கமேடு 141

காக்காயன்தோப்பு புத்தர் சிலை 1960-இல்

தொடர்பான பெயர். அதனால், 'பொதுகா' என்ற பெயர் அருகன் மேடாயிற்று; காலப்போக்கில் அப்பெயரே அரிக்கமேடு என மருவியது. மேலும், 'அருக்கன்' என்றால் புத்தர் என்று சூடாமணி நிகண்டு கூறுவதால் அவ்விடம் அருக்கன்மேடு என்று அழைக்கப்பட்டு, பின்னர் அரிக்கமேடு என மருவியுள்ளது' என்பது ஒரு கருத்து[22].

ஊர் பெயரை வைத்து பௌத்தத் தொடர்பை நிறுவ ஓர்சே மா. கோபாலகிஷ்ணனும் முயன்றிருக்கிறார். அரியாங்குப்பம் என்ற பெயரும் பௌத்தம் தொடர்புடையதாக இருக்கலாம் என்பது அவரது கருத்து. அருகன் என்ற சொல் பௌத்த சமயத்தில் தெய்வ நிலையை அடைந்த சமய குறவர்களைக் குறிக்கும் 'அர்கந்த்' என்ற சொல்லை ஒத்திருக்கிறது. எனவே, 'அர்கந்த்' குப்பம், அருகன் குப்பம் என்பதாக மாறி பின்னர் அரியாங்குப்பம் ஆகி இருக்கலாம் என்று அவர் கருதுகிறார்[23].

அரிக்கமேட்டை ஒட்டிய ஊர் காக்காயன் தோப்பு. சாக்கியன், சாக்கையன் வழிபாடு என்பது புத்தரைக் குறிக்கும். இவ்வூர் அரிக்கமேடு அமைந்திருக்கும் அதே ஆற்றின் தெற்குக் கரையில் அதை ஒட்டிய நிலப்பரப்பில் அமைந்து, இங்கு புத்தர் வழிபாடு நிலவியதற்குக் கட்டியம் கூறுகின்றது. சாக்கியன் தோப்பு, சாக்கையன் தோப்பு என்றாகி காலப்போக்கில் காக்கையன் தோப்பு என்று

சிலையின் தற்போதைய தோற்றம்

அரிக்கமேடு 143

'சாவடி மணியம்' அழகப்ப முதலியாரும் அவரது மனைவியும்

அப்போதைய தோற்றம்

இப்போதைய தோற்றம்

சிலை மேடையில் காணப்படும் கல்வெட்டுகள்

‘சாவிடி மணியம் அழகப்ப முதலியார்’

‘சாவிடி மணியம் அழகப்ப முதலியார் பொஞ்சாதி’

மருவியிருக்கவேண்டும். அதேபோல், புதுச்சேரிக்கு மேற்கே 12 கி.மீ. தொலைவில் சங்கராபரணியாற்றை ஒட்டிய ஊர் சாத்தமங்கலம். இதில் சாத்தன் என்ற சொல்லும் மங்கலம் என்ற சொல்லும் புத்த மதத்தின் அடையாளங்களைக் குறிப்பிடும் சொற்களாகும்[24].

சம்பா கோயிலும் பௌத்தமும்

‘புதுச்சேரியில் சம்பா கோவில் என்று குறிக்கப்பட்டு, தற்போது ஜென்மராக்கினி மாதா ஆலயம் என்று வழங்கப்படும் கிறித்தவக் கோயில் இருந்த இடத்தில், முன்னொரு காலத்தில் சம்பாவதி என்ற தெய்வ வழிபாட்டுக் கோயில் இருந்ததாகவும் ஒரு கருத்து நிலவுகிறது. இதேபோன்று, காவிரிப்பூம்பட்டினத்தில் ஒரு சம்பாவதி கோவில் இருந்ததாக மணிமேகலைக் காப்பியம் கூறுகின்றது. பௌத்த மதத்தில் சம்பாவதி ஒரு தரைக்காவல் தெய்வம் ஆகும். இந்தச் சான்றுகளின் பின்னணியில், “முற்காலத்தில் பௌத்தம் தழைத்திருந்ததால்

புதுச்சேரியின் பெயர் பு(த்)தசேரி என்றிருந்து, காலப்போக்கில் புதுச்சேரியாக மாறியிருக்க வேண்டும்" என்று கோபாலகிருஷ்ணன் கருதுகிறார்[25].

அன்றே பரவிய பௌத்தம்

புதுச்சேரி 'பிரஞ்சு ஆய்வு மையத்தில் உள்ள அரிக்கமேட்டின் ஒரு 'பிராகிருத' பாண்ட ஓட்டை ஆராய்ந்த ஐராவதம் மகாதேவன், அது "... ய்ய தெ தமோ" (... உடைய சமயப்பணி அன்பளிப்பு') என்ற சொற்றொடர் புத்தமதம் தொடர்பானது என்று கூறியுள்ளதுடன் அங்கு புத்தமத வழிபாடு நடைபெற்றதற்கான வாய்ப்புகள் உள்ளன என்றும் கூறியுள்ளார். புத்தமத அடையாளங்களுடனான கண்ணாடிக் குமிழ்மணிக்கற்கள் அரிக்கமேட்டில் கிடைத்துள்ளதைச் சுட்டிக் காட்டி விமலா பெக்லி மகாதேவனின் கருத்திற்கு வலு சேர்க்கிறார்[26].

பெரும்பாலான சான்றுகள் வரலாற்றில் பின்தங்கிய நிலையிலும், ஊர் பெயர்கள், ஓட்டில் காணப்படும் வரிவடிவம் ஆகியவற்றை வைத்து, அக்காலத்திலேயே அரிக்கமேட்டிலும், அதன் பின்புலப் பகுதிகளிலும் பௌத்தம் தழைத்திருந்தது என்று உறுதியாகக் கூற முடியும் என்கிறார் இளங்கோ[27].

இ. அரிக்கமேடும் வாழ்வியல் தடங்களும்

அரிக்கமேட்டில், ஏற்றுமதி இறக்குமதிப் பொருட்கள் காணப்பட்டாலும், உற்பத்தித் தொழில் சார்ந்த சான்றுகள் உள்ளனவேயொழிய குடியிருப்புகளுக்கான தடயங்கள் பெருமளவில் கிடைத்தில என்பது உண்மையே!

ஆனால், வீடுகளில் உணவு சமைப்பதற்கும், உண்பதற்கும் பயன்படுத்திய பல்வேறு வகையான மட்பாண்டங்கள் அரிக்கமேட்டில் கிடைத்துள்ளன. குடுவைகள், வட்டில்கள், வாணலிகள், சிறு குவளைகள், பெரிய சிறிய பானைகள், சட்டிகள், கிண்ணிமூக்குப் பாண்டங்கள், கூர்முனைச் சாடிகள், குமுட்டி அடுப்பு ஆகியவை அரிக்கமேட்டு மக்கள் பயன்படுத்திய உள்நாட்டுக் கலன்களாகும். இவை மட்டுமின்றிச் சோறு வடிக்கும் தட்டுக் கூடைகளும், அடிப்பாகத்தில் நுண்ணிய கண்கள் அமைக்கப்பட்ட சல்லடைகளும், மேல்மூடிகளும், தட்டுக்களும் அன்றாடப் பயன்பாட்டிற்கு உகந்தவையாகப் பயன்பட்டுள்ளன.

"வனைகலத் திகிரியின் குமிழி சுழலும்" என்று மலைபடுகடாம் (வரி: 474) (குயவன் பானை வனையும்போது சக்கரத்தில் பானை சுழல்வது போலச் சுழலும்...) கூறுவதால், மட்கலம் வனைவோர் (குயவர்) சங்ககாலத்தில் சக்கரம் பயன்படுத்திக் கலன்கள் செய்யும் கலையை அறிந்திருந்தார்கள் என அறியலாம்.

பொதுவாக, அரிக்கமேட்டு ஆய்வுகள் பற்றி கருத்துரைக்கும் போது, வேறு சில ஐயங்கள் தோன்றுவதும் இயல்பு. ஏற்றுமதி இறக்குமதிப் பொருட்கள் அங்கு காணப்பட்டாலும், துறைமுகத் தொடர்புடைய அகச்சான்றுகள் கிடைத்தில என்பதும் ஊருக்கும், தொழிலுக்கும் பொதுவான உறைகிணறுகளும், பெரிய கட்டுமானங்களும் அங்கு தொழில் நடந்ததைக் காட்டுகின்றனவே தவிர, உறைவிடங்களுக்கும், குடியிருப்புகளுக்கும் குறிகாட்டவில்லை என்பதும் ஒரு குறையே! ஆயினும், அரிக்கமேடு இன்னும் முழுமையாக ஆராயப்படவில்லை என்பதால், குடியிருப்புகள் காணப்படவில்லை என்பதை இறுதி முடிவாகக் கூற முடியாது.

வாழ்வியல் சான்றுகள்

புதுச்சேரிப் பகுதியில் உள்ள தொல்லியல் களங்களுள் மிகச் சிறப்புப் பெற்ற அரிக்கமேட்டில் **1945** வரை மேற்கொள்ளப்பட்ட அகழ்வாய்வுகள் மூலம், அங்கு வாழ்ந்த மக்கள் கட்டுமானத் தொழில்நுட்பங்கள் கைவரப் பெற்றிருந்தனர் என்பதற்கான தடயங்கள் அங்கு நிறையவே கிடைத்துள்ளன. சான்றாக, மிகப்பெரிய செங்கற்களால் கட்டப்பட்ட சுவர்கள், சுடுமண் உறைகளால் ஆன கிணறுகள் முதலானவை அகழ்வாய்வுகளில் கண்டுபிடிக்கப்பட்டன. கிணற்றுக்கு நீர் கொண்டு செல்லவும், கிணற்று நீரை வடிகட்டவும் செங்கற்களால் ஆன சிறு கால்வாய்கள் அமைந்திருந்தன.

1947-1948-இல் கசால் மேற்கொண்ட அகழ்வாய்வில், கருமை-சிவப்பு நிற பெருங்கற் கால (megalithic) மட்பாண்டங்களின் கண்டுபிடிப்பு அரிக்கமேட்டின் காலத்தை பொ.மு. 1-ஆம் மற்றும் 2-ஆவது நூற்றாண்டிற்கு எடுத்துச் சென்றது. அத்தகைய பண்பாடு அரிக்கமேட்டோடு நின்றுவிடாமல், அதைச் சுற்றியுள்ள பகுதிகளிலும் இருந்திருக்க வேண்டும் என்பதால், புதுச்சேரியின் சில பகுதிகளில் அகழ்வாய்வுகள் நடத்தப்பட்டு, அப்பகுதிகளும் ஏறத்தாழ அரிக்கமேட்டின் காலத்தை ஒத்திருந்ததை அவை வெளிப்படுத்தின.

யவனர் இருக்கை

சாதகமான பருவ காலங்களில் வணிகத் தொடர்பாக யவனர்கள் வரும்போது, துறைமுகப் பகுதிகளின் ஆட்சியாளர்களுடன் ஒப்பந்தங்கள் (treaty-ports) செய்துகொண்டு கடலோரத்தில் இருக்கைகளில் (lodges) அமைத்துத் தங்கிச் சென்றுள்ளனர். யவன இருக்கைகள் பற்றி, “எரித்ரேயன் கடல் சுற்றுப்பயணக் குறிப்புகள்’ (The Periplus of the Erythraean Sea) என்ற நூலிலும் விவரிக்கப்பட்டுள்ளது. அரிக்கமேடு அத்தகைய ஒரு யவன இருக்கையாகும்.

அரிக்கமேட்டில் 'ஆம்பொரா'வும், 'அரெட்டைன்' கலன்களும் குறைந்த அளவிலேயே கிடைத்தன. ஆகவே, யவனர்கள் இங்குப் பெருமளவில் வரவில்லை; நிரந்தரக் குடியிருப்புகள் ஏற்படுத்தித் தங்கவில்லை என்று கூறப்படுகிறது. ஆனால், இந்தியாவிலேயே அரிக்கமேட்டில்தான் ரோமானியச் சான்றுகள் அதிகம் கிடைத்துள்ளன. அங்குக் கண்டறியப்பட்ட ஆலிவ் எண்ணெய் சாடி, 'கரும்' (garum) என்னும் மீன் கூட்டுச்சாறு (fermented fish sauce) சாடி ஆகியவற்றை உள்ளூர் மக்கள் பயன்படுத்தி இருக்கமாட்டார்கள்; மது (wine) ஜாடியைப் பயன்படுத்தியிருக்கக்கூடும். எனவே, சிறிய அளவில் கிரேக்க, ரோமானியர்கள் அங்கு வாழ்ந்திருக்கலாம்[28].

யவனர் விற்பனை செய்த பொருட்களில் அழகிய சாடிகளில் நிறைக்கப்பெற்ற மதுவும் ஒன்று. யவனர்களோடு, உள்ளூர்வாசிகளும் மதுவில் நாட்டங்கொண்டிருந்தனர். இலவந்திகைப் பள்ளித்துஞ்சிய நன்மாறன் என்னும் பாண்டிய மன்னன் யவனர்கள் கொண்டுவந்த அழகிய கிண்ணத்தில் மகளிர் மதுவை ஊற்றித் தர அருந்தி மகிழ்ந்தான் என்று புறநானூறு (புற, 56: 18-21) கூறுகிறது. அதே போன்ற வாழ்க்கை முறை அரிக்கமேட்டிலும் இயங்கியிருக்கக்கூடும்.

பண்டைய பண்பாட்டு மையங்கள்

புதுச்சேரியைச் சுற்றியுள்ள பகுதிகள் மிகப்பெரும் பண்டைய பண்பாட்டு மையங்களாக விளங்கின என்பதை 'ழுவோ துய்ப்ரேய்' (Jouveau Dubreuil), அருட் சகோதரர் எல். 'பொஷே' (R.F. Faucheux), 'நுமா லப்பித்' (Numa Lafitte) முதலானோர் கூறியுள்ளார்கள். அவர்கள் மூவரும் தங்கள் சொந்தப் பணத்தில், பல ஆண்டுகள் புதுச்சேரியைச் சுற்றியுள்ள இடங்களில் ஆய்வுகளை மேற்கொண்டபின் அவ்வாறு பதிவிட்டுள்ளனர்.

தாழிகள் கண்டுபிடிப்பு

புதைவிடங்களான தொல்லியல் களங்களை முதன்முதலாக ஆராய்ந்தவர், 1926-1929-ஆம் ஆண்டுகளில் புதுச்சேரி மருந்தகத் துறையின் (Service de la Pharmacie) தலைவராக இருந்த 'நுமா லப்பித்' (Numa Laffitte) ஆவார். அவருடைய ஆராய்ச்சிகள் முறையாகவும் அறிவியல் முறைப்படியும் இருந்தன. எல். 'பொஷே' அவருடைய சக ஆய்வாளராக (collaborateur) இருந்தார். 1928 செப்டம்பரில் தொடங்கி 1929 மார்ச்சில் முடிவடைந்த அவர்களின் ஆய்வுகளில் பெரம்பை, முத்தரையர்பாளையம், மேட்டுப்பாளையம், முதலான இடங்களில் 'சால்' எனப்பட்ட முதுமக்கள் தாழி அல்லது ஈமத்தாழிகளைக் கண்டறிந்தனர்[29].

இலக்கியங்களில் தாழி

தமிழர்கள் இறந்தோரின் உடல்களை எவ்வகைகளில் அடக்கம் செய்வார்கள் என்பது பற்றி,

"சுடுவோர் இடுவோர் தொடுகுழிப் படுவோர்
தாழ்வயின் அடைப்போர் தாழியிற் கவிப்போர்"

என்று மணிமேகலை *(6: 66-67)* கூறுகிறது. இறந்தவர்களின் உடலைச் சுடுவதையும் (cremation), இறந்தவர்களை ஓரிடத்தில் இட்டு வைப்பதையும் (post-excarnation burial), குழியிலிட்டுப் புதைப்பதையும் (rock chamber or cist burial), நிலத்திற்கடியில் கல்லறை அமைத்து வைப்பதையும், தாழிகள் இட்டு அதன் மேல் மூடி கொண்டு மூடுவதையும் (urn burial capped with lid) பண்டைய தமிழர்கள் வழக்கமாகக் கொண்டிருந்தார்கள்.

"தாழிய பெருங்காடு எய்திய ஞான்றே" என்று மாண்டோரை அடக்கம் செய்யும் இடங்களைப் பெருங்காடு என்கிறது புறநானூறு *(364:13)*.

தாழியில் வைத்துப் பிணங்களைப் புதைக்கும் வழக்கம் பெருங் கற்காலத்தில் தோன்றி, சங்க காலத்தில் பரவலாகக் கையாளப்பட்டது. இது பற்றி சங்க இலக்கியங்களான அகநானூறு, புறநானூறு, பதிற்றுப்பத்து ஆகியவற்றில் பல குறிப்புகள் காணப்படுகின்றன:

"மாயிருந் தாழி கவிப்ப" - நற்றிணை *(271: 11)*,

"மன்னர் மறைத்த தாழி வன்னி மன்றத்து விளங்கிய காடே"
- பதிற்றுப்பத்து *(44: 22-23)*,

"தாழிமுதல் கலித்த கோழ்இலைப் பருத்தி"
- அகநானூறு *(129: 7)*,

"தாழிக் குவளை வாடுமலர் சூட்டி" - அகநானூறு *(165: 11)*,

"ஓங்குநிலைத் தாழி மல்கச் சார்த்தி" - அகநானூறு *(275: 1)*,

"அன்னோற் கவிக்கும் கண்ணகன் தாழி"
- புறநானூறு *(228: 12)*,

"கவிசெந் தாழி குவிபுறத்து இருந்த" - புறநானூறு *(238: 1)*,

"வியன் மலர் அகன்பொழில் ஈமத் தாழி"
- புறநானூறு *(256: 5-6)*,

"தாழியும் மலர்பல அணியா, கேழ் கொள"
- அகநானூறு *(369: 6)*

புதுச்சேரியில் தாழிகள்

புதுச்சேரிப் பகுதியில் முதுமக்கள் தாழி எனப்படும் ஈமத்தாழிகள் பெருமளவில் கண்டெடுக்கப்பட்டன. தாழிகளில் தொல்லியல் பொருட்கள் காணப்பட்டன. அதனால், அப்பொருட்களின் காலத்தை அறிந்து, இடுகாடுகளின் காலத்தை அறிவதற்கும், அன்றைய பண்பாட்டினைத் தெரிந்துகொள்வதற்கும் முடிந்தது.

ஆய்வு மேற்கொள்ளப்பட்ட இடுகாடுகளில் இருவகையான கல்லறைகள் காணப்பட்டன. (1) இறந்தவர்களை ஈமத்தாழியில் வைத்து அடக்கம் செய்யப்பட்டவை (2) கற்பலகைகளால் மூடப்பட்ட கல்லறைகளில் (cist) அடக்கம் செய்யப்பட்டவை. கல்லறைகளைச் சுற்றி சிலபோழ்து பெருங்கற்களாலான வளையங்கள் காணப்படும். மிக அரிதாக, சுத்துக்கேணியில் காணப்பட்டதுபோல் கற்பலகைகளால் மூடப்பட்ட கல்லறைக்குள் நீண்ட குழிவான ஈமப்பேழைக்குள் (sarcophagus) இறந்தவரின் உடல் வைக்கப்பட்டு அடக்கம் செய்யப்படும். பெரம்பையிலும் ஒரு கல்லறையில் மட்டும் அத்தகைய ஈமப்பேழை கண்டுபிடிக்கப்பட்டுள்ளது. புதுச்சேரிப் பகுதியின் பெரும்பாலான கல்லறைகள் இரும்புக் கருவி/பெருங்கற் காலத்தைச் சேர்ந்தவைகளை ஒத்திருந்தாலும், சிலவற்றில் காணப்படும் பொருட்களுள் சில படிகக்கல் காலத்தைச் சேர்ந்தவைகளாக உள்ளன.

ஊசுடு கிராமத்தில் கண்டெடுக்கப்பட்ட பெருங்கற்காலக் கைக்கோடரியுடன், ரோமானியரின் உடைவாள் போன்று 3 செ.மீ. அகலமும், 50 செ.மீ. நீளமுமுள்ள இரும்புக் கத்தியும், மண்பாண்டங்களும், சுத்துக்கேணியில் ஈமத்தாழியில் கிடைத்த வெண்கலப் பாத்திரமும், தங்க முலாம் பூசப்பட்ட கழுத்துமாலையும், (necklace) ஆபரணங்களும் உலோகக் கால வாழ்வியலுக்கு ஆதாரங்களாகின்றன.

புதுச்சேரிப் பகுதியின் இடுகாட்டுக் களங்கள் உயரமான இடத்தில் செம்மண் பகுதியில் அமைந்துள்ளன. இவ்விடங்களில் தரைமட்டத்திலும் 0.50மீ., 1மீ, மற்றும் 1.50மீ. ஆழத்திலும் பெரும் எண்ணிக்கையில் தாழிகள் கிடைத்தன. தாழிகள் பொதுவாக தனித்தனியாக இருந்தன. கண்டெடுக்கப்பட்ட ஏறத்தாழ 200 தாழிகளில் மூன்றில் இரண்டு பங்கு, அளவில் பெரியவை; அவை உடற்பகுதியில் 0.93மீ. குறுக்களவும், வாய்ப்பகுதியில் 0.49மீ. குறுக்களவும் 1.24மீ. உயரமும் கொண்டதாகக் காணப்பட்டன[30].

ஈமத்தாழிகள் பொதுவாக மிகப் பெரிய அளவிலான பானை வடிவத்தில் பல்வேறு இடங்களில் பரவலாகக் காணப்பட்டன. சுத்துக்கேணியில் காணப்பட்ட ஈமப்பேழை குழிவாகவும் நீள்வட்ட வடிவிலும் கால்களோடு மற்றவைகளிடமிருந்து வேறுபட்டிருந்தது.

அதேபோன்ற ஆறு கால்கள் கொண்ட பேழை ஒன்று ஆரோவில் பகுதியில் கண்டெடுக்கப்பட்டது.

பானை வடிவத் தாழிகள் கூம்பு வடிவ மூடிகளைக் கொண்டிருந்தன. அவை பெரும்பாலும் உடைந்து காணப்பட்டன. சிலபோழ்து, அவற்றின் வெளிப்புறம் 2 - 2.5 செ.மீ. அளவிற்குச் சுற்றிலும் ஒன்றிரண்டு பட்டைகளால் அலங்கரிக்கப்பட்டிருந்தன. பட்டை முழுவதும் கட்டைவிரல் அல்லது ஆள்காட்டி விரலால் ஏற்படுத்தப்பட்ட அடையாளங்கள் இருந்தன[31].

தாழிகளில் பொருட்கள்

தாழிகளின் உள்ளும், வெளியிலும், அவற்றிற்கு அருகிலும் மட்பாண்டங்கள் இருந்தன. வீட்டுப் பயன்பாட்டுப் பொருட்கள், எந்திரக்கல் (millstone), கருவிகள், கொக்கிகள், அரிவாள்கள், ஒன்று அல்லது இரண்டு முட்டை வடிவ வளையங்களோடு கூடிய இரும்புக் கோடரிகள், பலவகை தட்டலகுக் கரண்டிகள் (spatulas), போர்க் கருவிகள் முதலானவை தாழிகளில் காணப்பட்ட பொருட்களாகும். அரிதாக, சிவப்பு-மஞ்சள் நிற மணிக்கல் (jasper), சூது பவளம் (carnelin) ஆகியவற்றிலான அணிகலன்களும் கண்டெடுக்கப்பட்டன. பந்து அளவிற்குப் பெரிதான துளையிடப்பட்ட ஒரு சிவப்பு-மஞ்சள் நிற மணிக்கல் கிடைத்தது. பட்டாணி அளவிலான, துளையிடப்பட்டும் பலகோண வடிவங்களால் அலங்கரிக்கப்பட்டும் இருந்த சூது பவளங்களும் காணப்பட்டன. போர்க்கருவிகளுள், கொடுவாள் (saber), குத்துவாள் (dirk), உடைவாள் (dagger) ஆகியன அடங்கும். பண்டைய தமிழர்கள், போர்வீரர்களாகவும் வேட்டைக்காரர்களாகவும் முரட்டுத்தனமாக இருந்ததால் போர்க் கருவிகள் தாழிகளில் வைக்கப்பட்டிருக்கலாம் என்று ‘பொஷே’ தெரிவிக்கிறார்[32].

தாழிகளில் கற்காலம் சார்ந்த கைக் கோடரி, பெருங்கற்காலக் கல் கோடரி, கல் கருவிகள், மட்பாண்ட வகைகள், அணிகலன்கள், வெண்கலப் பொருட்கள் முதலானவையும் கிடைத்தன.

சில தாழிகளில் மாந்தர் எலும்புகள் இன்றி அவர்கள் பயன்படுத்திய பொருட்கள் மட்டுமே காணப்பட்டன. இறந்தோரை வெட்ட வெளியில் விட்டு அவற்றைப் பறவைகள் உண்ணுமாறு அழிக்க விடுவதே பண்டைய பழக்கம். அவர்தம் எலும்புகளைச் சேகரித்து தாழியில் வைப்பதும், பிணங்களைக் காடுகளில் அடக்கம் செய்துவிட்டு, அவர்தம் பொருட்களை மட்டுமே தாழிக்குள் வைத்துப் புதைப்பதும் பின்னாளைய வழக்கம். ஆகவே தான், பல தாழிகளில் எலும்புகள் காணப்படுவதில்லை[33].

'ஈமப்பானைகள்' எனப்படும் சில மட்பாண்டங்கள் மூடிகளைக் கொண்டிருந்தன. மூடிகள் பல்வேறு வடிவங்களிலும், சில அலங்காரத்தோடும் காணப்பட்டன. கலன்களுக்குள் இறந்தவருக்காக உணவும் நீரும் வைக்கப்பட்ட கலன்களும் இருந்தன. பல தாழிகளில் இரண்டு எலும்புக்கூடுகள் இருந்தன. ஒன்றில் மூன்று காணப்பட்டன.

பானை வடிவத் தாழிகளோடு 'சர்கோபேகஸ்' (sarcophagus) எனப்படும் நீள்வட்டத் தாழிகள் மூடியோடும் 6 அல்லது 9 கால்களோடும் காணப்பட்டன. அவற்றில் ஒரு சில பாண்டங்கள் மட்டும் இருந்தன. சுத்துக்கேணியில் 15 கால் கொண்ட (நீள வாட்டில் வரிசைக்கு 5 என 3 வரிசைகள் இருந்தன.) தாழிகள் காணப்பட்டன. தாழிகளில் உடல்கள் கால்கள் மடிக்கப்பட்டு நீள்வாட்டத்தில் படுக்கவைக்கப்பட்டிருந்தன. நீள்வட்ட வடிவத் தாழிகள், பெரும்பானை வடிவத் தாழிகளோடு சேர்ந்து காணப்பட்டன. அவற்றிலிருந்த மட்பாண்டங்களையும் போர்க் கருவிகளையும் நோக்கும்போது, உயர்குடி அல்லது புகழ்பெற்றவர்களைப் புதைப்பதற்கு அவை பயன்பட்டன எனலாம். அவையும் மற்றவகைத் தாழிகளின் காலத்தைச் சேர்ந்தவை எனத் தெரிகிறது.

ஈமப்பானைகளும், புதிய கற்காலத்தைச் சேர்ந்த கால்களுடன் கூடிய தாழிகளும் புதுச்சேரிப் பகுதியின் தொன்மைக்கும், படிப்படியான நாகரிக வளர்ச்சிக்குமான சான்றுகள். ஆரோவில் பகுதியில் வட்ட வடிவப் புதை குழிகளும் காணப்பட்டன. ஈமத்தாழிகள் மூலம் இப்பகுதியில் கி.மு. 490-க்கு முன்பே பெருங்கற் காலத்திலேயே மக்கள் வாழ்ந்ததை அறியலாம்.

புதுச்சேரியைச் சுற்றியுள்ள தொல்லியல் களங்கள்

பாக்கமுடையான்பட்டு

புதுச்சேரிக்கு மேற்கில் உள்ள பாக்கமுடையான்பட்டில் கண்டுபிடிக்கப்பட்ட இடுகாடு புதிய கற்காலத்தைச் (neolithic) சேர்ந்தது. அக்களத்திலிருந்து 1929-இல் 150-க்கும் மேலான மட்பாண்ட ஓடுகள் சேகரிக்கப்பட்டன. பாண்டங்களில் மிகப் பெரியது 20-30 லி. கொள்ளளவு கொண்டது. சுரைக்காய் வடிவத்தில் புனல் போன்ற வாய்ப்பகுதியைக் கொண்டிருந்தது. அதைத் தூக்குவதற்கு இரு புறமும் கைப்பிடிகள் இருந்தன. ஓரிரு குவளைகளில் கிண்ணி மூக்கு (spout) இருந்தது. மான்வகை விலங்குகளின் எலும்புகள், சிப்பி ஓடுகள், குழவிகள், ஏறத்தாழ 50 மெருகேற்றப்பட்ட கல் கோடரிகள், அதே எண்ணிக்கையில் கல் கோடரித் துண்டுகள் முதலானவை அங்கு கிடைத்தன. ஆனால் உலோகப்பொருள் ஏதும் கிடைக்கவில்லை.

தாழி ஒன்றில் காணப்பட்ட இரும்பு வாள்

கல் கருவிகள்

உண்மையில், பாக்கமுடையான்பட்டில் அகழ்வாய்வு மேற்கொள்ளப்படவில்லை. ஒவ்வொரு பெருமழைக்குப் பின்பும் ஆய்வாளர்கள் சென்று, தரைமட்டத்தில் காணப்பட்ட பொருட்களைச் சேகரித்தார்கள். **1937**-இல் அக்களத்தைப் பார்வையிட்டுச் சென்ற அமெரிக்க 'ஹார்ட்வர்ட்' பல்கலைக்கழகத் தொல்லியலாளர் எம். வி. வோர்மோன் (M.V. Worman) பாக்கமுடையான்பட்டில் கண்டு பிடிக்கப்பட்ட ஈமத் தாழிகள் புதிய கற்காலத்தைச் சேர்ந்தவை எனக் கூறினார். அங்கு சேகரிக்கப்பட்ட பொருட்களைப் போன்று இந்தியாவில் எங்கும் காணப்படவில்லை என்று அவர் மேலும் தெரிவித்தார். அன்று மிகச் செழிப்பான பகுதியாகத் திகழ்ந்த சாரம்பாக்கமுடையான்பட்டு பகுதி புதுச்சேரியைச் சுற்றியிருந்த பகுதிகளில் முதல் குடியேற்றப் பகுதியாக இருந்திருக்க வேண்டும்[34].

திருக்காஞ்சி

திருக்காஞ்சிபுரம் என்ற திருக்காஞ்சி வில்லியனூருக்குக் கிழக்கால் **2** கி.மீ. தொலைவில் சங்கராபரணி ஆற்றின் தென்கரையில் அமைந்துள்ளது. தொன்மையான நகரம் ஒன்றின் எச்சங்கள் அங்கே உள்ளன. அங்கு நடந்த அகழ்வாய்வில் கண்டெடுக்கப்பட்ட சுடுமண் பாண்ட ஓடுகள் மற்றும் செங்கற்கள் அந்நகரம் அரிக்க- மேட்டுக் காலத்தைச் சேர்ந்தது என்று கருதச்செய்கின்றன[35].

மங்கலம்

மங்கலம் ஒரு இடுகாட்டுக் களமாகும். அக்களம் அருட்சகோதரர் 'பொஷே'வால் அகழ்வாய்வுச் செய்யப்பட்டது. அங்கு புதிய கற்காலம் (neolithic) மற்றும் படிகக்கல் காலம் சார்ந்த (chalcolithic) பெரிய மண் சாடிகளின் ஓடுகள் கண்டெடுக்கப்பட்டன. கோடரி போன்ற ஒரு கல் கருவியும் கிடைத்தது[36]. கசால் அவ்விடம் படிக்கல் காலத்தைச் சேர்ந்தது என்று குறிப்பிட்டுள்ளார்[37].

மேல் சாத்தமங்கலம்

புதுச்சேரிக்கு மேற்கில், குடுவையாற்றுப் படுகையில் உள்ள மேல் சாத்தமங்கலத்தில், வில்லியனூர் வேங்கடேசன் துணையுடன், இந்தியத் தொல்பொருள் துறையின் தென்பகுதிப் பொறுப்பாளர்கள், ***26-2-83*** முதல் ***6-3-83*** முடிய அகழ்வாய்வு மேற்கொண்டார்கள். இரண்டு மீட்டர் சதுரத்தில் இரண்டரை மீட்டர் ஆழத்தில் சோதனைக்குழி தோண்டப்பட்டது. அதில், கருமை சிவப்புப் பானை ஓடுகள், வண்ணம் தீட்டப்பெற்ற ஓடுகள், ரௌலட்டட் என்றழைக்கும் ரோமாபுரி வகை மட்பாண்ட ஓடுகள், 'ஆம்பொரா' என்றழைக்கப் பெறும் மதுச் சாடிகளின் துண்டுகள், சாடியின் மூடிக் குமிழ்கள்,

வழவழப்பான ஓட்டுத் துண்டுகள், பெருங்கற்காலக் கட்டடத்தைச் சேர்ந்த ஓடுகள் கிடைத்தன.

மேல் சாத்தமங்கலத்தில் கிடைத்த அத்துனைப் பொருட்களும் அரிக்கமேட்டில் கிடைத்த புதைபொருட்களையே ஒத்திருக்கின்றன. ஆகவே, அரிக்கமேட்டின் காலத்தை ஒத்த பொ. முதலிரண்டு நூற்றாண்டுகளின் நாகரிகச் சின்னங்களே சாத்தமங்கலப் புதை பொருட்கள் என்று கொள்ளலாம்[38].

கோரிமேடு

சில தொல்லியல் சின்னங்கள் கோரிமேடு, அதை அடுத்த மாட்டுக்காரன் சாவடி, முரட்டாண்டி ஆகிய இடங்களில் தரைமட்டத்தில் கண்டெடுக்கப்பட்டன. அருட்சகோதரர் 'பொஷே' கோரிமேட்டில் தரைமட்டத்தில் சேகரித்த பாண்ட ஓடுகள், கோடரி போன்ற ஒரு கல்கருவி, வெண்கலத்தாலான ஊதுகொம்பு வடிவ காப்பு, ஒரு குமிழ்மணி போன்ற பொருட்களைப் பார்வையிட்ட கசால் அவ்விடம் படிகக்கல் காலத்தைச் (Chalcolithic) சேர்ந்தது என்று கூறியிருந்தார்[39].

முத்தரையர்பாளையம்

புதுச்சேரியின் சுற்றுவட்டாரத்தில் சில இடுகாடுகளில் நிறைய அளவில் முதுமக்கள் தாழிகள் கண்டுபிடிக்கப்பட்டுள்ளன. அத்தகைய முக்கியமான இடுகாடுகளுள் ஒன்று முத்தரையர்பாளையம். இக்களம் பல நூறு எக்டர் பரப்பைக் கொண்டது. 1950-இல் கசால் அக்களத்தின் ஒரு சிறிய பகுதியில் மேற்கொண்ட அகழ்வாய்வில் 35 முதுமக்கள் தாழிகள் கண்டெடுக்கப்பட்டன. பல எலும்புத் துண்டுகள், போர்க் கருவிகள், இரும்புக் கருவிகள், மட்பாண்டங்கள் முதலானவை அவைகளில் கிடைத்தன. மட்பாண்டங்கள் அரிக்கமேட்டில் காணப்பட்ட கருமை-சிவப்பு நிற வகையைச் சேர்ந்தவை. போர்க் கருவிகள் நிறைய அளவில் கிடைத்ததால் முத்தரையர்பாளையத்தில் விவசாயப் போர்வீரர்கள் வசித்திருக்க வேண்டும். அக்களத்தின் முதுமக்கள் தாழிகள் பொ.மு. 2-ஆம் நூற்றாண்டைச் சேர்ந்தவை[40].

சுத்துக்கேணி

இந்த இடுகாட்டுக் களமும் முத்தரையர்பாளைய இடுகாட்டுக் களத்தின் காலத்தைச் சேர்ந்தது. இது 'பெருங்கற்' கால இடுகாட்டு வகையைச் சேர்ந்ததாகும். இவ்வகையில், 'ஸ்வதிகா' வடிவில் பெரிய கருங்கல் பாளங்கள் (stone slabs) செங்குத்தாக ஓர் அறை வடிவில் வைக்கப்பட்டிருந்தன. அறை மற்றொரு கருங்கல் பாளத்தால்

முத்தரையர்பாளையம்

முதுமக்கள் தாழி மட்பாண்டங்கள்

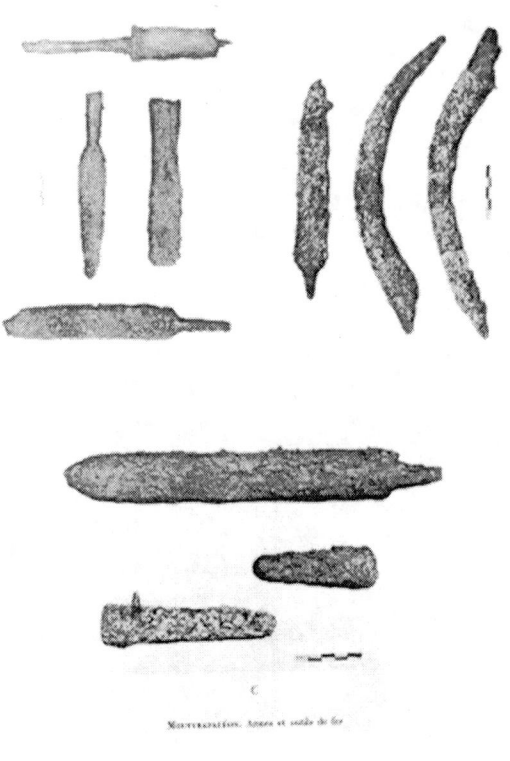

இரும்புப் பொருட்கள்

மூடப்பட்டிருந்தது. இவை யாவும் மண்ணில் புதைக்கப்பட்டிருந்தன. கல்லறையைச் சுற்றி வட்டவடிவில் பெரிய கற்கள் அடுக்கப்பட்டிருந்தன. கல்லறையில் கிடைத்த மட்பாண்டங்கள் அரிக்கமேட்டின் தொடக்க கால பாண்டங்களையும் மைசூரின் 'பெருங்கற்' கால பாண்டங்-களையும் ஒத்திருந்தன. மனித உடலின் எச்சங்கள் சுடுமண் ஈமப்பேழையில் (sarcophagus) காணப்பட்டன. கல்லறையில் போர்க் கருவிகளும், இரும்புக் கருவிகளும், தாமிர, வெண்கலக் கொள்கலன்களின் உடைந்த துண்டுகளும் கிடைத்தன.

தென்னிந்தியாவில் இதுவரை அகழ்வாய்வு செய்யப்பட்ட பெருங்கற் கால புதைவிடங்களில் சுத்துக்கேணி மிகவும் 'செல்வச் செழிப்பான' களமாகும்.

இவ்வகழ்வாய்வின் வியப்பூட்டும் கண்டுபிடிப்பு, கல்லறையின் தரையாக விளங்கிய கருங்கல் பாளத்தின் கீழ் ஒரு சிறிய மறைவிடம் காணப்பட்டது. அவ்விடத்தில், எண்ணற்ற தங்க, வெள்ளி அணிகலன்கள் ஒரு சிறிய பானையில் வைக்கப்பட்டிருந்தன. தட்டையான கழுத்தணிகள் (necklaces), காப்புகள் (bracelets), பதக்கங்கள் (pendants), காதணிகள் முதலான அணிகலன்கள் மிக நேர்த்தியாகவும் அழகாகவும் செய்யப்பட்டிருந்தன. அவை அக்கால பொற்கொல்லர்களின் கைவண்ணத்தையும் தொழில்நுட்பத்தையும் பறைசாற்றின[41].

ஊசுட்டேரி

புதுச்சேரி நகரத்திற்கு மேற்கில் ஏறத்தாழ 9 கி.மீ. தொலைவில் உள்ள புதுச்சேரியின் மிகப் பெரிய ஏரியான ஊசுட்டேரியில் தூர்வாரும்போது 25 செ. மீ. நீளம் கொண்ட கற்கோடரி ஒன்று கண்டுபிடிக்கப்பட்டது. ஊசுடு கிராமத்தில், ஈமத்தாழியில் மனித எலும்புகள், இரும்பாலான கத்தி, குமிழ்மணிகள், கருமை-சிவப்பு நிற மட்பாண்டங்கள் முதலானப் பொருட்கள் காணப்பட்டன.

பாகூர்

பாகூர் சிவன் கோயிலுக்கு வடக்கில் மிகப் பெரிய ஈமத்தாழி ஒன்று கண்டுபிடிக்கப்பட்டது. அதில் மனித எலும்புகள், குமிழ்மணிகள், மட்பாண்டங்கள், கற்கருவிகள் முதலானவை காணப்பட்டன. அத்தாழி பொ.மு. 200 ஆண்டுகள் - பொ. 200 ஆண்டுகளைச் சேர்ந்ததாகும் என்று கல்வெட்டு ஆய்வாளர் சு. குப்புசாமி கூறினார்[42].

சுத்துக்கேணி

ஈமப்பேழை

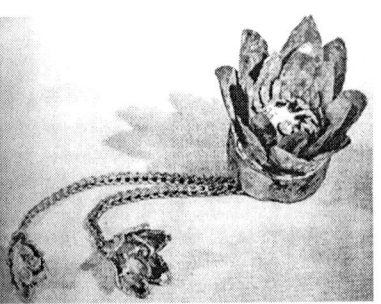

தங்க அணிகலன்

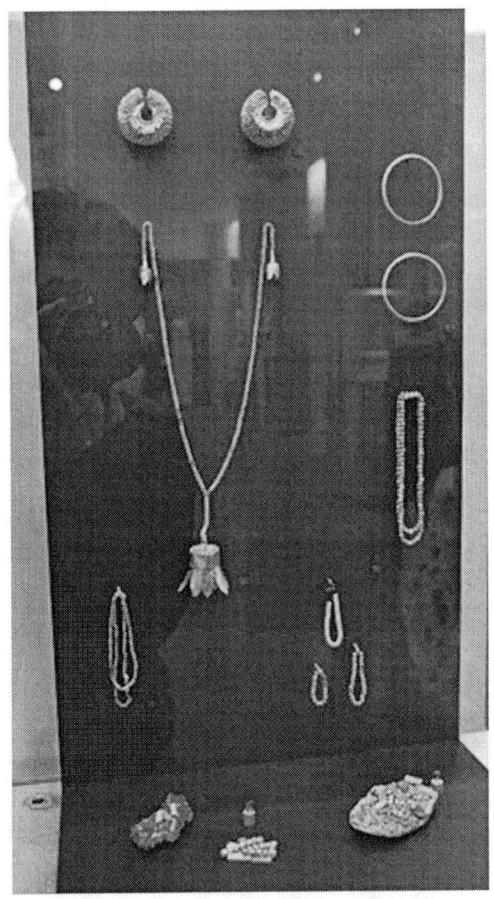

பொன் நகைகள்

ஆரோவில்

ஆரோவில்லின் தொல்லியல் முக்கியத்துவம் அங்கு வசிக்கும் ஜெர்மானியரான ‘பொப்போ பிங்கல்’ (Poppo Pingel), பேராசிரியர் இரவிச்சந்திரன் துணையுடன், 2000 ஆண்டு தொடங்கி வெளிக்கொணரப்பட்டது. அவர்கள் பலவிதமான புதைவிடங்களையும் (ஈமப்பேழை, ஈமத்தாழி, கற்கிடை, திட்டை) நூற்றுக்கணக்கான மட்பாண்ட ஓடுகளையும் ஒரு கல் கோடரியையும் கண்டுபிடித்தனர். அவர்களின் மற்றொரு கண்டுபிடிப்பு மிகவும் குறிப்பிடத்தக்கது. ஆறு கால்களைக் கொண்ட ஒரு முழுமையான ஈமப்பேழை (sarcophagus) அவர்களின் ஆய்வில் கிடைத்தது. தாழிக்குள், இரண்டு கருமை - சிவப்பு நிற மட்பாண்டக் கிண்ணங்கள், ஒரு சிறிய பானை, மூன்று இரும்பாலான அம்பு நுனிகள் (arrow heads) முதலானவை கிடைத்தன. தாழியின் வெளிப்புறத்தில் ஒன்றும் மூடியில் ஒன்றுமாக இரு கொம்புகளோடு கூடிய ஓர் ஆட்டின் தலையுருவம் புடைப்பு ஓவியமாகக் காணப்பட்டது ஆர்வமூட்டக்கூடியதாக இருந்தது. அக்கல்லறையைச் சுற்றி பெரிய சுண்ணாம்புக் கற்கள் திட்டை எனப்படும் வட்ட வடிவில் அடுக்கப்பட்டிருந்தன[43]. அந்தக் கண்டு பிடிப்புக்குப் பின் அங்கு மேற்கொள்ளப்பட்ட அகழ்வாய்வில் 16 தாழிகள் கண்டெடுக்கப்பட்டன.

தாழிகளில் செம்பு, தாமிரப் பொருட்களும், மணி வகைகளும், காதணிகளும், பல வகையான பீங்கான் பாத்திரங்களும், கருமை, சிவப்பு மட்பாண்ட ஓடுகளும் கிடைத்தன. இவற்றுடன் இரும்பு, தங்கப் பொருட்களும், பறவைகள், காளை, மீன்கள், மயில் வடிவங்கள், அடுக்கப்பட்ட மூடிகளுடன் கோப்பைகளும் தாழிகளுக்குள் இருந்தன. இக்களத்தின் காலம் அரிக்கமேட்டின் காலத்திற்கு ஒத்திருப்பதால் இரண்டு இடங்களும் தொடர்பில் இருந்திருக்கலாம் என்று நம்பப்படுகிறது. மண்ணடுக்கியல் அளவீட்டில் இவை பொ.மு. மூன்று முதல் ஐந்தாம் நூற்றாண்டுக்கான பெருங்கற்காலம் சார்ந்தவை என்பது அகழ்வாய்வாளர்களின் முடிவு[44].

கோட்டைமேடு

புதுச்சேரிப் பகுதியான புராணசிங்கப்பாளையத்திற்கு அருகில் உள்ள கோட்டைமேடு எனுமிடம் ஒரு தொல்லியல் களம் என்று கண்டறியப்பட்டது. இப்பகுதியில் 1999-ஆம் ஆண்டில் பேராசிரியர் இரவிச்சந்திரன் மேற்கொண்ட ஆய்வில், பொ. முதல், இரண்டாம் நூற்றாண்டுகளைச் சேர்ந்த ஆம்பொரா சாடிகளின் மூடிகள், பொறிப்பு மட்பாண்டக் கலங்கள் ஆகியன கண்டெடுக்கப்பட்டன. அங்கு காணப்பட்ட உறைகிணறு அரிக்கமேட்டைப் போன்று பொ.மு. முதல் நூற்றாண்டைச் சேர்ந்தது. எனவே, இரு தொன்மையான

அரிக்கமேடு 159

ஆரோவில் அகழ்வாய்வுக் களம்

ஆரோவில் அகழ்வாய்வில் கிடைத்தவை

ஈமத்தாழி

உலோக அலங்காரப் பொருள்

கற்கிடை

ஆறுகால் ஈமத்தாழி

கோட்டை மேடு உறைகிணறு

இடங்களும் ஒரே காலத்தைச் சேர்ந்தவை, ஒரே பண்பாட்டைக் கொண்டிருந்தவை என்று இரவிச்சந்திரன் கருதுகிறார்[45].

பண்டைக் காலத்தில் வணிகம் பொதுவாக கடல்வழியாக நடந்தது; உள்நாட்டில் ஆறுகளின் வழியாக மேற்கொள்ளப்பட்டது. பம்பையாற்றங்கரையில் அமைந்துள்ள கோட்டைமேட்டிலிருந்து சங்கராபரணியாற்று வழியாக மூலப் பொருட்களும் முழுதும் தயாரிக்கப்பட்ட பொருட்களும் அரிக்கமேட்டிற்குச் சென்றன என்று பேராசிரியர் இரவிச்சந்திரன் கருதுகிறார். விழுப்புரத்தை அடுத்த திருக்கோயிலூரில் ரோமானிய தங்க நாணயங்கள் கண்டெடுக்கப் பட்டன; எனவே, அரிக்கமேட்டிற்கும் மற்ற பண்டைய நகரங்களுக்கு இடையிலும் வணிகம் நடந்திருக்கக்கூடும் என்பது அவரது கருத்து[46].

ஆகையால், கோட்டைமேட்டில் மீண்டும் ஓர் அகழ்வாய்வை மேற்கொள்ள முயற்சி மேற்கொள்ளப்பட்டது. பேராசிரியர் இரவிச்சந்திரன் அகழ்வாய்வை மேற்கொள்வதாக இருந்தது. அகழ்வாய்வுக்கான ஓராண்டு அனுமதியை இந்தியத் தொல்லியல் துறை வழங்கியது. புதுச்சேரி அரசு 20 இலட்சம் ரூபாய் பொருளுதவி செய்தது. ஆனால், அகழ்வாய்வை நில உரிமையாளர் தடுத்ததால் முயற்சி தோல்வியில் முடிந்தது.

இம்முயற்சி வெற்றிபெற்றிருந்தால், அரிக்கமேட்டின் ஆற்றுவழி வணிகத்தைச் சான்றுகளோடு வெளிக்கொணர்ந்திருக்கலாம். தமிழகத்தில் கீழடி உள்ளிட்ட பல்வேறு இடங்களில் நடைபெற்றுவரும் அகழ்வாய்வுகள் ஏற்படுத்தியுள்ள அதிர்வலைகளைக் கருத்தில் கொண்டு, புதுச்சேரி அரசு கோட்டைமேட்டில் அகழ்வாய்வை மேற்கொள்ள மீண்டும் முயற்சிக்க வேண்டும்!

கல்லறைகளின் காலம்

புதுச்சேரியின் புதைவிடங்களின்/கல்லறைகளின் கால வரிசையைக் கசால் கீழ்கண்டவாறு கணித்துள்ளார்.

கோரிமேடு மற்றும் மங்கலத்தின் கல்லறைகள் படிகக்கல் காலத்தைச் சேர்ந்தவை. அவற்றின் காலம் பொ.மு. 2-ஆம் நூற்றாண்டுக்கு முன்னாலிலிருந்து தொடங்குகிறது. இரும்புக் கருவி கால புதைப்புகளில் காணப்படும் பெருங்கற் கால கருமை-சிவப்பு நிற மட்பாண்டங்களும் இரும்பிலான பொருட்களும் அக்கல்லறைகளில் காணப்படவில்லை. அவற்றில் கிடைத்த மட்பாண்டங்கள் இரும்புக் கால கல்லறையான முத்தரையர்பாளையத்தில் காணப்பட்டவைகளைவிட படிகக்கல் கால (கல்கோடரி கால) பாண்டங்களை ஒத்திருந்தன. மேலும் அவ்விரு இடங்களிலும் கல்கோடரிகள் கிடைத்துள்ளன[47].

பெரம்பை கல்லறையில், வழவழவாக்கப்பட்ட இரும்புக் கோடரிகள், கருமை-சிவப்பு நிற மட்பாண்டங்கள், இரும்புப் பொருட்கள் முதலானவை கண்டெடுக்கப்பட்டுள்ளன. இக்கல்லறையின் காலம், கோரிமேடு-மங்கலம் படிகக்கல் காலத்திற்கும், முத்தரையர்பாளையம் - சுத்துக்கேணி இரும்புக் கருவி காலத்திற்கும் இடைப்பட்டது என்று கசால் கூறியுள்ளார். ஆனால், 'லெஸ்னிக்' (Leshnik) என்பவர், கோரிமேட்டில் காணப்பட்ட ஊதுகொம்பு (trumpet), வட்ட வடிவக் காப்பு (bracelet) போன்ற கலைப் பொருட்கள் இரும்புக் கருவிக் கால கல்லறைகளிலும் கண்டெடுக்கப்பட்டன என்று கூறுகிறார். எனவே, விமலா பெக்லி கருதுவதுபோல், புதுச்சேரியில் புதிய கற்கால-படிகக்கல் கால குடியிருப்புகள் இருந்ததற்கான சான்றுகள் குறைவாகவே உள்ளன.

அரிக்கமேடு, அதன் பின்புலப் பகுதியின் ஆய்வுகள் காட்டும் அரிய செய்திகள்

தமிழகத்தின் தொல்லியல் ஆய்வுக் களம் எதற்கும் இல்லாத தனிச் சிறப்பும் பெருமையும் அரிக்கமேட்டிற்கு உண்டு. தென்னிந்தியாவில் இங்குதான் முதன்முதலாக அகழ்வாய்வு தொடங்கப்பட்டது. தென்னிந்திய வரலாற்றுக்குப் போதுமான சான்றுகள், குறிப்பாக தொல்லியல் சான்றுகள் இல்லாத காலத்தில், அரிக்கமேடு அதற்கு வழி காட்டியது. அங்குக் கிடைத்த மட்பாண்டங்கள் மூலம் அதன் காலத்தையும், அதனோடு தமிழகத்தின் பண்பாட்டுக் காலத்தையும் ஒருசேர அறிந்துகொள்ள முடிந்தது. தமிழகப் பண்பாட்டுக் காலத்துக்குத் தொல்லியல் சான்றுகளை அரிக்கமேடு வழங்கியது.

காலக் கணிப்பில் பங்களிப்பு

அரிக்கமேட்டிற்குப் பின் அகழ்வாய்வு மேற்கொள்ளப்பட்ட தென்னிந்தியக் களங்களில் காணப்பட்ட பொருட்களின் காலத்தைத் தெரிந்துகொள்வதற்கும் அரிக்கமேடு பெரிதும் துணை புரிந்தது. மேலும், மைசூரிலிருந்து ஐதராபாத்வரை கண்டுபிடிக்கப்பட்ட சுழல்வட்ட வடிவப் பொறிப்பு (rouletted) மட்பாண்டக் காலத்தையும், மைசூரின் 'பிரம்மகிரி'யில் கண்டுபிடிக்கப்பட்ட பெருங்கற் கால (megalithic) அமைப்புகளின் காலத்தையும் தெரிந்துகொள்வதற்கும் அது உதவியது.

இலக்கியங்களில் மட்டுமே நாம் அறிந்த யவனர்களைப் பற்றிய சான்றுகளை இன்று கண்களால் பார்க்கக்கூடிய ஒரே இடமாக விளங்குவது அரிக்கமேடே. நடுநிலக்கடலைச் சுற்றியும் இங்கிலாந்து, டென்மார்க் ஆகிய பகுதிகளிலும் கிடைக்கும் பெருங்கற் காலச் சான்றுகளோடு தென்னிந்தியாவில் காணப்படுபவையும் பெருமளவு ஒத்திருக்கின்றன என்று கசால் கூறுகிறார். ஒருவேளை, மேற்கத்திய பெருங்கற் கால பண்பாட்டுக் காலத்தை அறிந்துகொள்வதற்கு அரிக்கமேடு உதவிடக்கூடும்[48]!

வாழிடங்கள்

அகழ்வாய்வுகளில் காணப்பட்ட பொருட்கள் அரிக்கமேட்டுக் களத்தின் வட பகுதிக்கும் தென்பகுதிக்கும் ஒரு முக்கிய வேறுபாடு இருப்பதை உணர்த்துகின்றன. நடுநிலக்கடல் நாடுகளிலிருந்து பொருட்கள் வந்ததற்கு முன்பாகவே தென்பகுதியில் மக்கள் வாழ்ந்துவந்திருக்கிறார்கள். வடபகுதி தென்பகுதிக்குப் பின் உருவாகியது. மேற்கத்திய நாடுகளின் மட்பாண்ட ஓடுகள் பெரும்பாலும் வடபகுதியில் கண்டெடுக்கப்பட்டவை. எனவே, நடுநிலக்கடல் நாடுகளைச் சேர்ந்தவர்கள் வணிகம் செய்யும் பொருட்டு அரிக்கமேட்டில் தங்கியிருந்தால், அவர்கள் வடபகுதியில் வசித்திருக்க வேண்டும்[49].

பண்டைக்காலத்திலிருந்து இந்தியாவின் குமிழ்மணிக் கற்களும் 'மஸ்லின்' துணியும் மேற்கத்திய நாடுகளில் மிகவும் புகழ்பெற்றிருந்தன. அவ்விரண்டையும் தயாரித்த குமிழ்மணி/கண்ணாடித் தொழிலும் சாயத்தொழிலும் அரிக்கமேட்டில் கண்டறியப்பட்ட இரு தொழில்களாகும் என்று 'கசால்' தெரிவிக்கிறார்[50].

சங்கராபரணியாற்றங்கரை நாகரிகம்

தமிழகத்தில் வைகை, பொருநை, காவிரி ஆறுகளின் கரையோரத்தில் பண்டைக் காலத்தில் காணப்பட்ட நகரங்கள்

ஒன்றோடொன்று தொடர்பு கொண்டிருந்தன என்பது தெரிய வந்துள்ளது. அதுபோன்ற ஒரு பண்பாட்டுத் தொடர்பு சங்கராபரணி ஆற்றங்கரை நகரமான அரிக்கமேட்டுக்கும் அவ்வாற்றங்கரையில் அமைந்துள்ள திருக்காஞ்சி, மேல் சாத்தமங்கலம், திருவாமாத்தூர், கோட்டைமேடு, சுத்துக்கேணி ஆகிய நகரங்களுக்கு மிடையே இருந்திருக்க வேண்டும்.

திருக்காஞ்சி சங்கராபரணியாற்றங்கரையில் அமைந்துள்ள ஊர். இங்கு முறையான அகழ்வாய்வு ஏதும் நடக்கவில்லை. இருந்தாலும் இது ஒரு தொல்லியல் களம் என்பதற்குச் சான்றாக பல தொல்பொருட்கள் கண்டெடுக்கப்பட்டுள்ளன.

சுத்துக்கேணி, சங்கராபரணியாற்றின் தற்போதைய செல்லும் வழிக்கு (course) 1 கி.மீ. தொலைவில் உள்ளது. அது ஒரு காலத்தில் ஆற்றங்கரையில் இருந்திருக்கக்கூடும். அவ்விடத்தின் கல்லறையில் கண்டெடுக்கப்பட்ட தங்க அணிகலன்கள் அங்கு வாழ்ந்த மக்களின் செல்வநிலையையும் உயர்ந்த வாழ்க்கைத் தரத்தையும் குறிக்கின்றன.

சங்கராபரணியாற்றில் சேரும் சிற்றாரான குடுவையாற்றங்கரைக்கு அருகில் இருக்கும் மேல் சாத்தமங்கலம் மற்றுமொரு தொல்லியல் களம்.

தமிழகத்தின் விழுப்புரம் மாவட்டத்திலுள்ள திருவாமாத்தூர் பம்பையாற்றின் வடக்குக் கரையில் அமைந்துள்ளது. அது திருக்கோயிலூருக்கு வடகிழக்கில் கண்டாச்சிபுரத்துக்கு அருகில் உற்பத்தியாகிறது. திருவாமாத்தூரில் சென்னைப் பல்கலைக்கழகத்தின் பண்டைய வரலாறு மற்றும் தொல்லியல் துறை 1987-88-இல் ஓர் அகழ்வாய்வை மேற்கொண்டது. கொம்பில்லாத பசு ஒன்று அவ்வூரில் கோயில்கொண்டிருக்கும் அபிராமேசுவரரை வேண்டியதால், இறைவன் பசுவின் மீது கருணைகொண்டு, அதற்குக் கொம்பு முளைக்கச்செய்தார் என்றும் அதன் காரணமாக அவ்வூருக்கு திருவாமாத்தூர் என்று பெயர் வந்தது என்றும் மரபுவழிச் செய்தி கூறுகிறது. அபிராமேசுவரரை பசுக்கள் வழிபாடு செய்த அடையாளமாகக் குளம்புச் சுவடு அங்குள்ள லிங்கத்தின் தலையில் காணப்படுகிறது.

அங்கு நடந்த அகழ்வாய்வில், மூன்று ஆய்வுக் குழிகள் தோண்டப்பட்டன. ஆய்வில், பண்டைக்கால கருமை-சிவப்பு மட்பாண்ட ஓடுகள், பளபளப்பாக்கப்பட்ட சிவப்புப் பாண்ட ஓடுகள், சுழல்வட்டப் பொறிப்புப் பாண்ட ஓடுகள், ஓடுகளில் சுரண்டுவரிச் சித்திரங்கள், உறை கிணறு, பழங்காலச் செங்கற்கள், சுடுமண் உருவங்கள் மற்றும் விளக்குகள், கல்மணிகள் மற்றும் வளையல்கள் ஆகியவை கண்டெடுக்கப்பட்டன[51].

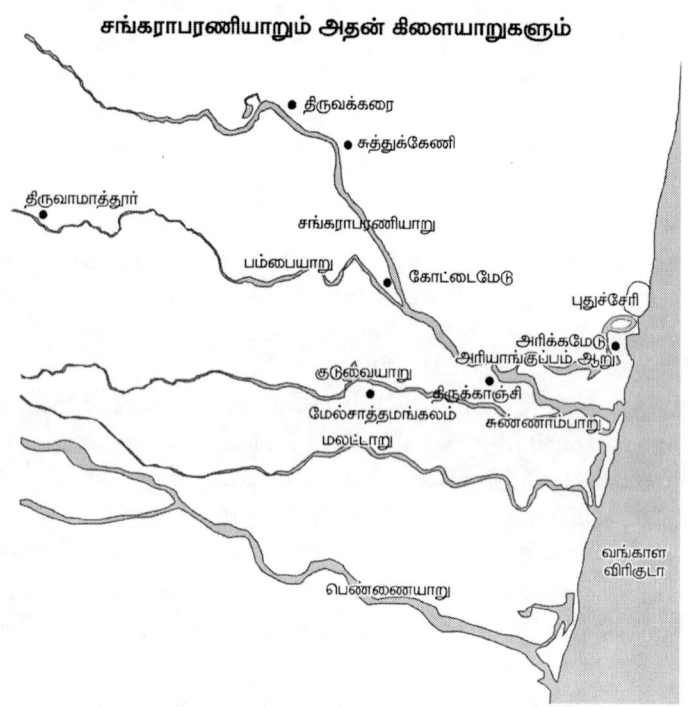

சங்கராபரணியாற்றங்கரை நாகரிகம்

பம்பையாற்றங்கரையில் அமைந்துள்ள கோட்டைமேடு முழுமையாக அகழ்வாய்வு மேற்கொள்ளப்படாத இடம். அங்கு உறைகிணறு, சுழல்வட்ட வடிவப் பொறிப்புப் பாண்ட ஓடுகள் கண்டெடுக்கப்பட்டுள்ளன. எனவே, இது ஒரு தொல்லியல் களம் என்பதும் அரிக்கமேட்டின் காலத்தைச் சேர்ந்தது என்பதும் புலனாகிறது.

இவ்வாறாக, சங்கராபரணி ஆற்றங்கரையில் உள்ள அரிக்கமேடு, திருக்காஞ்சி, சுத்துக்கேணி, அதன் கிளையாறான குடுவையாற்றங்கரையில் காணப்படும் மேல்சாத்தமங்கலம், மற்றொரு கிளையாறான பம்பையாற்றங்கரையின் ஊர்கள் திருவாமாத்தூர், கோட்டைமேடு ஆகியவை யாவும் ஒரேயாற்றங்கரையில் காணப்படும் தொல்லியல் களங்களாகும். ஆற்றுக்குத் தள்ளி அமைத்திருக்கும் முத்தரையர் பாளையம், பாக்கமுடையான்பட்டு, கோரிமேடு, ஆரோவில் முதலானவற்றின் தொல்லியல் முக்கியத்துவம் ஏற்கனவே விவரிக்கப்பட்டுள்ளது. அவற்றைச் சார்ந்த மற்றோர் ஊரான தொண்டைமாநத்தம் என்ற ஊரிலும் இவ்வாண்டு முதுமக்கள் தாழிகளைப் பேராசிரியர் இரவிச்சந்திரன் அகழ்ந்தெடுத்துள்ளார். எனவே பண்டைக் காலத்தில் இவை அனைத்திற்கும் ஆற்று

வழியாகவும் நில வழியாகவும் வணிகம் உள்ளிட்ட பண்பாட்டுத் தொடர்பு இருந்திருக்க வேண்டும்.

கருதுவதற்கான சான்று

சங்கராபரணி ஆற்றங்கரை நாகரிகம் நிலவிய இடங்களென்று இதுவரை கண்டவைகளில் பல ஆற்றங்கரையிலிருந்து உள்ளடங்கி உள்ளன என்பது சிலரின் வாதம். பண்டைய நதிக்கரை நாகரிகங்கள் நதிக்கரையிலும், சற்றே உள்ளடங்கிய ஈர மண் பகுதிகளிலும்தான் தொடங்கியிருந்தன. அந்த அடிப்படையிலலேயே வைகை நதியின் இரண்டு பக்கக் கரையிலிருந்தும் எட்டு கி.மீ சுற்றளவுக்கு 2013-14 காலத்தில் ஆய்வுகள் நடத்தினார் தொல்லியல் ஆய்வறிஞர் அமர்நாத் இராமகிருஷ்ணன்[52]. அவ்வாறு அவர் தேர்ந்தெடுத்த தொல்லியல் சுரங்கமான கீழடியும், கொந்தகை, மணலூர், அகரம் போன்ற களங்களும், வைகைக் கரைக்குச் சற்று தள்ளியே உள்ளன. பொருநை நதிக்கரை நாகரிகம் தேடிய தொல்லியல் ஆய்வறிஞர் டி. சத்தியமூர்த்தியும், அவ்வாறே ஆதிச்சநல்லூர், சிவகளை மீது கருத்தூன்றினார்.

எனவே, புதுச்சேரி வட்டாரமே ஒரு பழம்பெரும் ஆற்றங்கரை நாகரிகத்தின் தொடர்ச்சியைக் காட்டும் தொல்பொருட்களஞ்சியம் என்றால் மிகையல்ல. அரிக்கமேட்டிலும், மேற்கண்ட இடங்களிலும் பெரிய அளவிலான அகழ்வாய்வுகளை மேற்கொண்டால் அரிக்கமேடு, அதை ஒட்டிய பகுதிகளுடன் முற்காலத்தில் ஒரு பண்பட்ட நதிக்கரை தமிழர் நாகரிகம் விளங்கிய துறைமுக நகரம் என்பதைச் சான்றுகளோடு நிரூபிக்கும் வாய்ப்புள்ளது.

ஈ. பிற தொல்லியல் ஆய்வுகளுடன் ஓர் ஒப்பீடு

அரிக்கமேட்டில் கண்டுபிடிக்கப்பட்ட பொருட்கள், குறிப்பாக இறக்குமதி செய்யப்பட்ட 'அரெட்டைன்' பாண்டங்கள், 'ஆம்போரா' சாடிகள், குமிழ்மணிகள் போன்றவை அரிக்கமேட்டின் காலத்தைக் கணிக்க உதவின. தென்னிந்தியாவின் பண்டைய பண்பாட்டை விளக்கக் கூடிய வகையில் அரிக்கமேட்டின் அகழ்வாய்வுகள் அமைந்ததால், தென்னகத்தின் பல்வேறு இடங்களில் நடந்த அகழ்வாய்வுகளின் பொருட்களை அரிக்கமேட்டில் கிடைத்தவை-களோடு ஒப்பிட்டு அவற்றின் காலத்தை அறிய முடிந்தது.

இந்நூலில் ஆங்காங்கே அத்தகைய ஒப்பீடுகள் காணப்படுகின்றன. ஆனால் அவை முழுமையாக இருக்கவில்லை. தமிழகப் பகுதிகளோடு வடநாடு, வியட்நாம் ஆகிய இடங்களில் அகழ்வாய்வின்போது கிடைத்த பொருட்களை அரிக்கமேட்டுப் பொருட்களோடு சற்று விரிவாக ஒப்பிடலாம்.

அரிக்கமேட்டுப் பாண்டங்கள்- வடஇந்தியப் பாண்டங்கள் ஒப்பீடு

அரிக்கமேடு மற்றும் வட இந்திய அகழ்வாய்வுக் களங்களின் மட்பாண்டங்கள் ஒப்பிடும் அளவிற்குப் பெருமளவில் கிடைக்கவில்லை என்றாலும், அவை சிறிய அளவிலான ஒப்பீட்டிற்குப் போதுமானவை. 'தக்கசீலா' (Taxila - தற்போது பாக்கிஸ்தானில் உள்ளது), 'அகிச்சத்ரா' (Ahichchatra - உத்தர பிரதேசம்), 'மகோலி' (Maholi - உத்தர பிரதேசம்) ஆகியவை ஒப்பீட்டுக்கு எடுத்துக்கொள்ளப்பட்ட வட இந்தியக் களங்களாகும்.

தென்னிந்திய வட இந்திய மட்பாண்டங்களுக்கிடையே காணப்பட்ட ஒற்றுமைகள் மிகச் சில. தென்னிந்திய பாண்டங்கள் வட இந்தியாவில் காணப்பட்டவைகளைக் காட்டிலும் நயமற்றதாகத் (coarse) தோன்றின. பாண்டங்களின் பயன்பாட்டுப் பாகங்களான கிண்ணி மூக்குகள் (spouts), கைப்பிடிகள், வாய்ப் பகுதிகள் போன்றவை அரிக்கமேட்டில் அரிதாகக் கிடைத்தன. அவை வடநாட்டில் அதிகமாகக் காணப்பட்டன[53].

இரு பகுதிகளுக்குமிடையில் காணப்பட்ட தொடக்கநிலை பண்பாட்டுக் கூறுகளைக் குறிக்கும் வகையில், இரண்டு மூன்று பாண்ட வகைகள் உள்ளன. அரிக்கமேட்டிலும் 'அகிச்சத்ரா'விலும் கிடைத்த, குழிவான அடிப்பகுதியையும் உள்நோக்கி வளைந்த சுவர்ப் பகுதியையும் கொண்ட வட்டில்கள் (dishes) வடிவத்தில் மட்டு-மல்லாமல் உள்ளமைப்பிலும் (fabric) ஒத்துள்ளன[54].

வடநாட்டு கருமை நிற பளபளப்புப் பாண்டங்கள் தென்னாட்டில் காணப்படவில்லை. ஓரளவு ஒத்திருந்தவைகளாக, அரிக்கமேட்டில் அரிதாகக் கிடைத்த பளபளப்பு மிக்க பாண்டங்களைக் கூறலாம். ஆனால் அவை வெவ்வேறு உத்திகளைக் கொண்டு பளபளப்பாக ஆக்கப்பட்டவை. அரிக்கமேட்டிலும் தக்கசீலாவிலும் காணப்பட்ட சிறிய தட்டையான அடிப்பகுதியையும் அகன்ற வாய்ப்பகுதியையும் கொண்ட கிண்ணம் (bowl) ஓரளவு ஒத்திருந்தது[55].

அரிக்கமேடும் காரைக்காடும்

அரிக்கமேடும் காரைக்காடும் சோழமண்டலக் கரையில் உள்ளன. எனவே, ஒன்றுக்கொன்று தொடர்பில் இருந்திருக்கவேண்டும் என்று கருதலாம். வங்கக்கடலுக்கும் நடுநிலக்கடல் பகுதிக்கும் இடையே நடந்த வணிக அமைப்பில் அவை பங்குபெற்றிருந்தன.

காரைக்காடு அரிக்கமேட்டிற்கு தெற்கால் 40 கி.மீ. தொலைவில் கிழக்குக் கடற்கரைச் சாலைக்கருகில் ஒரு நீர்ப்பரப்பின் கரையில் அமைந்துள்ளது. 1991-இல் அங்கு கே.வி. இராமன் அகழ்வாய்வு

மேற்கொண்டார். தற்போது அங்கு ஒரு தொழிற்சாலை கட்டப்பட்டுள்ளது. அகழ்வாய்வின் போதும், தொழிற்சாலை கட்டியபோதும் பல வரலாற்றுச் சின்னங்கள் கண்டெடுக்கப்பட்டன. நடுநிலக்கடல் பகுதியைச் சேர்ந்த 'ஆம்போரா' சாடியின் கைப்பிடித் துண்டு, 'ரௌலெட்டெட்' பாண்ட ஓடுகள், அலங்கார முத்திரை கொண்ட குடுவைகள், அம்மாதிரியான ஒரு கிண்ணம் ஆகிய பொருட்கள் அங்குக் கிடைத்தன[56].

அரிக்கமேட்டில் காணப்பட்ட மூன்றுவகை நயமிக்க பாண்ட (fine ware) வடிவங்கள் காரைக்காட்டிலும் கிடைத்திருக்கின்றன. மேலும், அரிக்கமேட்டிற்கு உரித்தான குமிழ்க் கைப்பிடிகள் மற்ற ஆய்வுக் களங்களில் காணப்படுவது அரிது; குமிழ்க் கைப்பிடி ஒன்று காரைக்காட்டிலும் கிடைத்துள்ளது. அரிக்கமேட்டில் காணப்பட்ட, பாண்டங்களின் குறுகிய உருளை வடிவ கழுத்துப் பகுதியின் (ledged cylindrical stems) ஒரு சில உடைந்த பாகங்கள் காரைக்காட்டிலும் கிடைத்துள்ளன. கூம்பு வடிவ பாண்டங்களும் துளையுள்ள பாண்ட ஓடுகளும் அரிக்கமேட்டில் கிடைத்துள்ளன; அவையும் காரைக்காட்டில் கண்டெடுக்கப்பட்டுள்ளன. இவற்றிலிருந்து இரண்டு இடங்களும் ஒரே வணிக அமைப்பில் இருந்தன என்பது தெரிகிறது[57].

இரு இடங்களுக்குமிடையே வேறுபாடுகளும் உள்ளன. காரைக்காடு சேகரிப்பில் ஒன்றில்கூட கருமையும் சிவப்பும் அல்லது கருமை நிற நயமற்ற மட்பாண்டங்கள் (coarse ware), வெள்ளை அல்லது சாம்பல் நிற மண்ணால் (slip) செய்யப்பட்ட நயமற்ற மட்பாண்டங்கள் காணவில்லை. ஆனால், அவை அரிக்கமேட்டில் கிடைத்திருக்கின்றன. கருமை-சிவப்பு பாண்டம் ஒன்றின் ஓடு கிடைத்ததாக கே.வி.இராமன் கூறினாலும், அது மிகவும் நயமற்றதாயும் தடிமனாயும் இருப்பதாக விமலா பெக்லி கருதுகிறார். வெள்ளை நிற மண்ணால் செய்யப்பட்ட நயமற்ற மட்பாண்டம் அரிக்கமேட்டின் வடக்குப் பகுதியில் மட்டுமே கிடைத்துள்ளது; வேறு எந்தத் தொல்லியல் களத்திலும் கிடைக்கவில்லை. இரு இடங்களிலிலும் கிடைத்துள்ள நயமான மற்றும் நயமற்ற பாண்டங்கள் உள்ளிட்ட மட்பாண்டங்களை ஆராய்ந்தால், இரண்டும் நயமற்ற மட்பாண்ட காலத்தில் ஒரே காலத்தவை என்று கூறலாம். இப்பொழுது கிடைத்துள்ள சான்றுகளின்படி அரிக்கமேட்டைக் காட்டிலும் காரைக்காட்டின் குடியிருப்பு பிந்தையது என்று பெக்லி கூறுகிறார்[58].

இக்கூற்றை மற்ற கலைப்பொருட்களும் உறுதிசெய்கின்றன. அரிக்கமேட்டைப் போலவே, காரைக்காட்டிலும் குமிழ்மணிகள் (beads), கண்ணாடி, மதிப்புக் குறைவு மணிக்கற்கள் (semi-precious stones) ஆகியவை உற்பத்தி செய்யப்பட்டதற்குச் சான்றுகள் கிடைத்துள்ளன.

அரிக்கமேடும் அழகன்குளமும்

அழகன்குளம், கிழக்குக் கடற்கரையில் வைகை ஆற்றங்கரையில், கடற்கரையிலிருந்து 3 கி.மீ. தொலைவில் அமைந்துள்ளது. பண்டைக் காலத்தில் அது ஒரு துறைமுகமாக இருந்தது. அங்கு மேற்கொள்ளப் பட்ட அகழ்வாய்வில், தமிழ் பிராமி எழுத்துகள் பொறிக்கப்பட்ட சிவப்புநிற மட்பாண்ட ஓடுகள், நடுநிலக்கடல் பகுதியைச் சேர்ந்த நூற்றுக்கும் மேற்பட்ட பொறிப்புப் பாண்ட ஓடுகள், 'ஆம்போரா' சாடி ஓடுகள் முதலானவை கண்டெடுக்கப்பட்டன. மணிகளும் மூன்று ரோமானியக் காசுகளும்கூட அங்குக் கிடைத்தன. ரோமப் பேரரசன் '2-ஆம் வேலன்டைன்' (Valentinian II) (பொ.மு. 375) காலத்தில் இக்காசு வெளியிடப்பட்டதாக அறியப்படுகிறது. இங்கு 1986-1987-இல் தொடங்கி, 2014-2015-வரை ஏழு முறை அகழ்வாய்வுகள் நடந்துள்ளன[59].

அழகன்குளத்தில் கண்டெடுக்கப்பட்ட கப்பல் சித்திர வடிவம் கொண்ட வடிவப் பொறிப்பு ஓடு பாண்டத்தின் விளிம்புப் பகுதியில் உள்ளது. அதன் வெளிப்புறம் சிகப்பாகவும் உட்புறம் நீலங்கலந்த சாம்பல் நிறமாகவும் (bluish grey) உள்ளது. அரிக்கமேட்டின் வடிவப் பொறிப்புப் பாண்டத்தின் காலத்தைக் கொண்டு கணக்கிட்டால், பொ.மு. முதல் நூற்றாண்டிலிருந்து பொ. மூன்றாம் நூற்றாண்டுவரை எனக் கூறலாம். சித்திர உருவம் பொ. முதல் நூற்றாண்டிலிருந்து மூன்றாம் நூற்றாண்டைச் சேர்ந்த ரோமானியக் கப்பலைப் போன்றிருப்பதால், மேற்கண்ட காலக் கணிப்பு உறுதியாகிறது.

அழகன்குளத்தின் 'ரௌலெட்டெட்' பாண்டங்கள் ஏறத்தாழ அதே காலத்தைச் சேர்ந்தவை. அழகன்குளத்தில் கிடைத்த பொருட்களின் காலத்தைக் கணிப்பது சிக்கலானதாகும். ஏனெனில், அங்கு பலவகைப்பட்ட பொருட்கள் கிடைத்துள்ளன; அகழ்வாய்வு முறைகளும் வேறுபட்டுள்ளன. அங்கு அகழ்வாய்வுகளை மேற்கொண்ட நாகசாமியும் காசிநாதனும் நாணயங்கள், மட்பாண்ட வகைகள், 'ரௌலெட்டெட்' பாண்டங்கள் ஆகியவற்றின் அடிப்படையில், அழகன்குளம் நீண்ட காலம் பயன்பாட்டில் இருந்தது என்று கருதுகிறார்கள். நாகசாமி, அழகன்குளத்தின் காலத்தை பொ.மு. 3-ஆம் நூற்றாண்டு அல்லது அதற்கு முன்-பொ. 5-ஆம் நூற்றாண்டு எனக் கணித்துள்ளார். அங்குக் கண்டெடுக்கப்பட்ட பாண்டியர்களின் சதுர செப்புக் காசுகள் பொ. 4-ஆம் நூற்றாண்டைச் சேர்ந்தவை என்றும் குறிப்பிடுகிறார்[60].

அழகன்குளத்தின் முடிவுக் காலத்தை விமலா பெக்லி ஒத்துக்கொள்கிறார். ஆனால், அதன் தொடக்க காலம் பொ.மு. 3-ஆம் நூற்றாண்டு என்பதில் அவருக்கு ஐயம் உள்ளது. சில

காரணங்களுக்காக, அழகன்குளத்தின் தொடக்க காலத்தைச் சரியாக அறிந்துகொள்வதற்கு மேலும் ஆராயவேண்டியுள்ளது என்பது பெக்லியின் கருத்து. ஒருவேளை, நாகசாமியும் காசிநாதனும் கூறுவதுபோல் அழகன் குளத்தின் தொடக்க காலம் அமைந்திருந்தால், அக்களம் அரிக்கமேட்டிற்கு காலத்தால் முந்தையது என்பதில் ஐயமில்லை[61]!

அழகன்குளத்துத் தரவுகளை அரிக்கமேட்டுத் தரவுகளோடு ஒப்பிட்டால், அவற்றில் குறிப்பிடத்தக்க ஒற்றுமைகளும் வேற்றுமைகளும் உள்ளன. அரிக்கமேட்டில் காணப்படுவதுபோல், நடுநிலக்கடல் நாடுகளிலிருந்து இறக்குமதி செய்யப்பட்ட பொருட்களில், பொ. 1-2-ஆம் நூற்றாண்டுகளில் 'ஆம்பொரா' சாடிகளின் துண்டுகள் அழகன்குளத்தில் கிடைத்துள்ளன; ஆனால், பளபளப்பான சிகப்பு நிற மட்பாண்டங்களோ அல்லது நடுநிலக்கடல் கண்ணாடிப் பொருட்களோ ஏதும் கிடைக்கவில்லை. எனவே, நடுநிலக்கடல் பகுதியிலிருந்து அழகன்குளத்தில் இறக்குமதி செய்யப்பட்டவை 'ஆம்பொரா' சாடிகளும் நாணயங்களும்தான். மேலும், 'ஆம்பொரா' சாடிகளின் நடுநிலக்கடல் வணிகம் அழகன்குளத்தில் அரிக்கமேட்டைக் காட்டிலும் பின்னால் தொடங்கியிருக்க வேண்டும்[62]!

அழகன்குளத்தில் சுழல்வட்ட வடிவப் பொறிப்புப் பாண்டங்களைத் தவிர்த்து, மற்றவகை பாண்டங்கள் மிகக் குறைவாகக் கிடைத்துள்ளன. அரிக்கமேட்டிலும் ஏறத்தாழ அதே நிலைதான்.

அழகன்குளத்தின் 'ரௌலெட்டெட்' பாண்டங்கள் அமைப்பிலும் (fabric) வடிவத்திலும் அரிக்கமேட்டில் கிடைத்தவற்றைப் பெரும்பாலும் ஒத்திருக்கின்றன. ஆனால், அழகன்குளத்தில் மட்பாண்டங்களின் ஒரு வகையான சிவப்பாகச் சுடப்பட்ட பாண்டங்கள் பெருமளவு கிடைத்துள்ளன.

சிறந்த மட்பாண்டங்கள் முழுவதும் சீராக சிவப்பாகச் சுடப்பட்டிருக்கும். அரிக்கமேட்டில் கிடைத்த ஓரளவு பெரிய இரண்டு பாண்ட அடிப்பகுதி அலங்காரப் பொறிப்பு ஓடுகளின் வெளிப்புறம் பழுப்பு நிறத்தில் இருந்தது. அடிப்பகுதி முழுதும் பழுப்புநிறமாக இருக்கும் பாண்டங்கள் அரிக்கமேட்டில் கிடைக்கவில்லை; ஆனால், அழகன்குளத்துப் பாண்டங்கள் அவ்வாறு இருந்தன. இருவிடங்களிலும் பாண்டங்களின் விளிம்புகள் ஒரே விதமாக இருந்தன; பாண்டங்களின் அளவும் ஒன்றாக இருந்தன; அலங்காரப் பொறிப்புகளும் ஒன்றாக இருந்தன.

அழகன்குளத்தில் கண்டெடுக்கப்பட்ட 'வேலென்டைன்' உருவ
செப்பு நாணயத்தின் இரு பக்கங்கள்

அழகன்குளத்தில் கிடைத்த கப்பல் சித்திர வடிவம் கொண்ட ஓடு

அரிக்கமேட்டு 'ரௌலெட்டெட்' பாண்டங்களுக்கும் அழகன்குளத்து சிவப்புப் பாண்டங்களுக்கும் உள்ள வேறுபாடு அவற்றை உருவாக்குவதில் இருந்தது. சிவப்புப் பாண்டங்களின் விளிம்பு உட்பக்கம் வளைந்து காணப்பட்டது; சீரற்ற முறையில் அவ்வேலை செய்யப்பட்டிருந்தது. ஆனால், அதுபோன்ற தரமற்ற வேலைப்பாடு அரிக்கமேட்டுப் பாண்டங்களில் காணப்படவில்லை[63].

அரிக்கமேட்டில் காணப்பட்ட, சிறப்பான அலங்காரத்துடன் கூடிய நுனி நோக்கிச் சிறுத்துச் செல்லும் கிண்ணம் (tapered bowl), அழகன்குளத்திலும் கண்டெடுக்கப்பட்டது. அரிக்கமேட்டுப் பாண்டங்களில் பொறிப்பு உருவங்கள் ஒரு வரிசையில் அமைந்திருந்தன. அழகன்குளத்துப் பாண்டங்களில் அவை இரண்டு வரிசைகளில் உள்ளன.

மேலும் ஆராய்ந்தால், அரிக்கமேட்டின் நயமான பாண்டங்களின் பல வகைகளில், இரண்டுவகை சிவப்பு நயமான பாண்டங்கள் மட்டும் அழகன்குளத்தில் தயாரிக்கப்பட்டுள்ளன.

தற்போது கிடைத்துள்ள தரவுகளின்படி, அரிக்கமேடு மற்றும் அழகன்குளத்துக் காலம் ஓரளவு முன்னும் பின்னுமாக உள்ளது; அவை ஒரே காலத்தவை என்பதற்கும் வாய்ப்புண்டு[64].

அரிக்கமேடும் கீழடியும்

மதுரைக்கு அருகில் வைகையாற்றிலிருந்து 2 கி.மீ. தொலைவில் கீழடி அமைந்துள்ளது. அங்குக் காணப்பட்ட கட்டட அமைப்புகள் கீழடி ஒரு தொன்மை நகரியக் குடியிருப்பு என்று தெரிவிக்கின்றன. அவ்விடத்தின் கட்டுமானங்கள், மற்ற பொருட்களின் அடிப்படையில் கீழடியின் காலம் பொ.மு. 6-ஆம் நூற்றாண்டிலிருந்து பொ. முதல் நூற்றாண்டுவரை என்று கணிக்கப்பட்டுள்ளது[65].

கீழடியில் பண்டைத் தமிழர்களின் சிறப்புமிக்க பண்பாட்டைப் பறைசாற்றும் செங்கல் கட்டுமானங்கள், உறை கிணறுகள், கூரை ஓடுகள், தங்க அணிகலன்கள், தாமிரப் பொருட்கள், இரும்புப் பொருட்கள், சுடுமண், கண்ணாடி மற்றும் மதிப்புக் குறைவு மணிகள், கருமை-சிவப்பு பானை ஓடுகள், ரோமானிய சுழல்வட்ட வடிவப் பொறிப்புப் பாண்டங்களின் சாயல் கொண்ட உள்ளூர் பாண்ட ஓடுகள், குறியீடுகள் மற்றும் தமிழ் பிராமி எழுத்துப் பொறிப்புப் பாண்ட ஓடுகள், மேற்கத்திய 'அரெட்டைன்' பாண்ட ஓடுகள் முதலானவை கண்டெடுக்கப்பட்டன[66].

அரிக்கமேட்டைப் போன்று, கீழடி ஒரு துறைமுக நகரம் அல்ல. ஒருவேளை பண்டைக் காலத்தில் கீழடி வைகை ஆற்றங்கரையில் இருந்திருக்கலாம். பின்னர் வைகை தன் பாதையை மாற்றிக்-

கொண்டிருக்கலாம். வைகையாற்றின் கழிமுகப்பகுதியில் அமைந்துள்ள அழகன்குளத்தோடு கீழடி வணிகத் தொடர்பில் இருந்திருக்கலாம். ஆனால், கீழடியில் மேற்கத்திய நாட்டுப் பொருட்கள் ஏதும் கண்டெடுக்கப்படவில்லை. அங்குக் கிடைத்த சுழல்வட்ட வடிவப் பொறிப்புப் பாண்டங்கள் ரோம்நாட்டுப் பாண்டங்களின் சாயலைக் கொண்டிருந்தாலும் அவை உள்ளூரில் செய்யப்பட்டவை. ஆனால், 'அரெட்டைன்' பாண்ட ஓடுகள் அங்கு காணப்பட்டதால், நிலநடுக்கடல் நாடுகளோடு கீழடிக்குத் தொடர்பு இருந்தது என்று கருத வாய்ப்புள்ளது. ஒருவேளை அழகன்குளத்திலிருந்து அப்பாண்டங்கள் கீழடிக்கு வந்திருக்கலாம். கீழடி மக்கள் பயன்படுத்திய பொருட்களில் மற்றொரு மேலைநாட்டுப் பொருள் குதிரையாகும்; அங்குக் குதிரை எலும்புகள் கண்டுபிடிக்கப்பட்டுள்ளன.

கீழடி சுரண்டுவரிக் குறியீடுகள்

கீழடியில் காணப்பட்ட ஒரு விரிவான கட்டடத் தொகுப்பு

ஆனால், ரோமானியர்கள் வாழ்ந்திருக்கக்கூடும் என்று கருதப்படும் அரிக்கமேட்டில் குதிரைகள் பற்றிய எந்த சான்றும் இதுவரை கிடைக்கவில்லை. கீழடியில் மேற்கொள்ளப்பட்ட அகழ்வாய்வுகள் போன்று ஒரு முழுமையான அகழ்வாய்வு அரிக்கமேட்டில் நடைபெறவில்லை என்பதை நாம் கருத்தில் கொள்ள வேண்டும்.

அரிக்கமேட்டிலும் கீழடியிலும் சுரண்டுவரிக் குறியீடுகள் கொண்ட ஓடுகளும் பிராமி எழுத்துப் பொறிப்புப் பாண்ட ஓடுகளும் சுரண்டுவரிச் சித்திர வடிவங்கள் கொண்ட ஓடுகளும் கிடைத்துள்ளன. தமிழ் பிராமிக்கு முந்தைய வடிவமாக விளங்கிய சுரண்டுவரிக் குறியீடுகள் ஒரு வகை எழுத்து வடிவமே. பெருங்கற்கால மற்றும் இரும்புக்கால மக்களின் எண்ணத்தை அவை பிரதிபலித்தன. கீழடியில் சுரண்டுவரிக் குறியீடுகள் கொண்ட 1001 பானை ஓடுகள் கிடைத்துள்ளன.

அரிக்கமேட்டில் காணப்பட்ட தமிழ் பிராமி பாண்ட எழுத்துப் பொறிப்புகளைப் பற்றி முன்னர் விரிவாகப் பார்த்தோம். கீழடியில் அத்தகைய 56 ஓடுகள் கிடைத்துள்ளன. அவற்றில் 'குவிரன்', 'அ(ஆ) த(ன்)' போன்ற பெயர்கள் காணப்பட்டன[67].

அரிக்கமேட்டைப் போன்று கீழடியில் பலவகை மணிக்கற்கள் கண்டுபிடிக்கப்பட்டுள்ளன; படிகக்கல் (quartz), இரத்தினக்கல் (agate), சூது பவளம் (carnelian) போன்ற கற்களாலும், கண்ணாடியாலும், சுடுமண் கற்களாலும் ஆன குமிழ்மணிகள் கிடைத்துள்ளன. இருப்பினும், கீழடி போலல்லாது, அரிக்கமேட்டில் குமிழ்மணிகள் தயாரித்த தொழிற்கூடங்கள் இருந்ததற்கான சான்றுகள் உள்ளன.

கீழடி தமிழ் பிராமி எழுத்துப்பொறிப்புப் பாண்ட ஓடுகள்

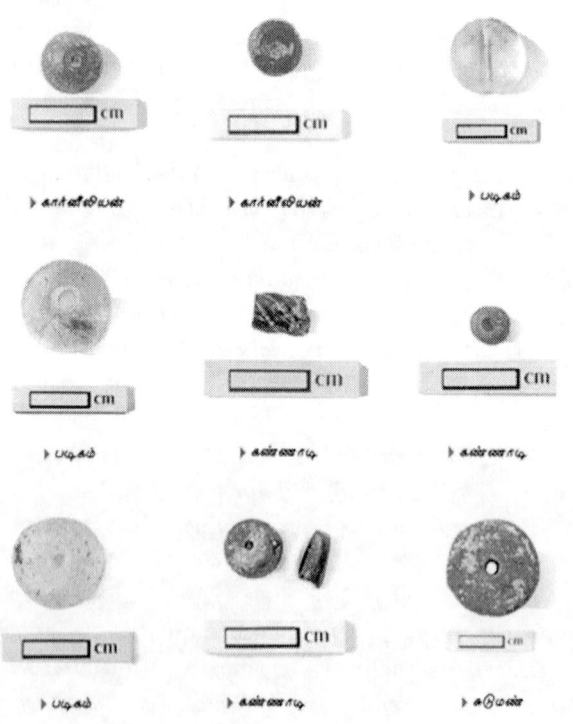

கீழடியில் கிடைத்த மணி வகைகள்

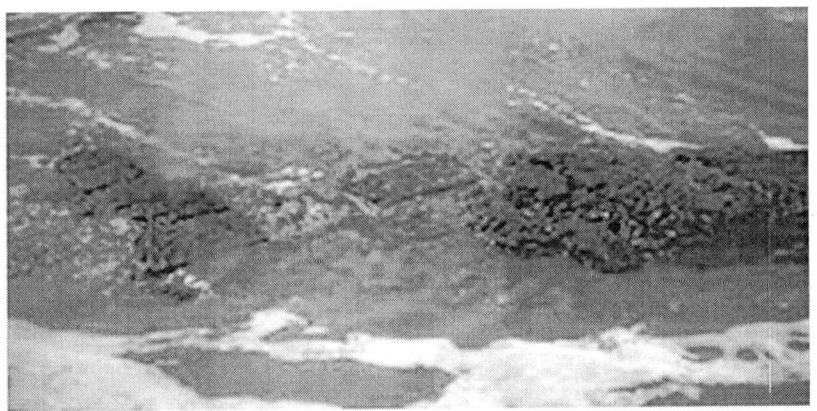

பூம்புகார் ஆழ்கடல் அகழ்வாய்வு - செம்புராங்கற்கள்

கீழையூரில் கண்டுபிடிக்கப்பட்ட படகுத்துறை

சுருங்கக் கூறின், கீழடி, ஓர் உயர்ந்த நகரிய குடியிருப்பின் மூலம் தமிழர்களின் சிறப்பைப் பறைசாற்றுகிறது. அரிக்கமேடு, ஒரு துறைமுகப்பட்டினமாக இருந்து, தமிழர்கள் பொதுக்காலத்திற்கு முன்பே மேற்கத்திய நாடுகளோடு வணிகம் புரிந்தனர் என்ற சிறப்பை வெளிக்கொணர்ந்துள்ளது.

அரிக்கமேடும் பூம்புகாரும்

பூம்புகார் சோழமண்டலக் கரையில் காவிரி கடலோடு கலக்குமிடத்தில் அமைந்துள்ளது. சங்க காலத்தில் அது சோழர்களின் முக்கியமான துறைமுகப்பட்டினமாக விளங்கியது. பூம்புகாரைக் கடல் விழுங்கிவிட்டது. அங்கு மேற்கொள்ளப்பட்ட ஆழ்கடல் ஆய்வில் கட்டடப் பகுதிகள் இருப்பது தெரிந்தன.

கட்டடங்களின் நீளம் 40 மீ., அகலம் 25 மீ. என்றும் தெரிவிக்கப்பட்டுள்ளது. அவை கடல்மட்டத்திலிருந்து 24 மீ. ஆழத்தில் உள்ளன. அப்பகுதியில் ஓர் ஆய்வுக்குழி தோண்டப்பட்டு ஆய்வு மேற்கொள்ளப்பட்டது. கட்டடங்கள் 'செம்புராங்கல்'லால் (laterite stone) கட்டப்பட்டுள்ளன[68].

பூம்புகாரைச் சுற்றியுள்ள பகுதிகளில் நில அகழ்வாய்வுகள் மேற்கொள்ளப்பட்டன. கீழையூரில் படகுத்துறை ஒன்று கண்டுபிடிக்கப் பட்டது. அங்குக் காணப்பட்ட செங்கற்கள் மிகப் பெரியவைகளாக 60 × 60 × 15/12 செ. மீ. அளவில் காணப்பட்டன. அவை பண்டைய பூம்புகார் துறைமுகப்பட்டினத்தை நினைவூட்டுவதாக உள்ளன.

ஓசீயோவுடனான தொடர்பு

ழுவோ துய்ப்ரேய், அரிக்கமேட்டில் அவர் சேகரித்த படிகக் கற்கள், கண்ணாடிப் பொருட்கள் உள்ளிட்ட பல்வேறு பொருட்களை 'ஹனாய்' அருங்காட்சியகத்திற்கு ஆய்வுக்காக அனுப்பியதையும், அருங்காட்சியகத்தின் ஆய்வறிக்கை 1959-இல் வெளிவந்தது என்பதையும் நாம் முன்னரே அறிந்தோம். 'கசால்' அகழ்வாய்வில் பங்கேற்ற 'ஹென்றி மர்ஷால்' (Henri Marshal) தனிப்பட்ட முறையில் சில பொருட்களை அருங்காட்சியகத்திற்கு அளித்திருந்தார். அனைத்துப் பொருட்களையும் ஆராய்ந்த அருங்காட்சியகத்தினர், அப்பொருட்கள் ஓசீயோவின் (Óc Eo) கண்டுபிடிப்புகளோடு ஒரு நல்ல ஒப்புமையைக் கொண்டிருப்பதாகக் கருதுகிறார்கள்[69].

ஓசீயோ இந்தோனேசியாவைச் சேர்ந்த ஒரு துறைமுக நகரம். அங்கு நடந்த அகழ்வாய்வுகளில் ரோம் நாட்டுப் பொருட்கள் கிடைத்தன. எனவே, அரிக்கமேட்டைப் போன்று ஓசீயோவும் ரோம் நாட்டோடு வணிகத் தொடர்பு கொண்டிருந்தது என்பது புலனாகிறது.

பல ரோமானிய செதுக்குமணிக் கற்கள் (intaglios), ஆயிரக்கணக்கான ரோமானிய அல்லது போலியான ரோமானியக் குமிழ்மணிகள் (beads), ரோமப் பேரரசர் 'மார்க்கஸ் அவ்ரீலியஸ்' (Marcus Aurelius) தலை உருவமும், பெயரும் பொறித்த தங்கத்தகடு (bracteate), அவரது தந்தை 'அன்டோனினஸ் பியஸ்' (Antoninus Pius) பெயர் பொறித்த மற்றுமொரு தங்கத்தகடு முதலானவை அங்கு கிடைத்தன[70].

ஓசீயோவில் கண்டெடுக்கப்பட்ட பொருட்கள் கலைநயமிக்க தரத்தைக் கொண்டுள்ளன. எனவே, வளர்ச்சியடைந்த உள்நாட்டு தொழில், குறிப்பாக தங்கம், வெள்ளீயம் (tin), தாமிரம், இரும்பு, ஈயம் முதலான உலோகத்தொழில் அங்கு இருந்திருக்கவேண்டும்.

ஓசீயோவின் இறக்குமதிப் பொருட்களில் ஏராளமானவை இந்தியாவிலிருந்து கொண்டுவரப்பட்டவை ஆகும். எனவே, அரிக்கமேடு மற்றும் ஓசீயோவின் 'ரோமானியக் காலம்' ஒன்றாகக் காணப்படுவதாக தொல்லியல் அறிஞர்கள் கருதுகிறார்கள்[71].

ழுவோ துய்ப்ரேய் 'ஹனாய்' அருங்காட்சியகத்திற்கு 1938 மே மாதத்தில் அனுப்பியவைகளுள் 14 மாதிரிகளும் (samples) ஒரு சில பட்டைக் கூம்பு வடிவ (pyramidal) படிகக் கற்களும் (quartz crystals) இருந்தன. அவற்றில் ஒரு துண்டின் ஒரு பகுதி பல்கோணக்கட்ட (polygonal) வடிவில் இருந்தது. முழுக்கல்லும் பாறைப் படிகத்தில் (rock crystal) அமைந்திருந்தது; பாறைப் படிகத்தின் வடிவம் இரு ஒழுங்கற்ற (truncated) பட்டைக் கூம்பு வடிவப் பகுதிகள் அடிப்பகுதியில் இணைந்திருப்பது போன்றிருந்தது. அத்தகையவை ஓசியோவில் பெருமளவில் காணப்பட்டன.

மேலும், அங்கு அனுப்பப்பட்ட சாதாரண இரத்தினக் கல்லின் (agate) 40 மாதிரிகள் ஓசீயோவில் கிடைத்தவைகளைப் போன்று காணப்பட்டன. அவற்றில் பேரிக்காய் வடிவ பதக்கம் (pendent) மட்டும் அதன் சிறிய முனையில் குறுக்காகத் துளையிடப்பட்டிருந்தது.

ஒன்றோடொன்று ஒட்டிக்கொண்டிருக்கும் சிறிய நீல மற்றும் சிவப்பு குமிழ்மணிகள் ஓசீயோவிலும் காணப்பட்டன. நெருப்புக்கருகில் வைக்கப்பட்டதால் அவை ஒன்றோடொன்று ஒட்டிக்கொண்டிருக்கும்.

ஓசீயோவில் இருப்பவை போன்று அரிக்கமேட்டில் நிறமற்ற கண்ணாடியில் பெருமளவு மணற்சத்தும் (silica) மிகக் குறைந்த அளவு அலுமினியமும் கலந்திருந்தன; படிகக்கல் (quartz) அல்லது மணிக்கல்லிலிருந்து (chalcedony) அலுமினியம் கிடைத்திருக்க வேண்டும்.

குமிழ்மணி வெட்டும் தொழிற்கூடங்கள் அரிக்கமேட்டிலும் ஓசீயோவிலும் இருந்ததற்கான சான்றுகள் உள்ளன. அப்படி இருந்தும், அரிக்கமேட்டில் இரண்டு செதுக்கு மணிக்கற்கள் மட்டுமே

கிடைத்திருப்பது எப்படி என்று தெரியவில்லை. ஓசீயோவில் அவை கூடுதலாகக் கிடைத்துள்ளன[72].

அரிக்கமேட்டை இந்தோனேசியாவோடு ஒப்பிடவேண்டும் என்று மூவோ துய்ப்ரேய் ஆர்வத்துடன் வெளியிட்ட விருப்பத்தைத் தற்போது நிறைவேற்றியுள்ளோம் என்பது மனநிறைவைத் தருகிறது; இந்தோ-சீனாவின் ஓசீயோ துறைமுகம் அவரது கருத்துக்குச் சான்றாக உள்ளது என்று அவருக்கு இறுதிவரை தெரியாமல் போயிற்று என்று 'ஹனாய்' அருங்காட்சியகத்தினர் ஆதங்கப்படுகிறார்கள்[73]!

குறிப்புகள்

1. Begley, Vimala. et al. The Ancient Port of Arikamedu, Vol. 1. 2005, p. 287.
2. Filliozat, Jean. Les Inscriptions de Virampatnam. Comptes rendus des séances de l'Academie des inscriptions et Belles-Lettres. 91e annee. No. 1. 1947, pp. 115.
3. Begley, Vimala. et al. The Ancient Port of Arikamedu, Vol. 1. 2005, pp. 287-290.
4. Etude du R.F. Faucheux... sur les recherches archéologiques faites à Pondichéry. Les Recherches Archéologiques, Travaux Publique de Pondichéry, 1943, pp. 208-227.
5. Pattabiramin, P.Z. Les Fouilles d'Arikamédou (Podouke), P.Z. 1946, pp. 32-33.
6. Wheeler, R.E.M. et al. Arikamedu: an Indo-Roman Trading-station on the East Coast of India. Ancient India. No. 2 (1946) pp. 113-114.
7. Begley, Vimala. et al. The Ancient Port of Arikamedu, Vol. 1. 2005, pp. 294.
8. Ibid., pp. 295-296.
9. Ibid., p. 308.
10. Ibid., pp. 290-291.
11. Ibid., p. 295.
12. Ibid., p. 291.
13. Ibid., p. 305.
14. Ibid., p. 296.
15. Ibid.
16. கோபாலகிருஷ்ணன் ஒர்சே. மா. புதுச்சேரியும் பௌத்தமும். வரலாற்றில் புதுச்சேரி, 1997. ப. 28-31.
17. Gentil, Le. Voyage dans les mers de l'Inde. Tome I. 1779, pp. 146.
18. Ibid., p. 146-147.
19. Pattabiramin, P.Z. Les Fouilles d'Arikamédou (Podouke), P.Z. 1946, p. 8.
20. Ibid., p. 15.
21. புதுவைச் செய்திகள், ஏப்ரல் 1969.

22. இளங்கோ நா. புதுச்சேரியில் பௌத்தம் மின்னூல் (மலையருவி வலைத்தளம்) 2012.
23. கோபாலகிருஷ்ணன் ஒர்சே. மா. புதுச்சேரியும் பௌத்தமும். வரலாற்றில் புதுச்சேரி, 1997. ப. 28-31.
24. வேங்கடேசன், ந. வரலாற்றில் அரிக்கமேடு. 2021, ப. 114.
25. கோபாலகிருஷ்ணன் ஒர்சே. மா. புதுச்சேரியும் பௌத்தமும். வரலாற்றில் புதுச்சேரி. 1997. ப. 28-31.
26. Begley, Vimala. Arikamedu Reconsiderted. American Journal of Archaeology, Vol. 87, no. 4 (1983), pp. 461-481.
27. இளங்கோ நா. புதுச்சேரியில் பௌத்தம் மின்நூல் (மலையருவி வலைத்தளம்) 2012.
28. Tchernia, André. Arikamedu et le graffito naval d'Alagankulam. Topoi. Vol. 8/1. (1998) p. 453.
29. Recherches Archéologiques - Etude du Révérend Frère Faucheux... sur les Recherches Archéologiques faites à Pondichéry, un manuscrit dactylographié de Travaux Publics, Pondichéry, 1942, p. 209.
30. Recherches Archéologiques - Etude du Révérend Frère Faucheux... sur les Recherches Archéologiques faites à Pondichéry, un manuscrit dactylographié de Travaux Publics, Pondichéry, 1942, p. 209.
31. Ibid., pp. 209-210.
32. Recherches Archéologiques - Etude du Révérend Frère Faucheux... sur les Recherches Archéologiques faites à Pondichéry, un manuscrit dactylographié de Travaux Publics, Pondichéry, 1942, p. 210.
33. அருண்ராஜ், பா. சான்பொக்ஸ் பன்னாட்டுத் தமிழியல் ஆய்விதழ், மலர் 1(4) (2017). ப. 174-185.
34. Recherches Archéologiques - Etude du Révérend Frère Faucheux... sur les Recherches Archéologiques faites à Pondichéry, un manuscrit dactylographié de Travaux Publics, Pondichéry, 1942, p. 214.
35. Faucheux, L. Une Veille Cité Indienne pres de Pondichéry - Virapatnam. 1946, p. 19.
36. Wessels-Mevissen, Corinna. Adichchanallur Reconsidered-A Typological Study of South Indian Megalithic Pottery. 1993, pp. 18-20.
37. Casal, J.-M. et G. Sites Urbaine et Sites Funéraires des environs de Pondichéry. 1956, pp. 92-93.
38. வேங்கடேசன், ந. வரலாற்றில் அரிக்கமேடு, 2021, ப. 115.
39. Casal, J.-M. et G. Sites Urbaine et Sites Funéraires des environs de Pondichéry. 1956, pp. 92-93.
40. Ibid., pp. 20-30.
41. Ibid., pp. 35, 36.
42. தில்லைவனம், சு. புதுச்சேரி மாநிலம் - வரலாறும் பண்பாடும். 2007, ப. 10.

43. Dayalan, D. Excavation of Megaliths at Auroville (Near Pondicherry).
44. Ravitchandiran, P. Puducherry before the age of Indo-Roman (pre-Periplus) trade phase. International Journal of Research in Humanities and Social Sciences. Vol. 4(2), July-Dec. 2017, pp. 78-85.
45. Beyond Arikamedu: Puducherry digs deeper into its past. The Times of India. March 18, 2022.
46. Ibid.
47. Casal, J.-M. et G. Sites Urbaine et Sites Funéraires des environs de Pondichéry. 1956, p. 42.
48. Casal. J.M. Fouilles de Virampatnam-Arikamedu. 1949, p. 32.
49. Tchernia André. Arikamedu et le graffito naval d'Alagankulam. V. Begley et al. The Ancient Port of Arikamedu. Topoi. Vol. 8/1, 1998, p. 453.
50. Casal. J.M. Fouilles de Virampatnam-Arikamedu. 1949, p. 32.
51. Arunraj, T. Role of Satellite Sites for the Growth of Arikamedu as Indo-Roman Trading Station. 2015, p.41.
52. இராமகிருஷ்ணன், அமர்நாத். பேட்டி. கீற்று. வலைத்தளம், *31-5-2017*.
53. Wheeler, Mortimer. Arikamedu: an Indo-Roman Trading Station on the East Coast of India. Ancient India, No. 2, 1946, p. 93.
54. Ibid.
55. Ibid.
56. Begley, Vimala. The Dating of Arikamedu and its Bearing on the Archaeology of Early Historical South India. South Indian Horizons (F. Gross Feliciation Volume), 2022, p. 519.
57. Ibid., p. 520.
58. Ibid.
59. தமிழ்நாடு அரசு, தொல்லியல் துறையின் இணையத்தளம். அகழ்வாய்வுகள்- அழகன்குளம்.
60. Begley, Vimala. The Dating of Arikamedu and its Bearing on the Archaeology of Early Historical South India. South Indian Horizons (F. Gross Feliciation Volume), 2022, p. 521.
61. Ibid.
62. Ibid. p. 522.
63. Ibid., p. 523.
64. Ibid., p. 524.
65. தமிழ்நாடு அரசு, தொல்லியல் துறை. கீழடி - வைகை நதிக்கரையில் சங்ககால நகர நாகரிகம். 2019, ப. 48.
66. அதே நூற்பகுதியில், அறிமுகம் ப. 10.
67. அதே நூற்பகுதியில், ப. 8.
68. செல்வராஜ். ச. சிலம்பு கூறும் பூம்புகார் - ஆழ்கடல் ஆய்வு ஒரு பார்வை. தினமணி, *11 மார்ச்சு 2016*.

69. Malleret, Louis. Les Lapidaires Et Artisans Du Verre De Vîrampatnam. Arts Asiatiques 6, no. 2 (1959), pp. 93-106.
70. Braddel, Roland. Arikamedu and Oc-Èo. Journal of the Malayan Branch of the Royal Asiatic Society 24, No..3 (156), 1951, pp. 154-157.
71. Ibid.
72. Malleret, Louis. Les Lapidaires Et Artisans Du Verre De Vîrampatnam. Arts Asiatiques 6, no. 2 (1959), pp. 93-106.
73. Ibid.

6. அரிக்கமேட்டின் தொன்மை

அரிக்கமேட்டின் காலம் அங்கு கிடைத்த 'அரெட்டைன்' பாண்டம், 'ஆம்பொரா' சாடி ஆகியவற்றின் காலத்தின் அடிப்படையில் மட்டுமே தொடக்கத்தில், குறிப்பாக மார்ட்டிமர் வீலரால் கணிக்கப்பட்டது. அக்கணிப்பை கசாலின் அகழ்வாய்வு சற்று மாற்றியது. விமலா பெக்லியின் அகழ்வாய்வில் பல்வேறு துறைகளின் ஆராய்ச்சியாளர்கள் இருந்ததால், 'அரெட்டைன்' பாண்டங்கள், 'ஆம்பொரா' சாடிகள் ஆகியவற்றை மேலும் ஆராய்ந்ததோடு, பாண்டங்களின் மீது காணப்பட்ட எழுத்துப் பொறிப்புகள், குழிமணிகள் முதலான பல்வகைப் பொருட்களின் அடிப்படையில் அரிக்கமேட்டின் காலத்தை அவரால் துல்லியமாகக் கணக்கிட முடிந்தது.

அ. ஆய்வாளர்களின் கணிப்பு

அரிக்கமேட்டின் காலம் அகழ்வாய்வாளர்களால் வெவ்வேறு வகையில் கணிக்கப்பட்டது. பொ.மு. முதல் நூற்றாண்டின் இறுதியில் அல்லது பொ. முதல் நூற்றாண்டின் தொடக்க முதல் பொ. முதல் இரண்டு நூற்றாண்டுகள் வரை அரிக்கமேட்டின் காலம் என்பது மார்ட்டிமர் வீலரின் கணிப்பு. கசால் கணக்கிட்ட காலம் பொ.மு. 2-ஆம் நூற்றாண்டிலிருந்து பொ. 2-ஆம் நூற்றாண்டு வரையாகும். விமலா பெக்லி கணித்த காலம் இவர்கள் இருவர் கூறியதைக் காட்டிலும் நீண்டது; பொ.மு. 3-ஆம் நூற்றாண்டின் இறுதியில் அல்லது 2-ஆம் நூற்றாண்டின் தொடக்கமுதல் 16/17-ஆம் நூற்றாண்டு வரை என்று விமலா பெக்லியால் கணிக்கப்பட்டது.

மார்ட்டிமர் வீலரின் கணிப்பு

மார்ட்டிமர் வீலர் 1944-இல் புதுச்சேரிக்குச் சென்று 'அரெட்டைன்' பாண்டங்கள் என்றழைக்கப்பட்ட இத்தாலி நாட்டு பளபளப்பான சிவப்பு நிற மட்பாண்ட ஓடுகளைப் பார்வையிட்டார். அவை அரிக்கமேட்டில் 'பொஷே-சுய்ர்லோ' அகழ்வாய்வில் கிடைத்தவையாகும். அப்பாண்டங்களின் காலத்தைத் துல்லியமாகக் கணிக்கமுடியும் என்பதால், அவற்றின் சிறப்பை வீலர் உணர்ந்தார். தென்னிந்திய தொல்லியலில், நடுக்காலத்திற்கு முந்தைய (pre-medieval) எந்த விதமான தடயப் புள்ளியும் (reference point) அதுவரை கிடைக்காமலிருந்தது. முதன் முதலாக, தென்னிந்திய வரலாற்றுக் காலத்தைத் தொல்லியல் முறைப்படி கணிக்கக் கூடிய

சான்று அரிக்கமேட்டில் கிடைத்திருப்பதாக வீலர் கருதி, அங்கு இந்தியத் தொல்லியல் துறை மூலம் தன் அகழ்வாய்வை மேற்கொண்டார்[1].

அரிக்கமேட்டின் காலத்தைக் கணிக்கக் கூடிய இறக்குமதி செய்யப்பட்ட பாண்டங்களை இரு வகைகளாகப் பிரிக்கலாம் : (1) இத்தாலி நாட்டு 'அரெட்டைன்' பாண்டங்கள், (2) இத்தாலி மற்றும் நிலநடுக்கடல் நாடுகளின் 'ஆம்பொரா' சாடிகள். 'அரெட்டைன்' பாண்டங்கள் வரத்தொடங்கிய காலத்திலிருந்து, அவற்றின் வரவு நின்றுவிட்ட காலம்வரை அரிக்கமேட்டில் குடியிருப்பு (occupation) இருந்திருக்க வேண்டும் என்று வீலர் கருதினார். மேற்கத்திய நாடுகளில், 'அரெட்டைன்' பாண்டத் தொழிலின் இறுதி காலத்தில் அவை அரிக்கமேட்டில் இறக்குமதி செய்யப்பட்டிருக்க வேண்டும்; அதன் அடிப்படையில், அரிக்கமேட்டின் 'அரெட்டைன்' பாண்ட காலம் பொ. 20-50 ஆண்டுகள், அதாவது 30 ஆண்டுகள் என்று வீலர் கணக்கிட்டார்[2].

அகழ்வாய்வின்போது, மிகக் கீழான மண்ணடுக்கைத் தவிர்த்து, மற்ற அடுக்குகளில் நிலநடுக்கடல் நாடுகளின் 'ஆம்பொரா' சாடித் துண்டுகள் கிடைத்தன. எனவே, அரிக்கமேட்டில் குடியிருப்பு தொடங்கிய காலம் முதற்கொண்டு மேற்கத்திய நாடுகளுடனான வணிகம் நடந்துவந்துள்ளது என்று கருதலாம் ; மேலும் 'அரெட்டைன்' பாண்ட வரவு திடீரென்று ஏற்படவில்லை என்றும் கொள்ளலாம் என்று வீலர் தெரிவித்தார்.

ரோமப் பேரரசர் 'அகஸ்தஸ்' (பொ.மு. 63 - பொ. 14) காலத்தில்தான் கிழக்கத்திய நாடுகளோடு ரோமானிய வணிகம் முழு அளவில் தொடங்கியது என்று வரலாறு கூறுகிறது. எனவே வரலாற்று அடிப்படையில் அரிக்கமேட்டில் ரோமானியத் தொடர்பு 'அகஸ்தஸ்' காலத்திற்கு முன், அதாவது பொ.மு. 23 ஆண்டுகளுக்கு முன்பு, ஏற்பட்டிருக்க வாய்ப்பில்லை.

1945-இன் அகழ்வாய்வு முடிவுகளின்படி பொ.மு. முதல் நூற்றாண்டின் இறுதியில் அல்லது பொ. முதல் நூற்றாண்டின் தொடக்கத்தில் அரிக்கமேட்டில் குடியிருப்பு தோன்றியிருக்க வேண்டும் என்பது வீலரின் கருத்து[3].

வீலரின் கணிப்பு, நடுநிலக்கடல் பகுதியைச் சேர்ந்த 'ஆம்பொரா' எனப்படும் இரு கைப்பிடிகள் கொண்ட கிரேக்க/ ரோமானிய சாடி மற்றும் 'அரெட்டைன்' பாண்டங்களின் கண்டுபிடிப்பு, 'எரித்ரேயன் கடல் பெரிப்ளஸ்' (Periplus of the Erythraen Sea) போன்ற பண்டைய கிரேக்க பயண நூல்கள் முதலியவற்றை அடிப்படையாகக் கொண்டது.

வீலரின் அகழ்வாய்வில் வடக்கு மற்றும் தெற்குப் பகுதிகளில் காணப்பட்ட பண்டசாலை உள்ளிட்ட ஏறத்தாழ அனைத்து கட்டுமானங்களும் ‘அரெட்டைன்’ பாண்ட இறக்குமதி நின்றுவிட்ட பிறகு ஏற்படுத்தப்பட்டன என்று அவர் தெரிவித்தார். பொ. முதல் இரண்டு நூற்றாண்டுகள் அரிக்கமேட்டின் காலம் என்பதும், நடுக்காலத்திலும் அதற்குப் பின்னரும் செங்கற்களுக்காக அவ்விடம் சிதைக்கப்பட்டது என்பதும் வீலரின் முடிவாகும்[4].

கசாலின் கணிப்பு

கசாலின் அகழ்வாய்வுக் களம் வீலருடையதைக் காட்டிலும் பெரியது. இருவருடைய களங்களும் ஏறத்தாழ 400 மீ. நீளம் கொண்டவை. அகழ்வாய்வு செய்யப்பட்டது பண்டைய நகரத்தின் ஒரு பகுதி என்று கசால் கருதினார். நகரத்தின் நடுப்பகுதி, இன்னும் மேற்கில் ஆற்றுக்கடியில் புதைந்துபோயுள்ளது என்றும் அவர் எண்ணினார்.

அவரது 1947-48 அகழ்வாய்விலும் அதற்கு முன்னர் நிகழ்ந்த அகழ்வாய்வுகளிலும் கண்டுபிடிக்கப்பட்ட கட்டுமானங்கள் சாயத் தொழில் மற்றும் மணிக்கல்/கண்ணாடித் தொழில் சார்ந்தவைகளாக இருந்தன; உறைவிடம் எதையும் காணமுடியவில்லை. எனவே, நகரம் முழுதும் கண்டுபிடிக்கப்படவில்லை; நகரத்தின் தொழிற் பகுதி மட்டுமே கண்டுபிடிக்கப்பட்டுள்ளது என்று கசால் தெரிவித்தார்.

மீனவர் குடியிருப்பு

கசாலைப் பொறுத்தவரை, ஆற்றங்கரையில் ஒரு மீனவக் குடியிருப்பு பொ.மு. இரண்டாம் நூற்றாண்டில், மேற்கத்திய நாடுகளின் தொடர்பு ஏற்படுவதற்கு முன், தோன்றியது. குடியிருப்பின் பண்பாடு வளர்ந்து, பெருங்கற் காலத்தில் (megalithic) நல்ல மட்பாண்டங்களைத் தயாரித்து, குடியிருப்பு பொ. முதல் 25 அல்லது 50 ஆண்டுகள் தொடர்ந்தது.

கசால் அகழ்வாய்வு முடிவின்படி, புதிய நகரம் பொ. முதல் நூற்றாண்டின் தொடக்கத்தில் தோன்றியது; மேற்கத்திய நாடுகளோடு வணிகத் தொடர்பு ஏற்பட்டது. புதிய நகரம் முதலில் வடக்குப் பகுதியில் தோன்றி, பொ. முதல் நூற்றாண்டின் இறுதியில் விரிந்து, இரண்டாம் நூற்றாண்டின்போது தென்பகுதியில், தொடக்க கால மீனவர் குடியிருப்பைச் சேர்த்துக்கொண்டு வளர்ந்தது.

இறுதியாக, இரண்டாம் நூற்றாண்டில் நகரத்தின் அழிவு தொடங்கியது. பின்னாளில் எழுப்பப்பட்ட கட்டுமானங்கள் உடைந்த கற்கள் மற்றும் பழைய கட்டடக் கற்களைக் கொண்டு கட்டப் பட்டவையாகும்.

மேற்கண்ட கால வரிசையை, முன் நடந்த அகழ்வாய்வுகளில் கிடைத்த பாண்ட எழுத்துப் பொறிப்புகள் மூலம் உறுதிப்படுத்தப் படுவதாக கசால் அறிவித்தார்[5].

விமலா பெக்லியின் கணிப்பு

விமலா பெக்லியால் 1997-இல் எழுதப்பட்டு அவரது மறைவுக்குப் பின் ஐராவதம் மகாதேவனால் 2022-இல் வெளியிடப்பட்ட 'அரிக்கமேட்டின் காலக் கணிப்பும் தொடக்க கால தென்னிந்திய வரலாற்றுத் தொல்லியல் மீது அது ஏற்படுத்திய தாக்கமும்' ('The Dating of Arikamedu and its Bearing on the Archaeology of Early Historical South India') என்ற கட்டுரையில் பெக்லி அரிக்கமேட்டுக் காலத்தை வீலர் மற்றும் கசாலைக் காட்டிலும் துல்லியமாகக் கணித்துள்ளார்[6]. அக்கருத்துகள், அவரது அகழ்வாய்வு முடிவுகளைக் கொண்ட 'பண்டைக்கால துறைமுகமான அரிக்கமேடு' (The Ancient Port of Arikamedu) (தொகுதி 1 மற்றும் 2) என்ற நூலிலும் இடம் பெற்றுள்ளன.

மார்ட்டிமர் வீலர் 1945-இல் மேற்கொண்ட அகழ்வாய்வுக்குப்பின், இந்தியாவுடனான வணிகத்தில் ரோமானியர்கள் மிகுந்த ஆர்வம் கொண்டிருந்த பேரரசர் 'அகஸ்தஸ்' காலத்திலிருந்து அரிக்கமேட்டின் காலம் தொடங்கியது என்று கருதப்பட்டது. ஆனால், தென்பகுதியில், தொகுதி-1 மற்றும் தொகுதி-2 ஆய்வுக்குழிகளில் 'கசால்' மேற்கொண்ட அகழ்வாய்விலிருந்து, நடுநிலக்கடல் நாடுகளுடனான கடல்வழி வணிகம் தொடங்கப்படுவதற்கு முன்பாகவே அரிக்கமேடு தோன்றியிருக்க வேண்டும் என்பது தெளிவாயிற்று. இருப்பினும், எவ்வளவு காலத்திற்கு முன் அது தோன்றியது என்பதும் எவ்வகையான குடியிருப்பாக அது அமைந்தது என்பதும் தெளிவாகத் தெரியவில்லை.

இப்பொழுது அரிக்கமேட்டில் பொ. முதல் இரு நூற்றாண்டு-களுக்கு மிகப் பின்னும் மக்கள் வசித்தார்கள் என்று அறுதியிட்டுக் கூறமுடியும் என்று விமலா பெக்லி கருதுகிறார்.

விமலா பெக்லியின் ஆய்வுகள், குறிப்பாக மட்பாண்டங்கள் மற்றும் அவற்றின் மீது காணப்பட்ட பொறிப்பு உருவங்கள் (grafitti) பற்றிய ஆய்வுகள், அதற்குமுன் கருதப்பட்டதைவிட அக்குடியிருப்பு நன்கு செயல்பட்டுக்கொண்டிருந்தது என்று தெரிவிக்கின்றன. பொ.மு. முதல் நூற்றாண்டிலோ அல்லது அதற்கு முன்னரோ தொடங்கி, பொ. முதல் அல்லது இரண்டாம் நூற்றாண்டின் பிற்பகுதிவரை கடல்கடந்த வணிகம் நடந்திருக்க வேண்டும் என்பது புலனாகிறது. வணிகத்தின் சிறந்த காலம் பொ.மு. முதல் நூற்றாண்டிலிருந்து பொ. முதல் நூற்றாண்டின் நடுப்பகுதிவரையாகும்.

அக்காலகட்டத்தில், சோழமண்டலக் கரையில் அரிக்கமேடு எவ்விதம் ஒரு முக்கியமான வணிக மையமாகத் திகழ்ந்தது என்பது விடை காணமுடியாத வினாவாக உள்ளது. எனினும், அக்காரணங்களைத் தொல்லியல் சான்றுகளை ஆராய்ந்து தெரிந்துகொள்ளவேண்டும்[7].

அரிக்கமேட்டில் இறக்குமதி செய்யப்பட்டவைகளுள், 'அரெட்டைன்' பாண்டங்கள் (arretine ware) எனப்படும் பளபளப்பான சிவப்பு நிற மட்பாண்டக் (terra sigillata) குவளைகள், தட்டுகள் ஆகியவற்றின் உடைந்த சிறிய பாகங்களின் காலத்தைத் துல்லியமாக கணக்கிட முடிகிறது. அத்தகைய சில பாண்ட ஓடுகளில் செய்தவர்களின் பெயர்கள் முத்திரையிடப்பட்டுள்ளன.

1991-இல், 'ஹோவார்ட் கம்பர்ட்' (Howard Comfort) என்ற தொல்லியல் அறிஞர் அரிக்கமேட்டில் கண்டெடுக்கப்பட்ட முத்திரையிடப்பட்ட சிவப்பு நிற மட்பாண்ட ஓடுகள் பொ.மு. 10 ஆண்டுகளிலிருந்து பொ. 30 ஆண்டுகள் என்று கணித்திருக்கிறார். மற்றொரு அறிஞரும் விமலா பெக்லியின் அகழ்வாய்வில் பங்கேற்றவருமான 'கத்லின் வார்னர் ஸ்லேன்' (Kathleen Warner Slane) அரிக்கமேட்டில் கிடைத்த சிவப்பு நிற மட்பாண்ட ஓடுகள் அவ்வளவையும் ஆராய்ந்து, அவற்றின் காலத்தை ஏறத்தாழ 'ஹோவார்ட் கம்பர்ட்' கணித்ததுபோல் பொ.மு. 10-லிருந்து பொ. 50 ஆண்டுகள் என்று கணித்திருக்கிறார். இவ்வாய்வுகளின் அடிப்படையில், சிவப்பு நிற மட்பாண்டங்கள் அரிக்கமேட்டில் பொ.மு. முதல் நூற்றாண்டின் இறுதியிலிருந்து பொ. முதல் நூற்றாண்டின் நடுப்பகுதிவரை இறக்குமதி செய்யப்பட்டன என்று கூறலாம்.

அரிக்கமேட்டில் காணப்பட்ட பளபளப்பான சிவப்புநிற மட்பாண்டங்கள் யாவும் ஒரே காலத்தில் ஒரு தொகுப்பாக இறக்குமதி செய்யப்பட்டிருக்க வேண்டும் என்று மேலே குறிப்பிடப்பட்டுள்ள இரு அறிஞர்களும் கருதுகிறார்கள். ஆனால், அவற்றின் ஓடுகள் பல்வேறு மண் அடுக்குகளில் கிடைத்ததால் அவ்வாறிருக்க வாய்ப்பிலை என்று விமலா பெக்லி கூறுகிறார்.

இறக்குமதி செய்யப்பட்ட மற்றொரு வகை மட்பாண்டம் 'ஆம்பொரா' சாடியாகும். அச்சாடி, 'மது' (wine), 'ஆலிவ்' எண்ணெய், 'புளிப்பு மீன்கூட்டுச் சாறு' (garum) முதலானவைகளின் கொள்கலன் ஆகும். ஆனால், அவ்வகை சாடிகள் சிறுசிறு துண்டுகளாகக் கண்டெடுக்கப்பட்டன. அரிக்கமேட்டின் 'ஆம்பொரா' சாடித் துண்டுகளை 1991-இலும், 1996-இலும் ஆய்வுசெய்த 'எலிசபெத் லைடிங் வில்' (Elizabeth Lyding Will) (இவரும் விமலா பெக்லியின் அகழ்வாய்வில் பங்கேற்றவர்.) சாடிகளில் சில பொ. மு. முதல் நூற்றாண்டில் அல்லது அதற்கு முன்னால் அரிக்கமேட்டை

அடைந்திருக்க வேண்டும்; பெரும்பாலானவை பொ. முதல் நூற்றாண்டையும் சில இரண்டாவது நூற்றாண்டையும் சேர்ந்தவை; மூன்று துண்டுகள் பிற்காலத்திய, அதாவது, பொ. மூன்றாம் நூற்றாண்டிலிருந்து ஆறாம்/ஏழாம் நூற்றாண்டைச் சேர்ந்தவை என்று கூறுகிறார். சிலவகை 'ஆம்பொரா'க்கள் 'அரெட்டைன்' பாண்டங்கள் இறக்குமதி செய்வதற்கு முன்னதாக அரிக்கமேட்டுக்கு வந்தவையாகும்.

கண்ணாடி, சித்திரவேலைப்பாடுகளைக் கொண்ட மட்பாண்டக் கிண்ணங்கள், 'அன்கெண்டேரியா' (unguentaria) எனப்படும் சிறிய மட்பாண்டக் குடுவைகள் போன்ற மற்ற இறக்குமதிப் பொருட்கள் பொ.மு. முதல் நூற்றாண்டு - பொ. முதல் நூற்றாண்டு காலத்தைச் சேர்ந்தவை என்று 'கத்லின் வார்னர் ஸ்லேன்' ஆய்ந்தறிவித்துள்ளார்.

அரிக்கமேட்டுப் பகுதியில், நாம் அறிந்துள்ள இறக்குமதி காலம் அல்லது நிலநடுக்கடல் நாடுகளுடனான வணிகக் காலம் ஆகியவற்றுக்கு முன்பிருந்து மக்கள் வசித்தார்கள் என்பது கசாலின் அகழ்வாய்விலிருந்து தெரியவந்தது. மிகப் பழமையான குடியிருப்பு அக்களத்தின் தென் பகுதியில் அமைந்திருந்தது. அக்குடியிருப்பின் மட்பாண்டத் தயாரிப்பு தென்னிந்தியாவின் இரும்புக் கருவிக் காலத்தின் (iron age) இறுதியைச் சேர்ந்தது. அதனால், அக்குடியிருப்பு பெருங்கற் காலம் (megalithic) காலத்தைச் சேர்ந்தது என்று கசால் குறிப்பிடுகிறார். அவ்விடத்தில், பெருங்கற் கால மட்பாண்டங்களின் ஓடுகள், தமிழ்-பிராமி சித்திர வடிவம் கொண்ட, கருமை-சிவப்பு அல்லது முழுதும் கருமை நிறத்தில் நயமற்ற பாண்ட (coarse ware) ஓடு முதலியன கிடைத்தன. அதன் காலம் பொ.மு. 3-ஆம் நூற்றாண்டுக்கும், முதலாம் நூற்றாண்டுக்கும் இடைப்பட்டது, பெரும்பாலும் 2-ஆம் நூற்றாண்டு என்பது விமலா பெக்லியின் கூற்று[8].

அந்த பெருங்கற் காலக் குடியிருப்பில் காணப்பட்ட செங்கல்லாலான கட்டட அமைப்புகள், வடிவப் பொறிப்புப் பாண்ட வகைகள் 'ஆம்பொரா' சாடிகள் பிற்காலத்தில் தோன்றியவையாகும்.

கடல்கடந்த வணிகத்திற்கு முற்பட்ட கால குடியிருப்பு அரிக்கமேட்டின் வடக்குப் பகுதியிலும் இருந்தது என்று அறுதியிட்டுக் கூறமுடியவில்லை. ஏனெனில், குடியிருப்புச் சார்ந்த பொருட்கள் நன்னீர் மட்டத்திற்குக் கீழே இருப்பதால் அதன் பெரும்பகுதி அகழ்வாய்வுக்கு உட்படுத்தப்படவில்லை.

அரிக்கமேட்டின் தொடக்க கால குடியிருப்பு பெரும்பாலும் சாம்பல்-காவி நிற நயமற்ற (coarse) மட்பாண்டங்களைப் பயன்படுத்திய மக்களைக் கொண்டிருந்தது. அவர்களுடைய குடியிருப்பில் சுழல்வட்ட வடிவப் பொறிப்புப் பாண்டங்களும் (rouletted ware) நடுநிலக்கடல் நாடுகளிலிருந்து முதலில் இறக்குமதி செய்யப்பட்ட பாண்டங்களும் பயன்பாட்டில் இருந்தன. அரிக்கமேட்டுக் களத்தின் மிகக் கீழான குடியிருப்பு அடுக்குகளில் (occupational layers) 'ஆம்பொரா' சாடிகள் ஏதும் காணப்படவில்லை, ஆனால் சுழல்வட்டப் பொறிப்புப் பாண்டங்கள் கிடைத்தன என்றாலும், கடல்கடந்த வணிகக் காலத்திற்கு முந்தைய பண்பாட்டுக் காலத்தைக் குறிக்கும் எந்தச் சான்றும் கிடைக்கவில்லை. சுழல்வட்ட வடிவப் பொறிப்புப் பாண்டங்களின் காலம் 'ஆம்பொரா' சாடிகளின் காலத்திற்கு முற்பட்டது; அவற்றின் காலம் பொ.மு. முதல் நூற்றாண்டின் இறுதியாகும்.

புதுச்சேரி அருங்காட்சியகத்தில் காட்சிக்கு வைக்கப்பட்டுள்ள சுழல்வட்டப் பொறிப்புப் பாண்டங்கள் மற்றும் வீலர் கண்டுபிடித்த பாண்டங்கள் மீது காணப்படும் தமிழ் 'பிராமி' எழுத்துக்கள், அப்பாண்டங்களின் பயன்பாட்டுக் காலத்தின் தொடக்கத்தைச் சேர்ந்தவைகளாகக் கருதப்பட்டால், அரிக்கமேட்டுச் சுழல்வட்டப் பொறிப்புப் பாண்டங்களின் காலமும் மாறும்; பொ.மு. முதல் நூற்றாண்டிலிருந்து பொ. 3-ஆம் நூற்றாண்டுவரை அவற்றின் காலமாகும். விமலா பெக்லியின் கூற்றுப்படி, அரிக்கமேட்டில் சுழல்வட்டப் பொறிப்புப் பாண்டத்தின் காலம் 400 ஆண்டுகளுக்கும் கூடுதலானது.

தொல்லியல் சான்றுகளின்படி, அரிக்கமேட்டில் தொடர்ச்சியான குடியிருப்பு பொ.மு. 3-ஆம் நூற்றாண்டின் இறுதியில் அல்லது 2-ஆம் நூற்றாண்டின் தொடக்கத்தில் ஏற்பட்டது. அக்காலம் தென்னிந்தியாவில் இரும்புக்கருவி காலத்தின் இறுதி அல்லது பெருங்கற் காலம் என்று கணிக்கப்பட்டுள்ளது.

இடைக்காலத்தில்

அரிக்கமேட்டுக் களத்தில் 10/11-ஆம் நூற்றாண்டுக்கும் 14/15-ஆம் நூற்றாண்டுக்கும் இடையில் குடியிருப்பு இருந்திருக்கவேண்டும் என்பதற்கு சில உறுதியான சான்றுகள் உள்ளன. குமிழ்மணிகள், கட்டடங்கள் மற்றும் கூரை ஓடுகள் அக்காலத்தில் பயன்பாட்டில் இருந்தவைகளாகும். அப்பொழுது அரிக்கமேடு அகன்ற சோழப் பேரரசின் பகுதியாக இருந்தது. 14-ஆம் நூற்றாண்டில் விஜயநகரப் பேரரசின் கீழ் இருந்தது. சோழர் கால நாணயங்கள் அங்குக் கண்டெடுக்கப்பட்டுள்ளன. சோழர் கால மட்பாண்டங்கள், சுடுமண்

விளக்குகள் ஆகியவை அங்குக் காணப்பட்டன. சோழர் காலத்து புத்தர் சிலை ஒன்று அரிக்கமேட்டுக்கருகில் கண்டெடுக்கப்பட்டது. அக்காலகட்டத்தில் சீனநாட்டு வணிகத் தொடர்பு ஏற்பட்டிருக்க வேண்டும். நடுக்காலத்தைச் (medieval period) சேர்ந்த சீன ஆவணம் ஒன்று அரிக்கமேட்டில் ஒரு துறைமுகம் இருந்ததாகத் தெரிவிக்கிறது என்பதையும் கண்டோம்.

அரிக்கமேடு பெரும்பாலும் 16/17-ஆம் நூற்றாண்டில் பயன்பாடற்றுப் போயிருக்கலாம்[9].

ஆ. விமலா பெக்லியின் கால வளர்ச்சிப் படிகள்

விமலா பெக்லி, அரிக்கமேட்டில் 1989-இல் தன் அகழ்வாய்வைத் தொடங்குவதற்கு முன்னரே, அரிக்கமேட்டைப் பற்றி தொடர்ச்சியாக கட்டுரைகள் எழுதிவந்தார். அக்கட்டுரைகளில், அரிக்கமேட்டின் தொடக்ககால வரலாற்று நிலைகளின் காலக்கணிப்பு வரிசை முறையினை வெளியிட்டார். அவ்வாறு முதலில் அவர் வெளியிட்டது 1983-ஆம் ஆண்டில். அது 1945-இல் ‘மார்ட்டிமர் வீலர்’ மற்றும் 1947-இல் ‘கசால்’ மேற்கொண்ட அகழ்வாய்வுகளின் கண்டு பிடிப்புகளை அடிப்படையாகக் கொண்டது. நான்கு ஆண்டுகள் கழித்து 1997-இல் அக்காலக்கணிப்பு வரிசைமுறையை திருத்தி வெளியிட்டார். அதாவது தன் அகழ்வாய்வுக்கு எட்டாண்டுகள் கழித்து இதனை வெளியிட்டார். அவரின் கருத்துப்படி, அரிக்க-மேட்டின் காலம் பொ.மு. 200-லிருந்து பொ. 1600-1700-வரையாகும்.

விமலா பெக்லி தன் அரிக்கமேட்டுக் காலக் கணிப்பு வரிசை முறையில் 9 வளர்ச்சிப் படிகளில் அரிக்கமேட்டின் கண்டுபிடிப்புகளைத் தொகுத்துக் கூறியுள்ளார். அவர் அரிக்கமேட்டைப் பற்றி வேறு எந்த அராய்ச்சியாளரைக் காட்டிலும் மிக அதிக அளவில் ஆராய்ந்தவர்; மிக அதிக அளவு நூல்களையும் ஆய்வுக் கட்டுரைகளையும் வெளியிட்டவர். மேலும், அவரது அகழ்வாய்வின் அறிக்கை, ஆய்வில் பங்கேற்ற ஆரய்ச்சியாளர்களின் கட்டுரைகளோடு இரு பெரும் நூல்களாக வெளிவந்துள்ளது. அத்தகைய ஆராய்ச்சியாளரின் முடிவு கண்டிப்பாக நம்பகத் தன்மை கொண்டதாக இருக்கும் என்பதில் ஐயமில்லை.

விமலா பெக்லியின் கால வளர்ச்சிப் படிகளாவன[10]:

வளர்ச்சிப் படி 1 (phase 1) பொ.மு. 300 - பொ.மு. 200

கசாலின் அகழ்வாய்வுக்குப் பின், இறக்குமதி காலம் அல்லது நடுநிலக்கடல் நாடுகளுடனான வணிகக் காலத்திற்கு முன் அரிக்கமேட்டில் மக்கள் வசித்தார்கள் என்று தெரியவந்துள்ளது. தொடக்க கால குடியிருப்பு தென் பகுதியில் அமைந்திருந்தது. அம்மக்கள் பயன்படுத்திய மட்பாண்டங்கள் புதுச்சேரியைச் சுற்றியுள்ள சுத்துக்கேணி போன்ற தொல்லியல் இடுகாட்டு இடங்களில் காணப்பட்டவை போல் இருந்தன. சுத்துக்கேணியில் கண்டெடுக்கப்பட்டவை தென்னிந்திய இறுதி இரும்புக்கருவி காலப் (iron age) பாண்ட வகையைச் சேர்ந்தவை என்பதால், கசால் அக்குடியிருப்பு 'பாரக்கல்' (megalithic) காலத்தைச் சேர்ந்தது என்று அறிவித்தார். அரிக்கமேட்டில் இதுவரை 'பாரக்கல்' கால கல்லறை எச்சங்களைத் தொல்லியலாளர்கள் கண்டுபிடிக்கவில்லை. இந்த வளர்ச்சிப் படி காலத்தைப் பற்றி அதிகம் அறியமுடியவில்லை. அக்கால கட்டடத்தில் அரிக்கமேட்டில் நடந்த கட்டட வேலைப்பாடுகளைக் குறிப்பது ஒரு சில கம்பக் குழிகள் (post-holes) மட்டுமே. மீனவர்களின் சிறு குடியிருப்பாக அது கருதப்பட்டது.

இந்த வளர்ச்சிப் படியின் முக்கிய கண்டுபிடிப்பு பண்டைய தமிழ் பிராமி எழுத்துப் பொறிப்பு கொண்ட நயமற்ற மட்பாண்ட ஓட்டுச் சில்லுகள். இவ்வகை எழுத்து அசோகர் காலத்திற்கு பிந்தையது, பொ.மு. 2-ஆம்/1-ஆம் நூற்றாண்டிற்கு முந்தையது என்று அறிஞர்கள் கருதுகிறார்கள்.

வளர்ச்சிப் படி 2 (phase 2) பொ.மு. 200 - பொ.மு. 100

இக்காலத்தில் அரிக்கமேட்டின் தென் பகுதியில் 'சுழல்வட்ட வடிவப் பொறிப்பு மட்பாண்டங்களி'ன் (rouletted ware) தோற்றம் நிகழ்ந்தது. இவ்வகை பாண்டமும் 'பாரக்கல்' கால பாண்டமும் சேர்ந்து பயன்பாட்டில் இருந்தன. உறை கிணறுகள் முதன் முதலாகத் தோன்றத் தொடங்கின. வடபகுதியில் செங்கற்களின் பயன்பாடு ஆரம்பித்தது.

வளர்ச்சிப் படி 3 (phase 3) பொ.மு. 100 - பொ.மு. 50

இக்காலம் 'அரெட்டைன் பாண்டத்திற்கு முற்பட்ட காலம்' (pre-arretine ware period) என்று மார்ட்டிமர் வீலரால் அழைக்கப்பட்டது. இதை கசால் 'கவிந்திரு பகுதிக்கு பிற்பட்ட காலம்' (post over-lap period) என்று குறிப்பிட்டார். இது

அரிக்கமேட்டின் வரலாற்றில் மிகவும் குறிப்பிடத்தக்க காலம். இக்காலத்தில் அரிக்கமேட்டின் வளர்ச்சி வேகமாக இருந்தது. நடுநிலக்கடல் 'ஆம்பொரா'வின் (amphora) வருகை இக்காலத்தில்தான் நிகழ்ந்தது. 'சித்திரப் பதிவு வடிவ மட்பாண்ட' (sigillata) வருகையால் 'ஆம்பொரா'வின் காலம் முடிவுற்றது.

வீலரின் கண்டுபிடிப்புகளான இரு துண்டு செங்கற்சுவர்கள், தரைப் பகுதி, ஓர் உறைகிணறு ஆகியவை இக்காலத்தைச் சேர்ந்தவை. மண் கூரை ஓடுகளின் தொடக்க காலமும் இதுவே.

வளர்ச்சிப் படி 4 (phase 4) பொ.மு. 50 - பொ. 50

இதைச் 'சித்திரப்பதிவு வடிவ மட்பாண்ட' (sigillata) காலம் என்றழைக்கலாம். இந்த மட்பாண்ட வகைக்கு 'அரெட்டைன்' (arretine) என்ற பெயரும் உண்டு. அரிக்கமேட்டில் இறக்குமதி செய்யப்பட்ட அனைத்து பொருட்களை விட 'அரெட்டைன்' பாண்டங்கள்தான் மிகச் சரியாகக் கணிக்கப்பட்ட காலத்தைக் கொண்டவை.

அரிக்கமேட்டு 'அரெட்டைன்' பாண்டங்கள் அளவில் சிறியவை. அவை பல்வேறு இத்தாலிய தொழிற்சாலைகளில் உருவாக்கப்பட்டவை. அரிக்கமேட்டு அகழ்வாய்வுகளில் கிடைத்த 'அரெட்டைன்' பாண்ட ஓடுகளை ஆராய்ந்த தொல்லியல் அறிஞர்கள் அவை பொ.மு. முதல் நூற்றாண்டின் நடுப் பகுதியில் அங்கு வந்திருக்க வேண்டும் என்று கருதுகிறார்கள், அவற்றின் காலம் பொ.மு. முதல் நூற்றாண்டின் நடுப் பகுதியிலிருந்து பொ. முதல் நூற்றாண்டின் நடுப்பகுதிவரையாகும். இக்காலத்தில் வடபகுதி மற்றும் தென்பகுதியில் கட்டுமானங்கள் ஏற்பட்டன. மரக் கட்டைகளால் கட்டப்பட்ட துறைமுகம், பண்ட சாலைகள், முதலான கட்டுமானங்கள் கட்டப்பட்டன. தென்பகுதியில் குமிழ்மணி உற்பத்தி தொழிற்சாலைகள் இக்காலத்தில் இருந்ததற்கான சான்றுகள் கிடைத்தன.

வளர்ச்சிப் படி 5 (phase 5) பொ. 50 - பொ. 200

இது 'அரெட்டைன்' பாண்ட காலத்திற்குப் பிந்தையதாகும். நிலநடுக்கடல் 'ஆம்பொரா' (amphora) இக்காலத்தில் இறக்குமதி செய்யப்பட்டது. இதே காலத்தில் 'ஆம்பொரா' சாடிகளின் வணிகக் காலம் முடிவுக்கு வந்தது. அதற்குக் காரணம் வணிக முறையிலும் நடுநிலக்கடல் பகுதியின் வணிகப் பாதையிலும் ஏற்பட்ட மாற்றங்கள். ஆனாலும் நடுநிலக்கடல் வணிகம் நின்றுபோன பிறகும் அரிக்கமேடு தொடர்ந்து வளர்ச்சி கண்டது. கட்டுமான வேலைகள் வேகம்

பெற்றன. மட்பாண்ட வகைகளில், சுழல்வட்ட வடிவப்பொறிப்புப் பாண்டங்களைத் தவிர, மற்றவை மதிப்பிழந்தன. நடுநிலக்கடல் வணிகம் நின்றுபோனதால் வணிகர்கள் புலம் பெயர்ந்தனர்.

வளர்ச்சிப் படி 6 (phase 6) பொ. 200 - பொ. 600

பொ. 2-ஆம் நூற்றாண்டுக்குப் பிறகும் அரிக்கமேட்டில் குடியிருப்பு இருந்ததற்குச் சான்றாக 5-ஆம் நூற்றாண்டைச் சேர்ந்த ‘ஆலிவ்’ எண்ணெய் ‘ஆம்பொரா’ சாடித் துண்டுகள், 3-ஆம் - 6-ஆம் நூற்றாண்டைச் சேர்ந்த ரோமானிய குடுவையின் கைப்பிடி ஆகியவை கிடைத்துள்ளன.

வளர்ச்சிப் படி 7 (phase 7) பொ. 600 - பொ. 1100

இக்காலத்தில் நயமற்ற மட்பாண்டங்கள் மற்றும் குமிழ் மணிகளின் உற்பத்தி அதிகரித்தது.

வளர்ச்சிப் படி 8 (phase 8) பொ. 1100 - பொ. 1500

இக்காலத்தைச் சேர்ந்த மட்பாண்ட ஓடுகளும் கலைப் பொருட்களும் கண்டெடுக்கப்பட்டுள்ளன. மட்பாண்டங்களும் குமிழ்மணிகளும் அரிக்கமேட்டில் தொடர்ந்து உற்பத்தி செய்யப் பட்டன. நடுக்காலத்தைச் (medieval) சேர்ந்த நாணயங்கள், சீன மட்பாண்டங்கள், நயமற்ற மட்பாண்டங்கள், குமிழ்மணிகள் போன்றவை இக்காலத்தைச் சேர்ந்தவை. உள்ளூர் பாண்ட வகைகளில் சமையல் பாத்திரங்கள் உள்ளிட்ட பல வகைகளும் இக்காலத்தைச் சேர்ந்தவையாகும்.

வளர்ச்சிப் படி 9 (phase 9) பொ. 1500 - பொ. 1700

இக்காலத்தைக் குறிப்பிடும் பொருட்கள் ஏதும் இதுவரை கண்டுபிடிக்கப் படாததால், அரிக்கமேடு இக்குறிப்பிட்ட காலத்தில் கைவிடப்பட்டிருக்க வேண்டும் என்று அறியமுடிகிறது என்று விமலா பெக்லி கூறுகிறார்.

இ. அரிக்கமேட்டில் கள அருங்காட்சியகம்

அரிக்கமேட்டில் இதுவரை கண்டெடுக்கப்பட்ட பொருட்கள் உலகம் முழுதும் அருங்காட்சியகங்களிலும் தனிப்பட்டவர்களின் சேகரிப்புகளிலும் உள்ளன. அரிக்கமேட்டில் கிடைத்த பொருட்கள் அதிக எண்ணிக்கையிலான அமைப்புகளிடமும் தனிப்பட்டவர்களிடமும் இருப்பது, ஒருவேளை உலகின் எந்த தொல்லியல் களத்திற்கும் இல்லாத சிறப்பாகும்[11]!

பொருட்கள் தற்போது காணப்படும் இடங்கள்

புதுச்சேரி அருங்காட்சியகத்தைத் தவிர்த்து, ழுவோ துய்ப்ரேய் சேகரிப்புகள் சென்னை அரசு அருங்காட்சியகத்தில் உள்ளன. அவ்வமைப்பின் பொறுப்பாளராக இருந்த அய்யப்பனின் அகழ்வாய்வில் கண்டெடுக்கப்பட்ட பொருட்களும் அங்குதான் உள்ளன. தொடக்கத்தில் கிடைத்த பொருட்களில் பல ஹனாய் அருங்காட்சியகத்திற்கும் பாரிசு நகரத்தின் 'லூவ்ர்' அருங்கட்சி-யகத்திற்கும் அனுப்பப்பட்டன. ழுவோ-துய்ப்ரேயின் சேகரிப்பில், பேரரசர் 'அகஸ்தஸ்' தலை உருவம் கொண்ட செதுக்கு மணிக்கல், ஒரு பக்கம் சிங்கத்தின் உருவமும் மறு பக்கம் யானையின் உருவமும் கொண்ட சதுர வடிவிலான ஒரு தாமிர நாணயம் ஆகிய இரண்டும் 'ஹனாய்' (Hanoi) அருங்காட்சியகத்துக்குக் கொண்டுசெல்லப்பட்டன[12].

'பொஷே-சுய்ர்லோ' அகழ்வாய்வில் கிடைத்தவற்றுள் சில பங்களூரு மற்றும் ஐதராபாது அரசு அருங்காட்சியகங்களுக்கு அனுப்பப்பட்டன[13].

மார்ட்டிமர் வீலரின் அகழ்வாய்வில் கண்டுபிடிக்கப்பட்ட பொருட்களில் பெரும்பாலானவை புதுடில்லியில் இந்திய தொல்லியல் துறையிலும் மற்றும் சில லண்டன் தொல்லியல் நிறுவனத்தின் சேகரிப்பிலும் இருக்கின்றன.

விமலா பெக்லியின் அகழ்வாய்வு வெளிக்கொணர்ந்த பொருட்கள் இந்தியத் தொல்லியல் துறையின் சென்னை அலுவலகத்தில் உள்ளன[14].

அரிக்கமேட்டுப் பொருட்களின் ஒரு சிறு தொகுப்பு அரவிந்தர் ஆசிரம நூலகத்தில் காணப்படுகிறது[15].

'ழுவோ-துப்ரேய்' மற்றும் பாதிரியார் 'பொஷே'வுடன் சேர்ந்து, 'நுமா லபித்' 1928 மற்றும் 1929-ஆம் ஆண்டுகளில் சேகரித்த 130 மண்பாண்டப் பகுதிகள், 2 பெரிய தாழிகள், பல்வேறு உடைந்த பகுதிகள், குமிழ்மணிகள், 'பாலிஷ்' செய்யப்பட்ட கற்களால் ஆன கருவிகள், மனித எலும்புகள் ஆகியவற்றை அவருடைய மகள், பிரான்சு நாட்டின் 'ழிமே' நகரத்திலுள்ள ஆசியக்கலை தேசிய அருங்காட்சியகத்துக்கு (Musée National des Arts Asiatiques, Guimet) அளித்துள்ளார்[16]. 'கசால்' கண்டெடுத்த பொருட்களும் அந்த அருங்காட்சியகத்தில் வைக்கப்பட்டுள்ளன[17].

ழுவோ துய்பிரேய் சேகரித்த 'அகஸ்தஸ்' தலையுருவம் கொண்ட செதுக்கு மணிக்கல், 'லூயி மலரே' (Louis Malleret) எழுதிய கட்டுரையில் ஹனாய் நகரத்திலிருந்து புதுச்சேரிக்கு அனுப்பப்படும்[18] என்று கூறப்பட்ட நிலையிலும் இன்னும் வந்து சேரவில்லை!

பொது நூலகத்தில் அருங்காட்சியகம்

அரிக்கமேட்டில் 'பொஷே-சுய்ர்லோ' அகழ்வாய்வின் விளைவாகக் கிடைத்த பொருட்களில் முக்கியமானவை புதுச்சேரிப் பொது நூலகத்தில் (Bibliotheque Publique) காட்சிக்கு வைக்கப்பட்டன. ஆறு பெரிய காட்சிப் பெட்டிகளில் (display cases) அவை இடம்பெற்றன. அத்தனை பொருட்களும் வகைப்படுத்தப்பட்டு, வரிசை எண் அளிக்கப்பட்டிருந்தன. பொருட்களின் பெயர்ப்பட்டியல் (catalogue) ஒன்றும் உருவாக்கப்பட்டிருந்தது.

அந்த 'அருங்காட்சியகத்தை' ஆளுநர் 'லூயி போன்வேன்' (Louis Bonvin) 1942 ஏப்ரல் 12-ஆம் நாள் திறந்துவைத்தார். என்றாவது ஒரு நாள் 'அருங்காட்சியகம்' அரிக்கமேட்டுப் பகுதிக்குக் கொண்டுசெல்லப்படும் என்று அருட்சகோதரர் பொஷே நம்பிக்கை கொண்டிருந்தார்.

முதல் முன்மொழிவு

அரிக்கமேட்டில், ஆற்றின் கரையிலிருந்து 120 மீ. தொலைவில் தலைமைப் பாதிரியார் 'அத்ரன்' (Bishop of Adran) எனப்பட்ட (அருட்தந்தை 'பிஞ்னு தெ பெஹைன்' (Fr. Pigneau de Behaine) 1771-இல் கட்டிய பாதிரியார் கல்லூரி (Seminaire-General) 1946-இல் ஓரளவு நல்ல நிலையில் இருந்தது. எனவே, அதை பழுதுபார்த்து, பயன்படத்தக்க அளவில் புதுப்பித்து அங்கு அருங்காட்சியகத்தைக் கொண்டுசென்று அமைக்கவேண்டும் என்று 'பொஷே' கருதினார்.

தூரக்கிழக்கு பிரஞ்சு ஆய்வு மையத்தைச் (Ecole Française d'Extrême-Orient) சேர்ந்த 'கொலுபு' (Goloubew) 1939-இல் அதே கருத்தை வெளியிட்டார். இரண்டாம் உலகப் போர் தொடங்கியதால் அத்திட்டம் நிறைவேறாமல் போனது[19]! இன்று கல்லூரிக் கட்டடம் உருக்குலைந்து இடிபாடுகளாகக் காட்சியளிக்கிறது! அக்கட்டடத்தைப் புதுப்பித்து அங்கு ஒரு அருங்காட்சியகம் அமைக்க வேண்டும்.

அரிக்கமேட்டுக் கலைப் பொருட்கள் உலகம் முழுவதுமுள்ள பின்வரும் அருங்காட்சியகங்களில் உள்ளன:

பிரஞ்சு அருங்காட்சியகம், ஹனாய் (French Museum, Hanoi, Vietnam),

'லூவ்ர்' அருங்காட்சியகம், பாரிசு (Louvre Museum, Paris),

ஆசியக்கலை தேசிய அருங்காட்சியகம், ழிமே, பிரான்சு (Musée National des Arts Asiatiques, Guimet, France)

பெங்களூரு, ஐதராபாத் அருங்காட்சியகங்கள், இந்தியத் தொல்லியல் ஆய்வு நிறுவனம், புதுதில்லி (ASI, New Delhi),

தொல்லியல் நிறுவனம், லண்டன் (Institute of Archaeology, London),

பிரிட்டிஷ் அருங்காட்சியகம், லண்டன் (British Museum, London),

அரசு அருங்காட்சியகம் சென்னை (Government Museum, Egmore, Chennai),

இந்தியத் தொல்லியல் ஆய்வு நிறுவனம், சென்னை வட்டாரம் (ASI, Chennai),

அரவிந்தர் ஆசிரமம் நூலகம் (Shri Aurobindo Ashram Library, Puducherry).

இதுவன்றியும் 2004-இல், சுனாமி வாரிக்கொணர்ந்து கொட்டிய ஆயிரக்கணக்கான பொருட்கள் பல தனியார் வசம் உள்ளன.

அப்பொருட்களைத் தருவித்து புதிய அருங்காட்சியகத்தில் காட்சிக்கு வைத்துப் பாதுகாக்க வேண்டும்!

குறிப்புகள்

1. Wheeler, R.E.M. et al. Arikamedu: an Indo-Roman Trading Station on the East Coast of India. Ancient India, No. 2, 1946, p. 22.
2. Ibid.
3. Ibid.
4. Ibid., pp. 22-24)
5. Casal, J.M. Fouilles de Virampatnam - Arikamedu. 1949, pp. 30-3.
6. Begley, Vimala. The Dating of Arikamedu and its Bearing on the Archaeology of Early Historical South India. South Indian Horizons (F. Gross Felicitation Volume), 2022, pp. 513-537.
7. Begley, Vimala. et al. The Ancient Port of Arikamedu, Vol. 1. 1996, p. 8.
8. Ibid., p. 12.
9. Arunraj, T. Role of Satellite Sites for the Growth of Arikamedu as Indo-Roman Trading Station, 2015, p. 10.
10. Begley, Vimala. The Dating of Arikamedu and its Bearing on the Archaeology of Early Historical South India. South Indian Horizons (F. Gross Felicitation Volume), 2022, pp. 513-537.
11. Arunraj, T. Role of Satellite Sites for the Growth of Arikamedu as Indo-Roman Trading Station, 2015, p. 8.
12. Pattabiramin, P.Z. Les Fouilles d'Arikamédou (Podouke). 1946, p. 16.
13. Arunraj, T. Role of Satellite Sites for the Growth of Arikamedu as Indo-Roman Trading Station, 2015, p. 8.

14. Begley, Vimala. et al. The Ancient Port of Arikamedu. Vol. 1. 1996, p. 8.
15. Begley, Vimala. et al. The Ancient Port of Arikamedu. Vol. 1. 1996, p. 8.
16. Jarrige, Jean-François. (Ed.) La Donation Numa Laffitte, Activites du Musee National, Arts Asiatique, 45. 1990, pp: 124-137.
17. Ibid.
18. Malleret, Louis. Les Lapidaires et Artisans du Verre de Virampatnam. Arts Asiatiques. 6, No. 2, 1956, p. 94.
19. Faucheux, L. Une vieille cité Indienne près de Pondichéry - Virapatnam. 1946, p. 18.

7. 'பொதுகா'வைத் தேடி புதுப் பயணம்

அ. அரிக்கமேடும் 'பொதுகா'வும்

'எரித்ரேயன் கடல் சுற்றுப்பயணக் குறிப்புகள்' அல்லது 'செங்கடல் சுற்றுப்பயணக் குறிப்புகள்' (Periplus Maris Erythraei - The Periplus of the Erythraean Sea) என்னும் நூலில் குறிக்கப்பெற்றுள்ள பொதுகா/பொதுகே (Poduca / Podouke / Pôdukê / Podukê), 'டாலமி'யின் (Ptolemy) 'ஜியாக்ரபியா' (Geographia) என்னும் நூலில் காணப்படும் 'பொதிகா எம்போரியம்'/'பொதுகா எம்போரியு' (Podyca emporium/ Poduca emporiü) ஆகிய இரண்டும் அரிக்கமேட்டைக் குறிக்கின்றன என்று அங்கு நடந்த அகழ்வாய்வுகளுக்கு முன்பு 'போலென்' (Bohlen), 'ரிட்டெர்' (Ritter), 'பென்பே' (Benfey), முல்லர் (Muller). மெக்ரிண்டில் (McCrindle), 'பேப்ரிஷியஸ்' (Fabricius) முதலியோர் கருதினார்கள். மேலும், வில்ப்ரெட் எச், ஷோப் (Wilfred H. Schoff), 1912-இல் வெளியிட்ட தன் ஆங்கில மொழிபெயர்ப்பு நூலான 'The Periplus of the Erythraean Sea'-இல் 'பொதுகா' புதுச்சேரியைக் குறிக்கிறது என்றார். 'லாசன்' (Lassen), 'யூல்' (Yule) போன்ற வேறு சிலர் அவை சென்னைக்கு அருகிலுள்ள பழவேற்காட்டைக் (Pulicat) குறிப்பன என்றும் கூறிவந்தார்கள்[1]. அரிக்கமேடு கண்டுபிடிக்கப் பட்டதற்குப் பிறகு, அவை ஐயமின்றி அரிக்கமேட்டைக் குறிப்பதாகக் கருதப்படுகிறது.

'எரித்ரேயன் கடல் சுற்றுப்பயணக் குறிப்புகள்'

'எரித்ரேயன் கடல் சுற்றுப்பயணக் குறிப்புகள்' என்பது கிரேக்க மொழியில் கையினால் எழுதப்பட்ட ஓர் ஆவணமாகும். கப்பலோட்டிகளுக்கு உதவக்கூடிய வகையில், பல்வேறு நாடுகளின் கடற்கரையில் உள்ள துறைமுகங்கள், நில எல்லைக் குறிகள் (land marks) முதலானவை அதில் குறிக்கப்பட்டுள்ளன. செங்கடல், பாரசீக வளைகுடா, இந்தியப் பெருங்கடல் உள்ளிட்ட பல்வேறு கடற்கரை களும் இதில் அடங்கும். பொதுக்காலத்திற்கு முன் முதல் நூற்றாண்டில் இன்னாரென்று அறியப்படாத ஒருவரால் இந்த ஆவணம் எழுதப் பட்டது. 'பொதுகா' என்ற பெயரின் பல்வேறு எழுத்தமைப்புகள் வெவ்வேறு மொழிபெயர்ப்பாளர்களைச் சேர்ந்ததாகும். அந்நூல், மேற்கத்திய நாடுகளில் கட்டப்பட்டு அந்நாட்டவர்களால் வழிநடத்திச் செல்லப்பட்ட கப்பல்கள் வழியே கிழக்கத்திய நாடுகளோடு அவர்கள் புரிந்த முறைப்படுத்தப்பட்ட வணிகத்தின் முதல் எழுத்துப்பதிவாகும்.

அந்நூலில் காணப்படும் குறிப்புகள் மிகப்பெரும் ஆர்வத்தைத் தூண்டவல்லவை; அவை, ரோம், பார்த்தியா, இந்தியா, சீனா ஆகிய பேரரசுகளுக்கிடையே நடந்த பன்னாட்டு வணிகத்தை மிக விரிவாக எடுத்துரைக்கின்றன; அவற்றோடு, மற்ற குறிப்பிடத்தக்க நாடுகளோடு ஏற்பட்ட தொடக்க கால வணிகத்தையும் அந்நூல் விவரிக்கிறது[2].

'எரித்ரேயன் கடல் சுற்றுப்பயணக் குறிப்புகள்' கூறும் சோழமண்டலக் கரையில் அமைந்திருந்த துறைமுகங்களாவன:

குமரியிலிருந்து (Comari) தெற்கால் இப்பகுதி 'கொல்கி' வரை (Colchi - கொற்கை) பரவியுள்ளது; 'கொல்கி' யில் முத்துக்குளிக்கும் இடங்கள் (pearl-fisheries) உள்ளன. அவைகளில் தண்டனை பெற்ற குற்றவாளிகள் வேலை செய்கின்றனர். அவ்விடம் பாண்டிய அரசுக்குச் சொந்தமானது. 'கொல்கி' க்கு அப்பால், 'கடற்கரை நாடு' என்ற வேறொரு நாடு உள்ளது. அது ஒரு விரிகுடாவில் அமைந்துள்ளது.

அதன் உள்நாட்டில் 'ஆர்கரு' (Argaru - உறையூர்) என்ற பகுதி இருக்கிறது. கடற்கரையில் எடுக்கப்படும் முத்துகள் அனைத்தும் அவ்விடத்திற்குக் கொண்டுவரப்படுகின்றன; வேறெங்கும் அவை கொண்டு செல்லப்படுவதில்லை. அங்கிருந்து 'ஆர்கரிட்டிக்' (Argaritic) எனப்படும் மஸ்லின் துணிகள் ஏற்றுமதி செய்யப்படுகின்றன.

அந்நாடுகளின் வணிக நகரங்கள் மற்றும் 'டமிரிகா' விலிருந்தும் (Damirica) ('டமிரிகா' என்பது தமிழகத்தைக் குறிப்பதாகும்.) வடக்கிலிருந்தும் வரும் கப்பல்கள் தங்கும் துறைமுகங்களுள் மிக முக்கியமானவை, அவைகள் அமைந்துள்ள இடவரிசைப்படி, முதலில் 'காமாரா' (Camara), அடுத்து 'பொதுகா' (Poduca) (இந்நூலின் வெவ்வேறு பதிப்புகளில் Poduca/ Podouke/Pôdukê/Podukê என வெவ்வேறு விதமாகக் காணப்படுகின்றன.)

அதற்கடுத்து 'சோபட்மா' (Sopatma); அவற்றிலிருந்து அந்நாட்டுக் கப்பல்கள் கடலோரமாக 'டமிரிகா' வரை செல்கின்றன. தனித்தனி மரக் கட்டைகளை ஒன்றாகப் பிணைத்து உருவாக்கப்பட்ட மிகப் பெரிய படகுகள் 'சங்காரா' (sangara) எனப்படுகின்றன. ஆனால், 'கிரிசே' (Chryse) மற்றும் 'கங்கை' க்குக் (Ganges) கடற்பயணம் மேற்கொள்பவைக்குக் 'கொலாண்டியா' (colandia) என்று பெயர்; அவை மிகப் பெரியவை. இவ்விடங்களில் 'டமிரிகா' வில் தயாரிக்கப்படும் அனைத்துப் பொருட்களும் இறக்குமதியாகும்; எகிப்திலிருந்து எந்த நேரத்திலும் கொண்டு-வரப்படும் பொருட்களுள் பெரும் பகுதி இங்கு வந்துசேரும்; 'டமிரிகா' விலிருந்தும் 'பராலியா' (Paralia) வழியாகவும் எடுத்து-வரப்படும் அனைத்துப் பொருட்களின் பெரும்பாலான வகைகளும் இவ்விடங்களுக்கு வந்தடையும்[3].

தென்னிந்தியாவில் தற்போதும் பயன்படுத்தப்படும்
'சங்காரா' எனப்படும் படகு

இந்தியாவின் மேற்குக் கரையில் காணப்பட்ட துறைமுகங்களைப் பற்றியும், வாங்கிய, விற்கப்பட்ட பொருட்களைப் பற்றியும் கூறும் 'எரித்ரேயன் கடல் சுற்றுப்பயணக் குறிப்புகள்' என்ற நூல் கிழக்குக் கரையைப் பற்றி மிகச் சுருக்கமாகவே தெரிவிக்கிறது. ரோமானிய மரக்கலங்கள் பொதுவாக மேற்குக் கரையோடு நின்றுவிடும். அரிதாக அவை கிழக்குக் கரைக்குச் சென்றன என்பதே அதற்குக் காரணம் என்கிறார் 'லியோனல் கசோன்' (Lionel Casson). ரோம் நாட்டிலிருந்து வந்த பொருட்களை கிழக்குக் கரைக்கு எடுத்துச் செல்வதற்கும், அங்கிருந்து பொருட்களை மேற்குக் கரைக்குக் கொண்டு சேர்க்கவும் இந்திய மரக்கலங்கள் பயன்பட்டன. அவ்வணிகம் இந்திய வணிகர்களால் மேற்கொள்ளப்பட்டது[4].

இதற்கு முற்றிலும் மாறான கருத்துகள் தமிழிலக்கியங்களில் காணப்படுகின்றன. சிலப்பதிகாரத்தில், 'கபேரிஸ் எம்போரியம்' (Kaberis Emporion) என்று 'டாலமி'யால் குறிப்பிடப்படும் காவிரி யாற்றின் கழிமுகத்தில் உள்ள காவேரிப்பட்டினம், பொதுக்காலத்தின் தொடக்க நூற்றாண்டுகளில் தொலைதூர நாடுகளோடு கடல்வழி வணிகம் மேற்கொண்டிருந்தது என்று கூறப்பட்டுள்ளது. மேலும், யவனர்கள் அங்கு வாழ்ந்தார்கள் என்ற செய்தியும் அதில் காணப்படுகிறது.

மணிமேகலையில், சீர்மை கொண்ட காவிரிப்பூம்பட்டினத்தைக் கட்டமைப்பதில் மகத, மராட்டிய மற்றும் அவந்தி கைவினைஞர்களோடு 'யவனத் தச்சர்கள்' பங்கு கொண்டனர் என்று கூறப்பட்டிருப்பதிலிருந்து யவனர்கள் அங்கு பணியமர்த்தப்பட்டிருந்தார்கள் என்பது தெரிகிறது[5]. எனவே, 'லியோனல் கசோனின்' கருத்து ஏற்புடையதாக இல்லை.

'டாலமி'யின் 'ஜியோக்ரபியா'

'கிளாடியஸ் டாலமி' (Claudius Ptolemy) என்பவரால் பொ. 2-ஆம் நூற்றாண்டில் எழுதப்பட்டது 'ஜியோக்ரபியா' (Geographia) என்னும் நூல். 'ஜேக்கோபஸ் ஏஞ்சலிஸ்' (Jacobus Angelis) மொழிபெயர்த்த அந்நூலில் 'பொதிகா எம்போரியம்' (Podyca emporium) என்றும் மற்றொரு பதிப்பில் 'பொதுகா எம்போரியு' (Poduca emporiü) என்றும் காணப்படுகின்றன.

'எரித்ரேயன் கடல் சுற்றுப்பயணக் குறிப்புகள்' போன்று 'டாலமி'யின் (Ptolemy) 'ஜியோக்ராபியா'வில் (Geographia) விரிவாக ஏதுமில்லை. இரண்டு ஆவணங்களுக்கிடையே உள்ள காலம் ஏறத்தாழ 200 ஆண்டுகளானதால் ஊர்ப் பெயர்களில் பெரும் மாற்றங்களைக் காணமுடிகிறது. எடுத்துக்காட்டாக, 'காமாரா' என்பது 'காபெரோஸ்' என்று மாறியுள்ளது. 'சொரெட்டாரம்' புதியதாக முளைத்திருக்கிறது. முதல் ஆவணத்தில் ஓரளவு எளிதாகக் கண்டுபிடிக்கக்கூடிய அளவில் இருந்த பெயர்கள் இரண்டாவது ஆவணத்தில் கடினமாக உள்ளன.

'ஜியோக்ராபியா'வில் குறிக்கப்பட்டுள்ள இடங்கள்:

'பராலியா' (Paralia) அல்லது 'சொரெட்டாரம்' (Soretarum) கரையில் (சோழமண்டலக் கரை) உள்ளவை:

'காபெரோஸ்' (Chaberus - காவேரிப்பட்டினம்) நகரம்

'காபெரோஸ்' ஆற்றின் (காவிரி ஆறு) கழிமுகம்

'சொபுரா' (Sobura) எம்போரியம்

'அருவார்னி' நிலப்பரப்பு (Aruarni region - அருவா நாடு?)

'பொதுகா' (Poduca) எம்போரியம்

'மெலங்கா' (Melanga - மரக்காணம்?) எம்போரியம்

'டைனா' (Tyna - பாலாறு?) ஆற்றின் கழிமுகம்

'கோட்டிஸ்' (Kottis)

'மலியார்ப்பா' (Maliarpha - மாமல்லபுரம்/மைலாப்பூர்) எம்போரியம்[6].

எம்போரியம்

'எம்போரியா நொமினா' (emporia nomina) என்பது மேற்கத்திய நாட்டவர்கள் உள்நாட்டு அரசர்களோடு ஏற்படுத்திக் கொண்ட

ஒப்பந்தம் வாயிலாக உள்நாட்டு மக்களோடு வணிகம் புரிவதற்காக ஏற்படுத்திக்கொள்ளும் வணிக மையங்கள் என்று 'எரித்ரேயன் கடல் சுற்றுப்பயணக் குறிப்புகள்' கூறுகிறது. அதற்காக பொ.மு. 24-ஆம் ஆண்டில் 120-க்கும் மேலான மரக்கலங்கள் செங்கடல் துறைமுகமான 'மையோ ஹோர்மொஸ்'-லிருந்து (Myos Hormos) இந்தியாவிற்கு ஒன்றாக பயணம் செய்தன என்று 'ஸ்ட்ராபோ' (Strabo) கூறுகிறார்[7].

'எரித்ரேயன் கடல் சுற்றுப்பயணக் குறிப்புகள்' கூறும் 'எம்போரியா நொமினா'வும் டாலமியின் 'எம்போரியமும்' மேற்கத்திய வணிகர்களின் நிலையான தங்குமிடங்களைக் குறிக்கின்றன என்று மார்ட்டிமர் விலர் தெரிவிக்கிறார்[8].

எனவே, அரிக்கமேடு ஒரு ரோமானிய வணிகமையம் என்றும் அங்கு ரோமானியர்கள் காவிரிப்பூம்பட்டினத்தைப் போன்று, பொதிகா எனப்பட்ட அரிக்கமேட்டில் வாழ்ந்தார்கள் என்று கருதலாம்!

இதே கருத்தை ழுவோ துய்ப்ரேயும் கொண்டுள்ளார். அவர், 'டாலமி' குறிப்பிடும் 'பொதிகா எம்போரியம்' (Podyca emporiü) ஒரு ரோமானிய சந்தை (Roman market) என்றும் ரோமானியர்கள் தொழில்முனைவோராக இந்தியாவில் தங்கி இருந்தனர் என்றும் கருதுகிறார்[9].

ஆ. இன்றைய புதுச்சேரி 'பொதுகா'வா?

பொதுகா/பொதுகே, என்பவை அரிக்கமேட்டைக் குறிப்பதற்கு முறையே 'எரித்ரேயன் கடல் சுற்றுப்பயணக் குறிப்புகள்' நூலும் 'டாலமி'யும் பயன்படுத்தியவை கிரேக்க வடிவச் சொற்கள். அவற்றின் உண்மையான தமிழ் வடிவங்கள் என்னவென்று எவரும் அறிந்திலர். கண்டிப்பாக தமிழ் வடிவங்கள் அவ்வாறு இருந்திருக்க முடியாது என்பதை நாம் கருத்தில் கொள்ள வேண்டும்!

'பொதுகா'/'பொதுகே' அரிக்கமேட்டைக் குறிக்கிறது என்பது அனைவராலும் ஏற்றுக்கொள்ளப்பட்டுள்ளது. சிலர் அதை புதுச்சேரியொடு தொடர்புபடுத்தியுள்ளார்கள். 'குமரி' என்பதை கிரேக்கர்காள் 'கொமாரியா' (Komaria) என்றது போல், 'புதுச்சேரி'யின் 'புது' என்பது 'பொது' என்று மாறியது. 'இந்திய' எப்படி 'இந்தைக்' (Indike) என்று மாறியதோ அவ்விதம் 'பொது'வோடு 'கே' சேர்ந்து 'பொதுகே' என்று மாற்றம் கண்டது என்று கூறுகிறார்கள்.

புதுச்சேரி ⟶ பொதுச்சேரி ⟶ பொதுகே

இவ்வாறு கூறியதில் முதன்மையானவர் 'ழுவோ துய்ப்ரேய்' ஆவார். புதுச்சேரி டாலமியின் 'பொதுகே' என்பதில் ஐயமில்லை;

கரையோரமாக வடக்கு நோக்கிச் சென்றால், சோழநாட்டில் ‘காபெரோஸ்’ (Chaberus) என்ற காவிரிப்பட்டினத் துறைமுகத்தோடு, காவிரி ஆற்றின் கழிமுகத்தையும் காணலாம். சோழநாட்டைவிட்டு அகன்றவுடன் ‘அருனுவா’ (Arouarnoi) நாட்டையும் முதல் துறைமுகமான ‘பொதுகே’வையும் (Podouké) அடையலாம் என்று ‘டாலமி’ கூறுகிறார்; பிரஞ்சுப் பகுதியான பாகூர் அருவா நாட்டில் அமைந்திருந்ததாகக் கல்வெட்டுச் செய்தி உரைக்கிறது. ‘டாலமி’யின் ‘அருனுவா’வும் பாகூர் அமைந்திருந்த அருவா நாடும் ஒன்றே என்று ‘ழூவோ துய்ப்ரேய்’ கூறுகிறார்[10].

‘ழூவோ துய்ப்ரேய்’ தன் ஆய்வு முடிவான ‘புதுச்சேரி-பொதுகே’வைப் பற்றி இந்தியவியல் அறிஞர் ‘லூயி ரெனு’வின் (Louis Renou) கருத்தையறிய அவருக்கு ஒரு கடிதம் எழுதினார். ‘ரெனு’ தன் பதிலில், துய்ப்ரேய் சரியாகக் கூறியிருக்கிறார் என்றும் அயல்நாட்டுப் புவியியல் பெயர்களோடு கிரேக்க மொழியில் ‘கே’ என்ற விகுதியைச் சேர்ப்பது வழக்கம் என்றும் தெரிவித்தார்[11].

கசாலும் இதே கருத்தைக் கொண்டிருந்தார் என்பது தெரிகிறது. ‘பெரிப்ளஸ்’, ‘டாலமி’ இருவரும் கூறும் மூன்று எம்போரியங்களுள் ஒன்று ‘பொதுகே’வான வீராம்பட்டினம் (கசால் அரிக்கமேட்டை வீராம்பட்டினம் என்று குறிப்பிடுகிறார்.) என்று கசால் கூறுகிறார். ‘ழூவோ துய்ப்ரே’யும் அருட்சகோரரர் ‘பொஷே’வும் தொடக்கத்தி லிருந்து கொண்டிருந்த கருத்தைத் தொல்லியல் சான்றுகள் உறுதிப்படுத்தியுள்ளன; ‘பொதுகே’யின் ஒலியமைவு ‘புதுச்சேரி’ என்ற பெயரோடு பொருந்துகிறது; தமிழ்மொழியில் புதுச்சேரி ‘புதிய ஊர்’ என்று பொருள் என்று அவர் மேலும் தெரிவிக்கிறார்[12].

மார்ட்டிமர் வீலர் இவர்களைக் காட்டிலும் ஒரு படி மேலே சென்று ‘பொதுகா’ இன்றைய புதுச்சேரியே என்று கூறுகிறார். அரிக்கமேட்டு நகரம் ‘பொதுகா’; ‘புதுச்சேரி’ என்ற பெயர் ‘பெரிப்ளஸ்’ மற்றும் ‘டாலமி’யின் நூலில் ‘பொதுகா’, ‘பொதுகே’ என்று குறிப்பிடப்பட்டுள்ளது; நகரம் வடக்கால் ஓரிரு மைல்கள் நகர்ந்து, இன்றைய புதுச்சேரியாக விளங்குகிறது; இடம் மாறினாலும் அதன் பெயர் 19 நூற்றாண்டுகளாக மாறவில்லை என்கிறார்[13].

பொதிகை பொதுகா அல்ல

ஐரோப்பியர்களின் வருகைக்கு முன் புதுச்சேரி என்ற பெயர் வழக்கில் இருந்ததற்கான சான்று ஏதும் இல்லை. அகத்தியர் பொதிகை மலையிலிருந்து இங்கு வந்து தங்கியதால் புதுச்சேரிக்குப் ‘பொதிகை’ என்ற பெயர் ஏற்பட்டது. ‘பொதிகை’ கிரேக்க மொழியில் ‘பொதுகே’வாக மாறியது என்பது சிலருடைய கருத்து. இராவதம்

மகாதேவன் இக்கருத்தை வழிமொழிந்துள்ளார்[14]. ஆனால், இது சான்றுகளற்ற ஓர் ஊகமே.

சீன மொழியில் குறிப்பு

சீனாவில் 'யுவான்-ஷி' எனப்படும் 14-ஆம் நூற்றாண்டில் உருவாக்கப்பட்ட யுவான் அரசர் குல (dynasty) ஆண்டு தொகுப்பேடுகள் (annals) (1271-1368), சோழமண்டலக் கரையில் 'சின்-கன்' (Xin-cun) என்ற ஒரு துறைமுகத்தைக் குறிக்கின்றன. அத்துறைமுகத்திற்கு 1281-இல் சீனத் தூதுவர்கள் வந்ததாகவும் தெரிவிக்கின்றன. 'சின்-கன்' துறைமுகம், சோழமண்டலக் கரையின் துறைமுகங்களான காவிரிப்பூம்பட்டினம், சதுரங்கப்பட்டினம், திருக்கோபுரம் அல்லது சிந்தாமணியாக இருக்கக்கூடும் என்று கருதப்பட்டது. 'நொபோரு கரஷிமா' (Noboru Karashima) அத்துறைமுகம் புதுச்சேரி என்று கூறுகிறார். 'சின்-கன்' என்ற சொல்லுக்கு சீன மொழியில் 'புதிய கிராமம்' என்று பொருள், எனவே அது புதுச்சேரியைக் (புதிய சேரி- புதிய ஊர்) குறிக்கிறது என்பது அவருடைய வாதம்.

புதுச்சேரிப் பகுதியில் சீன மற்றும் தென்-கிழக்கு ஆசியாவின் 12-14-ஆம் நூற்றாண்டு மட்பாண்டங்கள் கிடைத்திருப்பதால், அக்காலத்தில் புதுச்சேரி ஒரு முக்கியமான துறைமுகமாகவும் வணிக மையமாகவும் இருந்திருக்க வேண்டும் என்று அவர் கருதுகிறார்.

அரிக்கமேட்டிக்குத் தெற்கில் ஏறத்தாழ 10 கி.மீ. தொலைவில் உள்ள மணப்பட்டு என்ற கடற்கரை கிராமத்தில் நடுக்காலத்தின் பிற்பகுதியைச் (late medieval period) சேர்ந்த சீன, தென்-கிழக்காசிய மட்பாண்டங்கள் பெருமளவில் கிடைத்திருப்பதாகவும் அவர் கூறுகிறார்[15].

புதுச்சேரி பற்றிய முதல் பதிவு

ஆனால், அவருடைய வாதம் ஏற்றுக்கொள்ளக்கூடியதாக இல்லை. காரணம், 'ழுவ தி பரோஸ்' (João de Barros) எழுதிய 'ஆசியாவின் பதிகங்கள்' (Décadas da Ásia - Decades of Asia) என்ற போர்த்துகீசிய நூலில்தான் 'புதுச்சேரி' (Puducheira) என்ற பெயர் முதன்முதலாகக் காணப்படுகிறது. அப்பெயர் காணப்படும் நூலின் முதல் தொகுதி 1552-ஆம் ஆண்டில் வெளிவந்தது. இந்நூல் இந்தியா, ஆசியா மற்றும் தென்கிழக்கு ஆப்ரிக்காவில் போர்த்துகீசியர்களின் வரலாற்றைக் கூறுகிறது.

இந்தியாவின் சோழமண்டலக்கரையைப் பற்றியும் அதில் காணப்பட்ட ஊர்களைப் பற்றியும் அந்நூல் குறிப்பிடுகிறது.

குமரிமுனையில் (cabo Comorij - Cape Comorin) தொடங்கி கிழக்குக்கரையின் இறுதியில் அமைந்திருந்த 'கடிகம்' துறைமுகம் (porto de Catigam - port of Catigam) வரையிலான தொலைவு 1750 கி.மீ. (50 leagues). கிழக்குக்கரையில் 'பிஸ்நகா' (Bisnaga) (இது தமிழகத்தை அப்பொழுது ஆண்ட விஜயநகர அரசைக் குறிக்கிறது.), 'ஒரிசா' (Orixá), 'வங்காளா' (Bengalá) ஆகிய மூன்று அரசுகள் இருந்தன.

குமரி முனையிலிருந்து வடக்கில் கரையோரமாக பின்வரும் ஊர்கள் இருந்ததாக அந்நூல் கூறுகிறது: (ஊர் தெரியவில்லை) (Tacancurij), மணப்பாடு (Manapar), வைப்பாறு (Vaipar), திருச்செந்தூர் (Trechandur); (ஊர் தெரியவில்லை) (Callegrande), (கொற்கை) (Chereacalle), தூத்துக்குடி (Tucucuri), வேம்பார் (Bembar), கோடியக்கரை (Calecare), வேதாரண்யம் (Beadala), (ஊர் தெரியவில்லை) (Manancort), (ஊர் தெரியவில்லை) (Canhameira), நாகப்பட்டினம் (Negapatan), நாகூர் (Nahor), திருமலைராயன்பட்டினம் (Triminapatan), தரங்கம்பாடி (Tragambar), திருமுல்லைவாசல் (Triminavaz), கொள்ளிடம் (Coloran), புதுச்சேரி (Puducheira), காலாப்பட்டு (Calapate), கூனிமேடு (Conhomeira), சதுரங்கப்பட்டினம் (Sadrapatan), மைலாப்பூர் (Meliapor - சாந்தோம் - S. Thomé)[16].

இவற்றையெல்லாம் நோக்கும்போது, 'பொதுகா' அரிக்கமேட்டைக் குறித்தது என்பதும் 'பொதுகா'/அரிக்கமேடும் இன்றைய புதுச்சேரியும் வெவ்வேறானவை என்பதும் தெளிவாகிறது!

இ. துறைமுகம் எங்கே?

அகழ்வாய்வில் கிடைத்துள்ள ஆதாரங்களிலிருந்து அரிக்கமேடு துணி நெய்தல், மட்பாண்டம் செய்தல், குமிழ்மணி செய்தல், சங்கு வளையல் செய்தல் ஆகிய உற்பத்தித் தொழில்களில் ஈடுபட்டிருந்தது தெரியவருகிறது. கப்பல் துறையும், ஏற்றுமதி இறக்குமதிப் பொருட்கள் காணப்பட்டாலும், துறைமுகத் தொடர்புடைய அகச்சான்றுகள் கிடைத்தில என்பது உண்மையே!

தூர்ந்துபோன கழிமுகம்

அரியாங்குப்பத்தாற்றின் கழிமுகம் 18-ஆம் நூற்றாண்டுக்கு முன்னரே தூர்ந்துபோயிருக்க வேண்டும். 1678-இல் புதுச்சேரிக்கு வந்த வானவியலாளர் 'லெ ழாந்த்தி' (Le Gentil) கழிமுகத்தைப் பற்றி விவரித்துள்ளார்: ஆண்டின் பெரும்பாலான காலத்திற்கு ஆற்றின் கழிமுகம், கடல் அங்கு அடித்துவரும் மணலால் மூடப்பட்டிருக்கும்; பின் அங்கு ஒரு மண்மேடு (dike) தோன்றும்;

அதில் நடந்து ஆற்றைக் கடக்கலாம். மழைக் காலத்தில் கழிமுகம் திறந்து கடல்நீர் ஆற்றுக்குள் புகும். நீர் மட்டம் குறைவாக இருந்தால், ஆற்றை நடந்து கடக்கலாம்; அதிகமாக இருந்தால் பல்லக்கிலோ அல்லது கட்டுமரங்களிலோ சென்று ஆற்றின் அக்கரைக்குச் செல்லலாம்[17].

மேலும், "ஒரு துறைமுகம் இருந்திருந்தால், இந்தியா முழுமைக்கும் புதுச்சேரி முதன்மையாக இருந்திருக்கும், குறிப்பாக வணிகத்தில்; இந்தப் பெரிய அழகான நாட்டின் பிற பகுதிகள் புதுச்சேரிக்குத் திரை செலுத்துபவைகளாக மாறியிருக்கும்... ஒரு துறைமுகத்தின் முக்கியத்துவத்தை பிரஞ்சியர்கள் நன்றாக உணர்ந்திருந்தார்கள். நான் புதுச்சேரிக்கு வந்தபோது, அரியாங்குப்பத்தாற்றில் ஒரு துறைமுகத்தை உருவாக்க வேண்டும் என்று ஒரு காலத்தில் கிழக்கிந்திய கும்பனிக்கு ஆலோசனை தெரிவிக்கப்பட்டதாக என்னிடம் கூறப்பட்டது. ஆனால், அவ்விதமான ஒரு துறைமுகம் கட்டுவதற்கு எவ்வளவு செலவாகும்! துறைமுகம் கட்டுவதற்கு முடியுமா? அக்கருத்தை நான் நன்கு ஆய்ந்து பார்த்தேன். மனித முயற்சியால் அது முடியாது; துறைமுகங்களாகட்டும் அல்லது கலைகளாகட்டும், இயற்கை மட்டுமே அவைகளை உருவாக்க முடியும்!" என்று 'லெ ழாந்த்தி' கூறியிருப்பதால் 18-ஆம் நூற்றாண்டில் கூட அரிக்கமேட்டின் துறைமுகப் பகுதி காணப்படவில்லை என்பது புலனாகிறது[18].

அரிக்கமேடு புதையுண்ட பெரிய நகரம்

அரிக்கமேட்டுப் பகுதியில் ஒரு பெரிய நகரம் புதையுண்டுள்ளது. அது ஒரு துறைமுகமாக இருந்தது என்றார் மார்ட்டிமர் வீலர் (1946). புதையுண்ட நகரத்தின் எல்லையையும் அவர் அகழ்வாய்வுகளின்போது கண்டறிந்தார். நகரின் மையப் பகுதி மேற்கால் ஆற்றுக்கடியில் இருக்க வேண்டும் என்றார் அவர். அந்த நகரத்தின் ஒரு சிறு பகுதி மட்டும் கண்டுபிடிக்கப்பட்டுள்ளது என்றார் கசால்[19]. அதற்கேற்ப, 1886-ஆம் ஆண்டில், அரியாங்குப்பத்தில் ஆற்றின் குறுக்கே (அரிக்கமேட்டுப் பகுதிக்கு 1½ கி.மீ. மேற்கில்) பாலம் கட்டுவதற்காகத் தரையைத் தோண்டியபோது, கருங்கல் சிற்பம் ஒன்றின் உடைந்தபகுதி, கல்லாக மாறியிருந்த விலங்கின் முதுகெலும்பு, நிலக்கரியாக மாறிக்கொண்டிருந்த மரத் துண்டுகள் மற்றும் பண்டைக்காலச் செங்கற்கள் முதலானவை கிடைத்தன[20]. ஆக, அரிக்கமேடு என்ற நகரத்தின் பகுதி அரியாங்குப்பம் ஆற்றுப்பாலம் வரை நீண்டிருக்கவேண்டும்.

அரிக்கமேடு துறைமுகம் அல்ல

அரிக்கமேட்டின் மிகவும் வியப்பான கட்டுமானம் 'கசால்' கண்டுபிடித்த மூன்று மீட்டர் அகலமும் 39 மீட்டர் நீளமும் கொண்டபெரிய செங்கல் சுவராகும். ஒரு கட்டடத்தின் சுவர் போன்று அது காணப்படவில்லை. அச்சுவர், துறைமுகத்தின் ஒரு பகுதியாகவோ, கப்பல்/படகுத்துறை மேடை (wharf) அல்லது துறைமுகத்தின் சுற்றுச்சுவராகவோ இருந்திருக்கலாம் என்று கசால் கருதினார்[21].

ஆனால், ஆய்வாளர் மொரே அரிக்கமேடு ஒரு துறைமுக நகரம் என்பதை ஏற்க மறுக்கிறார். "அங்கு ஒரு யவன இருக்கை இருந்தது என்று மூவோ துய்ப்ரேய், மூான் தேலோஷ், பட்டாபிராமன் போன்றோர் நம்புவது பொருந்தாத வாதம். ஏனெனில் ஓர் இயற்கைத் துறைமுகம் இயங்குவதற்கான சூழலோ அமைப்புகளோ அங்கில்லை; மழைக்காலங்களில் அரியாங்குப்பத்து ஆற்றில் நீர் மட்டம் உயர்ந்து, கலங்கள் உள்ளே வர ஏதுவானபோது மட்டுமே சரக்குப் போக்குவரத்து நடந்திருக்கமுடியும்; மற்ற நாட்களில் அது சாத்தியமில்லை. எனவே, அதிகபட்சமாக, அரிக்கமேடு ஒரு துறைமுகத்தின் பின்புலப் பகுதியாக இருக்கலாம்" என்பது அவரது கருத்து[22].

பெருந்துறை, முன்துறை

சங்க இலக்கியங்கள் துறைமுகங்களைக் குறிப்பிடும்போது பெருந்துறை, முன்துறை என்று வகைப்படுத்துகின்றன. 'கொற்கையம் பெருந்துறை', 'புகார் முன்துறை', 'வேறை முன்துறை', 'தொண்டி முன்துறை' என்று அவற்றில் காணலாம். ஆறு கடலோடு கலக்கும் கழிமுகத்தில் அமைக்கப்பட்டிருக்கும் துறைமுகம் பெரிய துறையாகும். ஆற்றின் உள்ளே வந்து சரக்குகளை இறக்குவதற்கு வசதியாக அமைக்கப்பட்ட சிறிய துறைமுகமே முன்துறை எனப்படும். கடலின் அலைச் சீற்றம் காரணமாக பெருந்துறையைத் தாண்டி, ஆற்றினுள் வரமுடியாத மரக்கலங்கள் கடலிலேயே தங்கிவிடும். பொருட்களை அவற்றிலிருந்து சிறிய படகுகள் மூலம் முன்துறை எனப்படும் ஆற்றின் கழிமுகத்தில் உள்ள சிறிய துறைக்குத் தோணிகள் மூலம் கொண்டுவரப்படுவது வழக்கமே. இதை "கலந்தந்த பொற்பரிசம் கழித்தோணியாற் கரை சேர்க்குந்து" என்னும் புறநானூற்று (343: 5-6) வரிகள் (கலங்கள் கொண்டுவந்த சிறந்த பொருட்கள் கழிகளில் இயங்கும் தோணிகளால் கரை சேர்க்கப்படும்.) புலப்படுத்துகின்றன.

அரிக்கமேடு, கடலில் இருந்து சற்றே உள்தள்ளி, அரியாங்குப்பம் ஆற்றின் கரையில் அமைந்திருப்பதால், "அடுபோர் வேளிர் வீரை முன்துறை" (அகம் 206:13) (வெற்றிவாய்ந்த போரினைப் புரியும் வேளிர்களுக்கு உரிமையான வீரை முன்துறை) என்று அகநானூறு

குறிப்பிடும் சங்க கால 'வீரை முன்துறை' அரிக்கமேடாக இருக்கலாம்; அகழ்வாய்வில் சிறிய படகுகள் வந்து நிறுத்துவதற்கு ஏதுவாக படகுத் துறை கண்டறியப்பட்டது இதற்குச் சான்றாக இருக்கலாம்[23].

17, 18-ஆம் நூற்றாண்டுகளின் நிலப் படங்களிலும், பதிவுகளிலும், அரியாங்குப்பம் ஆற்றின் கழிமுகம் சிறு கப்பல்களின் போக்குவரத்துக்குச் சாதகமாகவே இருந்தது. நிகோலஸ் தெ பெர் (Nicolas de Fer) 1705-இல் தயாரித்த வரை படத்தில் அதன் ஆழம் (12 வீச்சு) சுமார் 22 மீட்டராகக் காட்டப்பட்டுள்ளது. சிறு கப்பல்களும், பெரிய படகுகளும் உள்ளே வந்த போக இது நிச்சயமாகப் போதுமானது[24].

இவை அனைத்தும் கடந்த நான்கு நூற்றாண்டுகளில் காணப்படும் நிலையே. அரிக்கமேட்டின் கடல் வணிகக் காலத்தில் இருந்த நிலவியல் அமைப்பு தற்போதும் இருக்க முடியாது.

கடல் கொண்டதா?

தமிழக வரலாற்றில், இதுகாறும் நான்கு கடல்கோள்கள் நடந்துள்ளன என்கிறது அறிவியல்.

"மலிதிரை யூர்ந்துதன் மண்கடல் வெளவலின்
மெலிவின்றி மேற்சென்று மேவார்நாடு இடம்படப்
புலியொடு வில்நீக்கி புகழ்பொறித்த கிளர்கெண்டை
வலியினான் வணக்கிய வாடாச்சீர்த் தென்னவன்"

என்று பாண்டியர்களைக் கலித்தொகை (கலித்தொகை, 104: 1-4.) போற்றுகின்றது.

('தனது மண்ணை கடல் கொள்ள பாண்டிய அரசன், சோழர் மற்றும் சேரரை வென்று அவர்களது புலி, வில் சின்னங்களை நீக்கி, 'கெண்டை மீன்' ஆகிய தனது சின்னத்தை அவர்களின் ஆட்சிப் பகுதியில் நாட்டினான் - அதாவது அவர்களின் ஆட்சிப்பரப்பைத் தனதாக்கிக் கொண்டான் - என்பதாகும்.)

"பஃறுளி யாற்றுடன் பன்மலை அடுக்கத்துக் குமரிக் கோடுங் கொடுங்கடல் கொள்ள" என்று சிலப்பதிகாரம் (காடுகாண் காதை: 19-20) கடல்கோள்கள் தமிழ் நிலத்தை வவ்வியதைக் காண்பிக்கிறது. இவ்வாறு, ஏறத்தாழ 9,000 ஆண்டுகளுக்கு முன்பு நடந்த கடல்கோளில்தான் கன்னியாகுமரிப் பகுதியின் பண்டைய தென்புற நீட்சி கடலில் மூழ்கியதாகப் பதிவுகள் உள்ளன. பூம்புகாரைக் கடல் கொண்டதும் அதுபோழ்தே என்று கருதப்படுகிறது.

பாகூர் கல்வெட்டுச் செய்தி

பல்லவர் காலத்தில் கட்டப்பட்ட பாகூர் சிவன் கோவிலில் காணப்படும் ஒரு கல்வெட்டு கடல்கோளால் இப்பகுதியில் ஏற்பட்ட அழிவினைப் பதிவிட்டுள்ளது. பாகூர் கிராமம் கடலிலிருந்து நான்கு காதம் தொலைவில் உள்ளதாக அக்கல்வெட்டில் காணப்படுகிறது. ஆனால், இன்று கடலிலிருந்து பாகூர் ஒரு காத தொலைவு சுருங்கிவிட்டது. அதாவது, மூன்று காதம் நிலத்தைக் கடல் கொண்டுவிட்டது[25].

முடிப்பாக, இருபதாம் நூற்றாண்டு வரையிலான ஆய்வாளர்கள் அவ்வப்போதைய இயற்கை அமைப்பையும், கால நிலையையும் வைத்தே கருதுகோள்களையும் முடிவுகளையும் முன்மொழிந்துள்ளனர். 'பொதுகா' இயங்கிய காலத்தின் காலச் சூழலும், நிலவமைப்பும் தெரிந்தில. எனினும், இதுவரை கிடைத்துள்ள தரவுகளின் அடிப்படையில், "அரிக்கமேடு தற்போது காணப்படுவதைவிடவும் பெரிய நகரமாகும்; அதன் தென்பகுதி ஓர் உற்பத்திச் சாலைகள் நிறைந்த பகுதி; அதில் ஒரு பாதி ஆற்றினுள் மூழ்கியுள்ளது. வடபகுதி ஒரு துறைமுகத்தின் பின் புலப் பகுதியாகும். இப்பகுதியின் கிழக்கு நோக்கிய நீட்சியில்தான் துறைமுகம் அமைந்திருக்கவேண்டும். ஆதலால், அது கடலுக்குள் ஆழ்ந்திருக்கக்கூடும்" என்று உறுதியாக நம்பலாம்.

எனவே, அரிக்கமேட்டுக் காலத்தில், அதாவது இரண்டாயிரம் ஆண்டுகளுக்கு முன், அப்பகுதியின் ஆற்றுப்பகுதி ஆழமாக இருந்திருக்கவேண்டும்; புறநானூறு கூறுவது போல், கிரேக்கக் கப்பல் கடலில் நிற்க, தோணிகள் மூலம் பொருட்கள் முசிறித் துறைமுகத்தில் வந்திறங்கியது பொல் அரிக்கமேட்டிலும் நடந்திருக்க வேண்டும். கசால் கண்டுபிடித்த கப்பல்துறை மேடை துறைமுகத்தின் ஒரு பகுதியாக இருந்திருக்க வேண்டும். அகழ்வாய்வு அகன்ற பரப்பில் மேற்கொள்ளப்படாததால், முழு துறைமுகத்தையும் கண்டுபிடிக்க முடியாமல் போயிருக்கலாம். துறைமுகத்தை ஆறு அடித்துச் சென்றுவிட்டதற்கும் வாய்ப்புண்டு.

ஈ. அண்மைக்கால கண்டுபிடிப்புகள்

பூம்புகார் பற்றிய புதிய உண்மைகள்

'தேசிய ஆழ்கடல் ஆராய்ச்சிக் கழகம்' கடந்த **1990**-ஆம் ஆண்டு முதல் **1993**-ஆம் ஆண்டுவரை நடத்திய ஆய்வின் போது, பூம்புகார் கடற்பகுதியிலிருந்து தரங்கம்பாடி வரையிலான

கடற்பகுதியில் சுமார் 3 கி.மீ. தொலைவிற்குள் பரவலான பல வட்ட வடிவக் கிணறுகள் இருப்பது கண்டு பிடிக்கப்பட்டது. இது தவிர சங்க காலத்தைச் சார்ந்தது எனக் கருதப்படும் சுட்ட செங்கற்களால் ஆன 'ட' வடிவ கட்டடம் ஒன்றும் கண்டறியப்பட்டது. இத்துடன் நீரில் சுமார் 25 அடி ஆழத்தில் குதிரை குளம்பு வடிவில் 85 அடி நீளமும், 2 மீ. உயரமும் கொண்ட பல கட்டுமானங்கள் கண்டறியப்பட்டன. இவை அனைத்தும் பூம்புகார் கடற்பகுதியில் ஒரு பெரிய நகரம் மூழ்கியிருக்கக்கூடும் என்பதைக் குறிகாட்டின. ஆயினும், தேசிய ஆழ்கடல் ஆராய்ச்சிக் கழகம் தன்னுடைய ஆய்வினை நிதிப் பற்றாக்குறை காரணமாகப் பாதியில் நிறுத்திவிட்டது.

இந்நிலையில் கடந்த 2001-ஆம் ஆண்டு பூம்புகார் கடற்பகுதியில் அகழ்வாய்வு மேற்கொண்ட 'கிரஹாம் ஹான்காக்' (Graham Hancock) என்ற இங்கிலாந்து நாட்டு ஆழ்கடல் ஆய்வாளர் இந்திய நிலவியல் அறிஞர்கள், மீனவர்கள் உதவியுடன் கடலுக்கடியில் சென்று, அதி நவீன 'சைட் ஸ்கேன் சோனார்' (site scan sonar) என்ற கருவி மூலம் ஆய்வுகளை மேற்கொண்டார். பூம்புகார் கடற் பகுதியில் குறுக்கும் நெடுக்குமாக நீண்ட அகலமான தெருக்களுடன், உறுதியான கற்களால் கட்டப்பட்ட கட்டடங்களின் இடிபாடுகளுடன் கூடிய ஒரு பிரம்மாண்ட நகரம் மூழ்கியிருப்பதைக் கருவி துல்லியமாகக் காட்டியது. பின்னர் அக்காட்சிகளை, கிரஹாம் ஹான் காக் (Graham Hancock) வீடியோ படமாகவும், நவீன காமிராக்கள் மூலம் நிலைப்படங்களாகவும் எடுத்தார். அதில் மண்ணாலும் கல்லாலுமான கருவிகள், மனித எலும்புகள், வீட்டுச் சுவர்கள், பாத்திரங்கள், ஆபரணங்கள், வீட்டு முற்றங்கள், பெரிய குதிரை வடிவ பொம்மைகள் ஆகியவை காணப்படுகின்றன.

இந்த நகரம் கடலில் சுமார் 75 அடி ஆழத்தில் புதையுண்டிருப்பதை ஆய்வாளர் கண்டறிந்தார். இன்றைக்கு சுமார் 17 ஆயிரம் ஆண்டுகளுக்கு முன்பு 'ஐஸ் ஏஜ்' (ice age) எனப்படும் பனிக்கட்டிக் காலத்தின் நகரங்கள் கடலுள் மூழ்கியதாக வரலாறு தெரிவிக்கின்றது. சுமார் 11 ஆயிரம் ஆண்டுகளுக்கு முன்பு கடல்மட்டம் 75 அடி உயர்ந்திருக்கக்கூடும் என்றும். அதனை வைத்துப் பார்க்கும்போது இந்த நகரம் 11 ஆயிரத்து 500 ஆண்டுகால பழமை வாய்ந்தது என்றும் இங்கிலாந்து நாட்டு மற்றோர் வல்லுநர் கிலன் மில்னே (Guillen Milne) அறிவித்தார்.

கடல் விழுங்கிய பூம்புகார் நகரம் கண்டுபிடிக்கப்பட்டது?

அண்மையில் மத்திய அரசின் அறிவியல் தொழில்நுட்பத் துறையின் சார்பில் பாரதிதாசன் பல்கலைக்கழகத் தொலை உணர்வுத் துறையின் பேராசிரியர் சோம. இராமசாமி தலைமையில், 2019 முதல் மூன்று ஆண்டுகளாகத் தஞ்சை டெல்டாவை ஒட்டிய ஆழ்கடல் பகுதியில் மேற்கொள்ளப்பட்ட ஆய்வு மூழ்கிப்போன பூம்புகார் நகரம் பற்றிப் புதிய வியக்கத்தக்க முடிவுகளை வெளிக்கொண்டு வந்துள்ளது.

கடலுக்குள் இறங்கித் துழாவாமல் கப்பலில் இருந்தவாறே செயற்கைக்கோள் (satellite) படங்கள் மூலமும், அவற்றுடன் கடல் தரைமட்டப் பகுதிகளைப் படம் எடுக்கும் கடல் தரைமட்ட அளவீடு (General Bathymetric Chart of the Oceans- GEBCO) அத்துடன் கடலடி ஒலிக்கற்றை எதிரொலி அளவீடு கருவி (Multi-Beam Echo -Sounder - MBES) போன்ற புதிய தொழில்நுட்பங்கள் மூலம் அழிந்து போன நகரின் முப்பரிமாணப் படங்கள் கிடைத்துள்ளன.

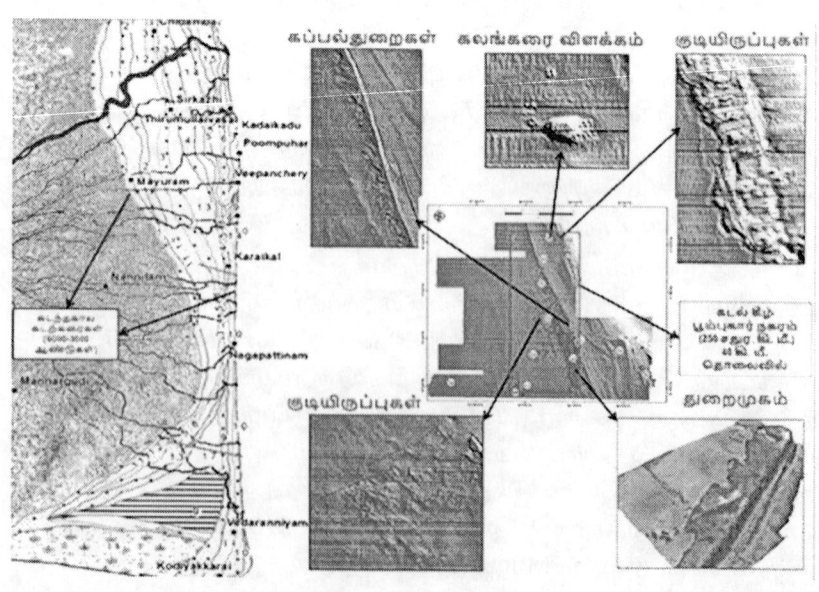

பூம்புகார் ஆய்வுப் படம்

இந்த ஆய்வின் முக்கிய முடிவுகள்:

1. கடற்கரை தற்போதைய நிலையில் இருந்து சுமார் 40 முதல் 50 கி.மீ. கிழக்காக இருந்திருக்க வேண்டும்.

2. கரையில் இருந்து சுமார் 30, 40 கி.மீ. தூரத்தில் கடலுக்கு கீழே 50 முதல் 100 மீ. ஆழத்தில் ஏறத்தாழ 250 சதுர கி.மீ. பரப்பளவில் ஒரு துறைமுக நகரம் அமைந்துள்ளது. அந்த நகரத்தில் ஒரு பெரிய துறைமுகமும், அதனை ஒட்டி,மிகப்பெரிய கப்பல் துறைகளும், அதைச் சுற்றிலும் பலவிதமான கட்டடங்களைக் கொண்ட குடியிருப்புகளும், அழியும் நிலையில் தூண்களுடன் ஒரு கலங்கரை விளக்கமும் அமைந்துள்ளன.

3. இந்தத் துறைமுகம் வடக்கு தெற்காக 11 கி.மீ. நீளமும் கிழக்கு மேற்காக 2.5 கி.மீ. அகலமும் கொண்டிருந்தது. அதில் கப்பல் போக்குவரத்துக்காக நீண்ட கால்வாய்களும், கப்பல்களைத் திருப்புவதற்காகக் குறுக்கு வாட்டில் கால்வாய்களும் காணப்பட்டன.

கால்வாய்களுக்கு இடையே காணப்பட்ட அகலமான உயரமான நிலப் பகுதிகள் சரக்குகளை ஏற்றி, இறக்கும் துறைகள் எனலாம். இந்தத் துறைமுகத்திற்கு கிழக்கே சுமார் 70, 80 கப்பல்கள் நிறுத்த ஏதுவாக ஏறத்தாழ 30 கி.மீ. தூரத்திற்குக் கப்பல் துறைகள் காணப்படுகின்றன.

4. துறைமுகத்தையும் கப்பல் தளங்களையும் அலைகளின் நேரடித் தாக்குதல்களில் இருந்து காப்பாற்றுவதற்காக, துறை முகத்திற்கும் துறைகளுக்கும் இடையே, வடக்கு தெற்காக 40 கி.மீ. நீளத்திற்கு 3, 4 மீ. உயரமான மணல்மேடுகள் காணப்படுகின்றன.

5. ஆய்வுக்குழுவினரின் முடிவின்படி, இந்த நகரம் சுமார் 15,000 ஆண்டுகளுக்கு முற்பட்டது என்று கணக்கிடப்பட்டுள்ளது.

6. துறைமுகத்திற்கு வடக்கே சுமார் நான்கு சதுர கி.மீ. பரப்பளவில் குடியிருப்புகள் காணப்படுகின்றன. ஆனால், அவை மணலால் மூடப்பட்டுக் கிடக்கின்றன. அதுமட்டுமன்றி, கடற்கரை மணல்மேட்டில் சுமார் 12 கி.மீ. நீளத்திற்குச் சுற்றுச்சுவருடன் கூடிய கட்டடங்கள் காணப்படுகின்றன.

7. இதேபோன்று துறைமுகத்திற்கு 10 கி.மீ. தென்கிழக்கிலும சுற்றுச்சுவருடன் கூடிய கட்டடங்கள் அழிந்த நிலையில் காணப்படுகின்றன. அதற்கு வடக்கே 10 கி.மீ. தூரத்தில் அழிந்த நிலையில் உள்ள ஓர் கலங்கரை விளக்கமும் கண்டுபிடிக்கப்பட்டது.

இந்த ஆய்வில், கடலுக்குக் கீழே 3 மிகப்பெரிய டெல்டாக்களைக் காவிரி நதி உருவாக்கி உள்ளதும் காணப்பட்டுள்ளது. ஆகவே, இதுவரை மூன்று முறை பூம்புகார் நகரம் கடலால் விழுங்கப்பட்டு, அதன் பின்புலத்தில் மூன்று புதிய நகரங்கள் (பூம்புகார் 1, 2, 3) அமைக்கப்பட்டிருக்கவேண்டும் என்பது குழுவின் முடிவு.

மேலும் காவிரி வண்டல் பகுதிக்கும் கிழக்கே, தற்போதைய பூம்புகாருக்கும் ஆய்வில் கண்டுபிடிக்கப்பட்ட நகரப் பகுதிக்கும் இடையே கடலின் கீழே ஆழமான பள்ளத்தாக்குகளும், பெரிய நீர்வீழ்ச்சியும் காணப்படுகின்றன. எனவே, சுனாமி, கடல்மட்ட உயர்வு, பெருவெள்ளம், பெரும்புயல் ஆகிய பேரிடர் காலத்தில் பழைய பூம்புகார் நகரம் அழிந்திருக்க வேண்டும் என்று தெரிகிறது.

அத்துடன் வங்கக் கடற்கரை ஓரமாக, தெற்கு வடக்காக மயிலாடுதுறை வரையில் ஏழு கடலோர மணல்மேடுகள் காணப்படுகின்றன என்கிறது ஆய்வு[26].

சோம. இராமசாமி குழுவினரின் முடிவுகள் நேரடியாகக் கடலுக்குள் அகழ்ந்து காணப்படாத தகவல்கள் என்பதால் அவை கடும் குறைகூறலுக்கு உள்ளாகி உள்ளன. எனினும், கிரஹாம் ஹான்காக், கிலன் மில்னே முடிவுகளைப் புறந்தள்ளாமல் பார்த்தால் வங்கக் கடலுக்குள் பண்டைய நகரங்கள் தண்ணீருக்குள் தத்தளித்துக்கொண்டிருப்பதை மறுக்க முடியாதல்லவா?

பூம்புகார் பற்றிய இந்த புதிய ஆய்வு வங்கக் கடற்கரையோரம் அரிக்கமேட்டிற்கு சுமார் 10 கி.மீ. தூரத்தில்தான் மேற்கொள்ளப்பட்டு இருக்கிறது என்பதால் இதனுடைய நீட்சி புதுச்சேரி கடற்கரை பகுதிகளிலும் எதிரொலிக்கும் என்பதில் ஐயமில்லை.

மேலைநாட்டுத் தொல்லியல் அறிஞர்கள், கடல் ஆராய்ச்சி-யாளர்களின் கவனம் பூம்புகாரின் பக்கம் திரும்பியுள்ளபோது, இந்திய ஆராய்ச்சியாளர்களும், நடுவண், புதுச்சேரி அரசுகளும் அரிக்கமேடு பற்றி அறிந்து கொள்ள ஆர்வம் காட்டவில்லை என்பது வருத்தத்துக்குரிய உண்மை.

புதுச்சேரிக் கடலில் ஒரு சுவர்

அண்மையில் புதுச்சேரிக் கடற்பகுதியில் கரையிலிருந்து 2½ கி.மீ. தூரத்தில் ஒரு 16 கி.மீ. நீளத்திற்கு ஒரு மதிற்சுவர் இருப்பதாகவும், அது 30 மீ. ஆழத்தில் இருப்பதாகவும் கூறப்படுகிறது. அச்சுவர் அரிக்கமேடு அமைந்துள்ள அரியாங்குப்பத்தாற்றின் கழிமுகத்தில் தொடங்கி தெற்கால் நரம்பை கிராமம் வரை செல்கிறது; சுவற்றை ஒட்டி மரக்கலங்கள் சென்று வருவதற்கு ஏதுவாக ஒரு கால்வாய் போன்ற அமைப்பு உள்ளது; அது ஒரு

கோட்டையின் பகுதியாகவோ அல்லது ஒரு தடுப்புச் சுவராகவோ இருந்திருக்கலாம் என்று கருதப்படுகிறது.

ஒருங்கிணைந்த பெருங்கடல் பண்பாட்டு ஆய்வு நிறுவனத்தின் (Integrated Ocean Culture Research Foundation) தலைவரான ஒடிசா பாலு அச்சுவற்றை ஆராய்ந்து, அது பத்து அல்லது இருபதாயிரம் ஆண்டுகள் பழமையானது என்றும் எயிற்பட்டினத்தின் ஒரு பகுதியாக இருக்கலாம் என்றும் கூறியுள்ளார்[28]. நல்லூர் நத்தத்தனார் சிறுபாணாற்றுப்படையில் குறிப்பிடும் எயிற்பட்டினம் மரக்காணத்தைக் குறிக்கிறது என்று ஆய்வாளர்களால் ஏற்றுக்கொள்ளப்பட்டிருக்கும் நிலையில், அவரது கூற்று ஏற்றுக்கொள்ளத்தக்கதாக இல்லை. எயில் என்பது மதில் என்றால், அது எங்கும் இருக்கலாமே! இப்போது குறிப்பிடப்படும் சுவர் என்பது மிகவும் பழங்காலத்தைச் சேர்ந்தது என்பதும் உறுதி செய்யப்படவேண்டும்.

இதைத் தொடர்ந்து கடலில் மூழ்கி ஆராய்ந்த பேராசிரியர் இராஜன், நகரக் கழிவுகளால் கடல் மிகவும் கலங்கிக் காணப்படுவதால், மேற்கொண்டு எதையும் துல்லியமாகக் காணமுடியவில்லை என்கிறார்.

கடலுக்கடியில் இருப்பது ஒரு கட்டுமானமாக இருந்தால் அது அரிக்கமேட்டோடு கண்டிப்பாக தொடர்புள்ளதாக இருக்கும். அதையும் அரசு ஆய்ந்தறிவதற்கு முயற்சிக்க வேண்டும்.

சுனாமியின்போது

2004-ஆம் ஆண்டில் ஆசிய, ஆப்பிரிக்கக் கடற்கரைப் பகுதிகளைப் புரட்டிப் போட்ட ஆழிப் பேரலை (tsunami) புதுச்சேரிப் பகுதியையும் விட்டு வைக்கவில்லை. கடலின் வயிற்றிலிருந்து அது கொண்டு வந்து தள்ளிய பொருட்களில் ஏராளமான குமிழ்மணிகளும், கற்களும் அரிக்கமேட்டுத் தொல்லெச்சங்களை ஒத்திருந்தன. அங்கே தேடலை வேண்டும் தடயங்கள் அல்லவா அவை!

மீனவர் வலையில் சிக்கிய உடைந்த பெருமாள் சிலை

புதுச்சேரி, சின்ன காலாப்பட்டு கிராமத்தைச் சேர்ந்தவர் மீனவர் இராமச்சந்திரன். இவர், தனது மகன்களுடன் 2023 சூன் 25 காலை 'பைபர்' படகில் மீன் பிடிக்கக் கடலுக்குச் சென்றார். கரையில் இருந்து 1.5 கி.மீ. தூரத்தில் மீன் பிடித்தபோது, அவரது வலையில் பெருமாள் கற்சிலையின் உடைந்த தலைப் பாகம் சிக்கியது. அதை கரைக்கு கொண்டு வந்த இராமச்சந்திரன், காலாப்பட்டு போலீசாரிடம் ஒப்படைத்தார்.

மீனவர் வலையில் கிடைத்த பெருமாள் சிலையின் தலைப் பாகம்

இராமச்சந்திரன் கூறுகையில், ''முப்பது ஆண்டுகளாக மீன்பிடித் தொழில் செய்கிறேன். எனது முன்னோர் பலரும் கடலில் 1.5 கி.மீ., தூரத்தில் மலை போன்ற வடிவில் கோவில் இருந்ததாகக் கூறியுள்ளனர். அந்த இடத்தில் வலை வீசும்போது, பல முறை வலைகள் கிழிந்துள்ளன. அப்போது அதைக் கண்டுகொள்ளவில்லை. நேற்று வலை வீசும் போது மீன்களுடன், உடைந்த பெருமாள் கற்சிலையின் தலைப் பாகம் கிடைத்தது. அதை, போலீசாரிடம் ஒப்படைத்துள்ளேன்'' என்றார்[28].

காலாப்பட்டு 16-ஆம் நூற்றாண்டில் ஒரு முக்கியமான துறைமுகமாக இருந்ததை 'ழுவ தி பரோஸ்' (João de Barros) 1552-இல் பதிவிட்டுள்ளார். ஆனால் தற்போது அங்குத் துறைமுகம் இருந்ததற்கான சுவடுகள் எவையுமில்லை. ஆகவே, அந்தப் பகுதியையும் கடல் விழுங்கியிருக்க வாய்ப்புண்டு. இக்கருத்தை இச்சிலை உறுதிப்படுத்துகிறது.

உ. மீண்டும் வேண்டும் ஆய்வு

புதுச்சேரிப் பகுதிகளில் கடல் அரிப்பு என்பது தொன்று தொட்டு நிகழ்ந்து வருவது கண்கூடு. தற்போதைய நகரக் கடற்கரையிலிருந்து கடல் சுமார் 70, 80 மீட்டர் தள்ளியிருந்தது என்பது புதுவை வாசிகளுக்கு மறக்கமுடியாத அனுபவம்.

இருபது நூற்றாண்டுகளுக்கு மேலாக ஒவ்வோர் ஆண்டும் பண்டைய அரிக்கமேட்டின் ஒரு பகுதியை அரியாங்குப்பம் ஆறு அடித்துச்சென்றுவிடுகிறது; அதை ஐயப்பன், வீலர், கசால், ஆகியோர்

நேரடியாக உணர்ந்து தெளிவுபடுத்தியுள்ளார்கள். இது காலம் காலமாக நிகழ்கிறது என்பதற்கு ‘லெ மூாந்த்தியின்’ பதிவே ஒரு முன்னோடியாகும்,

1943-இல் ‘பொரேஷ-சுய்ர்லோ’ அகழ்வாய்வு நடந்து கொண்டிருந்தபோது, பெய்த பெருமழையால் ஆற்றின் கரை *300* மீ. நீளத்திற்கும் *6-20* மீ. அகலத்திற்கும் அடித்துச் செல்லப்பட்டது என்பதையும் முன்பே பார்த்தோம்.

தொன்மையான அரிக்கமேட்டுக் களம் அரியாங்குப்பம் ஆற்றின் கிழக்குக் கரையில் அமைந்துள்ளது. முற்காலத்தில் அரிக்கமேட்டின் வளர்ச்சிக்குப் பெரும் துணைபுரிந்த அந்த ஆறு பண்டைய துறைமுகத்தைக் குறிப்பிடத்தக்க அளவிற்கு மண்ணரிப்பால் அழித்தும்விட்டது.

ஆற்றுக்கடியில் ஆய்வு

அரிக்கமேட்டின் மிகப்பழமையான குடியிருப்பின் படிவுப் பொருட்கள் (deposits) தற்போதைய கடல் மட்டத்தைக் காட்டிலும் கீழே ஆற்றுப் படுகையில் உள்ளதால் அவ்விடம் பெரும்பாலும் அகழாயப்படாமல் உள்ளது. அவ்வடுக்கிலிருந்து பொம்மை மரக் கப்பல், கயிறு போன்றவை கிடைத்திருந்தாலும் அதை முழுமையாக ஆராய இயலவில்லை. தற்போது கடல் மட்டத்திற்குக் கீழேயுள்ள மிகப்பழமையான குடியிருப்பின் படிவுப் பொருட்கள் உள்ள மண்ணடுக்கினை ஆழ்கடல் தொல்லியலாளர்கள் (underwater archaeologists) மட்டுமே ஆய்வுசெய்ய இயலும். அத்தகைய ஆய்வு அரிக்கமேட்டின் தோற்றத்தையும் அதன் வளர்ச்சியையும் வெளிக்கொணரும் என்பதில் ஐயமில்லை.

முழுமைபெறாத ஆய்வுகள்

பெரும் வரலாற்றுச் சிறப்பு வாய்ந்த அரிக்கமேட்டில் அகழ்வாய்வுகள் முழுமையாக மேற்கொள்ளப்படவில்லை. கசாலின் ஆய்வில் தொடரமுடியாமல் விட்டுச் சென்ற பெருஞ்சுவற்றைப் பற்றி அறிந்துகொள்ள இயலவில்லை. இதுவரை நடந்த அகழ்வாய்வுகள் அனைத்தும் சிறிய நிலப்பகுதிகளிலும், அரியாங்குப்பம் ஆற்றுக்கு அருகில் உள்ள பகுதியில் மட்டுமே மேற்கொள்ளப்பட்டுள்ளன. அரிக்கமேட்டைப் பற்றிய பெருமையை முழுமையாகத் தெரிந்து கொள்ளவேண்டுமானால் பரந்த நிலப்பரப்பில் நவீன கருவிகளைக் கொண்டு ஒரு புதிய அகழ்வாய்வு நடத்தப்பட வேண்டும்.

புதுச்சேரி நில அளவைத்துறையின் ஆவணங்கள் கடந்த சில பத்தாண்டுகளில் களத்தின் *160* அடிக்கு மண் அடித்துச்

சென்றிருப்பதாகத் தெரிவிக்கின்றன. அண்மைக் காலத்தில் மணல் கொள்ளையர்களும், அது தொல்லியல் துறையால் பாதுகாக்கப்பட்ட பகுதி என்று தெரிந்தும், பெரும்பகுதியைச் சுரண்டிவிட்டார்கள். காலத்தோடு மண் அரிப்பு தடுக்கப்படாவிட்டால் அடுத்த சில பத்தாண்டுகளில் அரிக்கமேடு காணாமல் போய்விடும் என்று 1940-லேயே ஐயப்பன் எச்சரித்தார். அவர் எச்சரித்து 80 ஆண்டுகள் கழிந்தபின்பும் அதுபற்றி நாம் கவலை கொள்ளாதிருக்கிறோம் என்பது மிகவும் வருந்தத்தக்கது!

ஆற்றுப் படுகையிலும் நகரம்

அரிக்கமேட்டுக் களத்தின் மிகச் சிறிய பகுதிமட்டுமே இதுவரை அகழ்வாய்வு செய்யப்பட்டுள்ளது. எனினும், வீலர், கசால் அகழ்வாய்வுகளில் ஒரு தனித்துவமான வணிக மையம் அங்கு இருந்தது தெரியவந்துள்ளது. தென்னிந்தியா முழுமையிலும் அத்தகைய சிறப்புவாய்ந்த வணிக மையம் இதுவரை கண்டுபிடிக்கப்படவில்லை. அரிக்கமேட்டுக் குடியிருப்பின் தொடக்க கால நிலைகள் (phases) ஆற்றுக்கடியில் உள்ளதால் அவற்றை அகழ்வாய்வு செய்வது கடினம். இருப்பினும், மேற்கூறிய இரண்டு அகழ்வாய்வுகளிலும் கண்டுபிடிக்கப் பட்ட பண்டசாலை (warehouse), கப்பல்துறை மேடை (wharf) ஆகியவை ஆற்றையொட்டி உள்ளன. உயரமான பகுதிகளில் உள்ள தொழிற்பகுதிகள், கடைகள் முதலானவற்றிலிருந்து வணிகப்பகுதியின் பரப்பு, மனைத்திட்ட அமைப்பு (lay-out) ஆகியவைகளைக் கண்டுபிடிக்க வேண்டும். மக்கள் வசித்த வீடுகள் இவைகளுக்கிடையே இருந்தனவா என்பது எதிர்கால அகழ்வாய்வுகளில்தான் தெரியவரும். மதவழிபாட்டுக் கூறுகள் மற்றும் நிருவாகக் கட்டமைப்பு பற்றி ஒன்றும் தெரியவில்லை. மண்பாண்டங்கள், செங்கற்கள் தயாரிக்கப்பட்ட இடங்களைப் பற்றியும் அறிந்துகொள்ள முடியவில்லை. அரிக்கமேடு போன்ற ஒரு துறைமுக நகரத்தில் இவையெல்லாம் கண்டிப்பாக இருந்திருக்க வேண்டும்.

புதிய ஆய்வு வேண்டும்

அரிக்கமேட்டின் முழு அளவு, நடுநிலக்கடல் நாடுகளின் வணிகத் தொடர்பிற்கு முந்தைய காலம், அங்கு முதலில் வாழ்ந்த மக்களின் காலம் ஆகியவற்றைத் தெரிந்துகொள்வதற்கு, முறையான நீரடி ஆய்வு மேற்கொள்வதைத் தவிர வேறு வழியில்லை! அரிக்கமேட்டின் விடை தெரியாத வினாக்களுக்கு விடை கிடைப்பதோடு நம் பண்டைய பண்பாட்டைப் பற்றி ஆழமாகத் தெரிந்துகொள்வதற்கும் அத்தகைய புதிய ஆய்வுகள் வழிவகுக்கும்!

அரிக்கமேடு ஒரு வணிக மையம் என்பதால், அதனோடு வணிகம் புரிந்த இடங்களையும், வணிகத்தின் தன்மையையும் தெரிந்துகொள்ளவேண்டும். இவைகளுக்கெல்லாம் விடைகள் கண்டிபிடிக்க ஒரே வழி, அங்கு மீண்டும் ஓர் அகழ்வாய்வை - இதற்கு முன் நடந்த அகழ்வாய்வுகளைக் காட்டிலும் அகன்ற களத்தில், இந்தியத் தொல்லியல் கழகத்தின் (Archaeological Society of India) முன்னெடுப்பில், இந்தியக் கடலாய்வு நிறுவனம் (National Institute of Oceanography - NIO), தேசியக் கடல்சார் தொழில்நுட்ப நிறுவனம் (National Institute of Ocean Technology - NIOT) ஆகியவற்றுடன் இணைந்து, அரியாங்குப்பம் ஆற்றுப் படுகையிலும், வங்கக் கடலிலும் புதிய ஆய்வுகள் மேற்கொள்ள வேண்டும்.

இப்புதிய முயற்சி, புதைந்து கிடக்கும் அரிக்கமேட்டின் தொன்மையையும், பெருமையையும் வெளிக்கொணர்ந்து, இந்திய வரலாற்றைப் புரட்டிப்போடும் என்பதில் ஐயமில்லை!

குறிப்புகள்

1. Wilfred H. Schoff. The Periplus of the Erythraean Sea. 1912, p. 242.
2. Ibid., p. 1
3. Ibid., pp. 46-47.
4. Raman, K.V. Roman contacts with Tamilnadu (South-eastern India - Recent Findings.UNESCO, pp. 2-3.
5. Ibid.
6. Luther Stevenson, Edward. Cladius Ptolemy - The Geography. 1932, p. 150.
7. Casal, J.M. Fouilles de Virampatnam-Arikamedou. 1949, p. 14-15.
8. Wheeler, R.E.M. et al. Arikamedu: an Indo-Roman Trading Station on the East Coast of India. Ancient India, No. 2, 1946, pp. 21-22
9. Dubreuil, Jouveau. Les ruines Romaines de Pondichéry. Bulletin de l'Ecole française d'Extrême Orient, 40, 2: 448-452.
10. Ibid.
11. முருகேசன், சோ. ழுவோ துய்ப்ரேய் நோக்கில் புதுச்சேரி. *2000,* ப. *7-9.*
12. Casal Jean-Marie. Les fouilles de Virapatnam-Arikamedu. Comptes rendus des séances de l'Académie des Inscriptions et Belles-Lettres, 93e année, N. 2, 1949. pp. 142-147.
13. Wheeler, R.E.M. et al. Arikamedu: an Indo-Roman Trading Station on the East Coast of India. Ancient India, No. 2, 1946, pp. 146-147.
14. முருகேசன், சி.எஸ். புதுச்சேரி தொல்லியல் சுவடுகள். *2017,* ப. *66.*

15. Dayalan, Duraiswamy. Ancient Seaports on the Eastern Coast of India: the hub of the maritime silk route network. Acta Via Serica. Vol. 4. No.1. June 2019, pp. 25-69.
16. De Barros, João. Décadas da Ásia (Decades of Asia). Vol. I, 1552, p. 303.
17. Gentil, Le. Voyage dans les mers de l'Inde. Tome 1. 1769, p. 538
18. Gentil, Le. Voyage dans les mers de l'Inde. Tome 1. 1769, p. 541.
19. Casal, J.M. Fouilles de Virampatnam - Arikamedu. 1949, p. 31.
20. Faucheux, L. Une vieille cité Indienne près de Pondichéry - Virapatnam. 1946, p. 3.
21. Casal, J.M. Fouilles de Virampatnam - Arikamedu. 1949, p. 26.
22. More, J.B.P. From Arikamedu to the Foundation of Modern Pondicherry. 2014, pp. 157-158)
23. தில்லைவனம், சு. அரிக்கமேடு. 2008, ப. 76.
24. Deloche, Jean. Etudes sur la Circulation en Inde 1981, p. 145.
25. தில்லைவனம், சு. அரிக்கமேடு. 2008, ப. 212.
26. தினத்தந்தி, புதுச்சேரி, ஜனவரி 21, 2023.
27. முருகேசன், சி.எஸ். புதுச்சேரி தொல்லியல் சுவடுகள். 2017, ப. 75-76.
28. தினத்தந்தி, புதுச்சேரி, சூன் 26, 2023.

குறிப்புரைகள்

அகழ்வாய்வுகள் - அழகன்குளம். தமிழ்நாடு அரசு தொல்லியல் துறையின் இணையத்தளம்.

அருண்ராஜ், பா. தொல்லியல் நோக்கில் சங்க இலக்கியத்தில் தாழியும் வனைவோரும். சான்பொக்ஸ் பன்னாட்டுத் தமிழியல் ஆய்விதழ், மலர் 1(4) (2017).

ஆனந்தன், பிரபுராவ். பி.பி.சி. சூன் 30, 2021.

இளங்கோ, நா. 'புதுச்சேரியில் பௌத்தம்'. வலைப்பூ (2016).

இராமகிருஷ்ணன், அமர்நாத். பேட்டி. கீற்று. வலைத்தளம், மே, 31, 2017.

இராஜன், கா. கீழடி: வைகை நதிக்கரையில் சங்க காலத்தின் நகர்ப்புறக் குடியிருப்பு.

கலைக்களஞ்சியம். தமிழ் வளர்ச்சிக் கழகம், சென்னை.

கீற்று (இணையத்தளம்) மே 13, 2017.

கீழடி - வைகை நதிக்கரையில் சங்ககால நகரநாகரிகம். தமிழ்நாடு அரசு, தொல்லியல்துறை, 2019.

சங்கர், பொ. கிழக்கு (வலைத்தளம்). செப்டம்பர் 5, 2023.

சத்தியமூர்த்தி, டி. பேட்டி. பி.பி.சி., ஏப்ரல் 16,2021.

சாந்தலிங்கம், சொ. 'கீழடி - தமிழர் நாகரிகத்தின் தாய்மடி'. தமிழ் முரசு, மார்ச்சு12, 2023.

செல்வராஜ். ச.'சிலம்பு கூறும் பூம்புகார் - ஆழ்கடல் ஆய்வு ஒரு பார்வை'. தினமணி, மார்ச்சு, 11, 2016.

தில்லைவனம், சு. அரிக்கமேடு. புதுச்சேரி: சிவசக்தி பதிப்பகம், 2008.

__________, புதுச்சேரி மாநிலம் - வரலாறும் பண்பாடும். புதுச்சேரி, 2008.

தினத்தந்தி. புதுச்சேரி, ஜனவரி 21, 2023; சூன் 26, 2023.

புதுவைச் செய்திகள், ஏப்ரல், 1969.

முருகேசன், சி.எஸ். புதுச்சேரி தொல்லியல் சுவடுகள். சென்னை, 2017.

முருகேசன், சோ.கசாலின் பார்வையில் அரிக்கமேடு. புதுச்சேரி, 1997.

__________, ழுவோ துய்ப்ரேய் நோக்கில் புதுச்சேரி. புதுச்சேரி, 2000.

ரத்தினம், ஜெயபால். இந்து தமிழ் திசை, அக்டோபர் 3, 2022.

வெங்கடேசன், சு. வைகை நதி நாகரிகம்! மதுரை மண்ணுக்குள்... *ரகசியங்களின் ஆதிநிலம் வேங்கடேசன். ந. வரலாற்றில் அரிக்கமேடு, சென்னை, 2021.*

வைகை நதி நாகரிகம். வலைப்பூ. ஆகஸ்டு 11, 2015.

Aiyappan, A. 'A Dakshina Taxila',The Hindu, March 28, 1941.

Annuaire de Etablissements français dans l'Inde, 1843.

Arunraj, T. Role of Satellite Sites for the Growth of Arikamedu as Indo-Roman Trading Station, Delhi: Agamkala Prakashan, 2015.

Begley, Vimala. 'Arikamedu Reconsidered'. American Journal of Archaeology, vol. 87, No. 4, 1983, pp. 461-481.

—————, 'Rouletted Ware at Arikamedu: A New Approach'. American Journal of Archaeology. Vol. 92. No. 3 (1988), pp. 427-440.

—————, 'The Dating of Arikamedu and its Bearing on the Archaeology of Early Historical South India'. South Indian Horizons (F. Gross Felicitation Volume). 2022, pp. 513-527.

—————, Fouilles de Virampatnam - Arikamedu. Paris: Imprimerie Nationale,1949.

—————, 'Final Report on Arikamedu, India'. The Margaretologist, Vol. 13, No. 2 (2001).

—————, 'Some Observations on the Glass Beads of Arikamedu'. Revue Historique de Pondichéry, Vol. 13. (1976-1980). pp. 156-161.

—————, 'The Stone Bead Industry of Southern India'. BEADS: Journal of the Society of Bead Researchers. Vol. 12. 2000.

—————, Excavation of Megaliths at Auroville(Near Pondicherry). https://www.academia.edu/13534645/Excavations_of_Megaliths.

—————, 'Beyond Arikamedu: Puducherry digs deeper into its past'. The Times of India. March 18, 2022.

Begley, Vimala., et al. The Ancient Port of Arikamedu - New Excavations and Researches 1989-1992, vol I (1996), vol. II(2005). EFEO, Centre d'histoire et d'archéologie.

Braddel, Roland. 'Arikamedu and Oc-Èo'. Journal of the Malayan Branch of the Royal Asiatic Society 24, No..3 (156). 1951, pp. 154-157.

Casal Jean-Marie. 'Les fouilles de Virapatnam-Arikamedu'. Comptes rendus des séances de l'Académie des Inscriptions et Belles-Lettres, 93ᵉ année, N. 2, 1949.

Casal, J.M. et G. Sites Urbaine et Sites Funéraires des environs de Pondichéry. Paris: Presses Universitaires de France, 1956.

Casson, Lionel. Periplus Maris Erythraei.Princeton University Press, 1989.

Dayalan, Duraiswamy. 'Ancient Seaports on the Eastern Coast of India: the Hub of the Maritime Silk Route Network'. Acta Via Serica. Vol. 4. No.1. June 2019, pp. 25-69.

De Barros, João.Décadas da Ásia (Decades of Asia). Vol. I, Lisboa, Na Regia Officina Typografica, 1552.

Deloche, Jean. Études sur la Circulation en Inde: Notes sur les sites de quelques Ports Anciens du pays Tamoul.Bulletin de l'École française d'Extrême-Orient, Vol. 74 (1985), pp. 141-166.

Dubreuil, Jouveau. Les ruines Romaines de Pondichéry. Bulletin de l'Ecole française d'Extrême Orient. Tome 40. No. 2. (1940)

Etude du R.F. Faucheux . . . sur les recherches archéologiques faites à Pondichéry. Les Recherches Archéologiques, Travaux Publique de Pondichéry, 1943.

Faucheux, L. Une vieille cité Indienne près de Pondichéry - Virapatnam. Pondichéry. Pondichéry: Imprimerie de la Mission, 1946.

Filliozat, Jean. 'Les Inscriptions de Virampatnam'. Comptes rendus des séances de l'Académie des Inscriptions et Belles-Lettres, 91ᵉ année, N. 1, 1947, pp. 107-118.

Francis Jr., Peter. Bead Emporium: A Guide to the Beads from Arikamedu in the Pondicherry Museum. Pondicherry: The Pondicherry Museum, 1987.

Gentil, Le. Voyage dans les mers de l'Inde. Tome I.Paris: De l'imprimerie Royale, 1779.

Jarrige, Jean-François. (Ed.) 'La Donation Numa Laffitte, Activites du Musee National'.Arts Asiatique, 45. 1990.

Journal Officiel des Etablissements Français dans l'Inde, 1941.

Luther Stevenson, Edward.(Ed.) Geography of Cladius Ptolemy. New York: The New York Public Library, 1932.

Malleret, Louis. 'Les Lapidaires et Artisans du Verre de Vîrampatnam'. Arts Asiatiques, No. 2 (1959).

More, J.B.P. From Arikamedu to the Foundation of Modern Pondicherry. New Delhi: Munshiram Manoharlal Publishers Pvt Ltd., 2014.

Procès-verbaux des délibérations du Conseil Supérieur de la Compagnie des Indes 1724 à 1735, Pondichéry, 1913-14.

Raman, K.V. Roman contacts with Tamilnadu (South-eastern India) -Recent Findings.UNESCO.

Rao, K.P. 'Arikamedu and the Evidence of Southeast Asian Contact'. Pondicherry Through Ages. Pondicherry History Congress, (1997). pp. 13-18.

Ravitchandirane, P. 'Puducherry before the age of Indo-Roman (pre-Periplus) trade phase'. International Journal of Research in Humanities and Social Sciences. Vol. 4(2), July-Dec. 2017.

Schoff H. Wilfred. The Periplus of the Erythraean Sea. New York et al.: Longmans, Green, and Co., 1912.

Suresh, S. Arikamedu : Its place in the Ancient Rome-India contacts. Development Corporation Office, Embassy of Italy, 2007.

Tchernia, André. 'Arikamedu et le graffito naval d'Alagankulam. V.Begley et al., The Ancient Port of Arikamedu, Vol. 1. 1996'. Topoi. Vol. 8/1. (1998).4

The Hindu, Pondicherry, Oct 18, 2004.

Tripathi, A. 'Underwater exploration off Mahabalipuram and Arikamedu'. ஆவணம், Vol. 13. (2002).

Wessels-Mevissen, Corinna. 'Adichchanallur Reconsidered-A Typological Study of South Indian Megalithic Pottery'. Beiträge zur Allgemeinen und Vergleichenden Archäologie 11, 1991, pp. 13-56.

Wheeler, R.E.M. et al. Arikamedu: an Indo-Roman Trading Station on the East Coast of India, Ancient India. No. 2.(1946).

Wheeler, R.E.M., Virampatnam. The Journal of the Greater India Society, Vol. XI. No. 1. 1944.

Zeuner E., Frederick & Allchin, Bridget. The Microlithic Sites of Tinnevelly District, Madras State. Ancient India, (1956) No. 12.